കഥാമിത്രം
കഥാസമാഹാരം

കൊച്ചിൻ സാഹിത്യ അക്കാദമി

ISBN 979-888521571-8

M.K അർജ്ജുനൻ മാസ്റ്റർ

ഉള്ളടക്കം

ഉള്ളടക്കം

ആമുഖം

എഴുത്തിൻ്റെ വഴിയിൽ സഞ്ചരിക്കുന്നവരുടെ കൂട്ടായ്മയായ കൊച്ചിൻ സാഹിത്യ അക്കാദമിയുടെ പ്രവർത്തനങ്ങൾ പുതിയ എഴുത്തുകാർക്ക് പ്രചോദനമാവുന്നുവെന്ന് അറിഞ്ഞതിൽ സന്തോഷം.എഴുത്തിൻ്റെ പാതയിലുള്ളവരുടെ കൂട്ടായ്മ മുൻ കാലങ്ങളിലും മലയാളത്തിലുണ്ടായിരുന്നു. കഥാകൃത്തുകളും, കവികളും, നോവലിസ്റ്റുകളുമൊക്കെ ഉൾപ്പെട്ടിരുന്ന കൂട്ടായ്മകളായിരുന്നു അവയൊക്കയും. മലയാളത്തിൽ പദ്യവും, ഗദ്യവും വളർന്നു വികാസം കൊണ്ടത് ഭാരതപ്പുഴയുടെ ഇരുകരകളിലുമാണ്. എഴുത്തുകാരുടെ ആദ്യ കൂട്ടായ്മ രൂപം കൊണ്ടതും ഭാരതപ്പുഴയോരത്തു തന്നെ. പൊന്നാനി കളരി എന്ന പേരിൽ പ്രചുരപ്രചാരം സിദ്ധിച്ച കൂട്ടായ്മയാണത്. മഹാകവി ഇടശ്ശേരി, പി.സി.കുട്ടികൃഷ്ണമേനോൻ (ഉറൂബ്) തുടങ്ങിയവരൊക്കെ പൊന്നാനി കളരിയിലുണ്ടായിരുന്നവരാണ്.നിയതമായ സംഘടനാ സംവിധാനമൊന്നും ഇതിനുണ്ടായിരുന്നില്ല. എഴുത്തുകാർ സായാഹ്നങ്ങളിൽ ഭാരതപുഴയോരത്ത് വന്നിരിക്കും. പല വിഷയങ്ങളും ചർച്ച ചെയ്യും. ഏറ്റവും പഴക്കം ചെന്ന എഴുത്തുകാരുടെ ഒരു കൂട്ടായ്മ പൊന്നാനി കളരിയാണെന്നു പറയാം. സാഹിത്യ മോഷണം ഇല്ലാതിരുന്ന എഴുത്തിൻ്റെ വസന്തകാലത്ത് പുതിയ രചനകളെക്കുറിച്ചുള്ള ചർച്ചകളും നടന്നിരുന്നുവത്രെ. ഇടശ്ശേരിയുടെ പൂതപ്പാട്ടും, കുറ്റിപ്പുറം പാലവും, ഉറൂബിൻ്റെ രചനകളമൊക്കെ അക്കാ

ലത്ത് പൊന്നാനി കളരിയിൽ ചർച്ചക്ക് വന്നിട്ടുണ്ടാകണം. അക്കാലത്തെ എഴുത്തുകാർക്ക് വിഭാഗീയ ചിന്തകളും, സംസ്കാര ശൂന്യതയും ഉണ്ടായിരുന്നില്ല അതുകൊണ്ടുതന്നെ

അവരുടെ രചനകൾ കാലത്തെ അതിജീവിച്ചു. എന്നാലിന്നത്തെ സ്ഥിതി നേരെ മറിച്ചാണ്. ഉത്തരാധുനീകതയെന്ന രാവണക്കോട്ടയിലകപ്പെട്ട എഴുത്തുകാരുടെ രചന കൾക്ക് ഇയ്യാം പാറ്റയുടെ ആയുസ്സ് മാത്രമേയുള്ളൂ.ഉത്തരാധുനികതയുടെ മറവിൽ പിറവിയെടുത്ത രചനകൾക്കൊന്നും കാലത്തെ അതിജീവിക്കാൻ കഴിഞ്ഞിട്ടില്ല.

" തുളസിക്കതിർ നുള്ളിയെടുത്ത് കണ്ണന്നൊരു മാലയ്ക്കായ്.. " എന്നു തുടങ്ങുന്ന ഗാനശകലം വർത്തമാനകാലത്ത് ഒരു സാധാരണക്കാരൻ്റെ തൂലികയിൽ വരഞ്ഞു വീണ അക്ഷരങ്ങളാണ്. കൊച്ചു കുഞ്ഞുങ്ങളുടെ പോലും നാവിൻതുമ്പിൽ ആ വരികൾ നിറഞ്ഞു നിൽക്കുന്നു. കാലത്തെ അതിജീവിക്കും എന്നുറപ്പുള്ള കവിതയാണത്. തെറി നിറച്ചും സംസ്ക്കാരത്തിൻ്റെ തായ് വേര് പിഴുതെറിഞ്ഞുമുള്ള രചനകൾ ബുദ്ധിജീവിയായ എഴുത്തുകാരൻ്റെ അടയാളമായി കരുതുന്നവർക്ക് ആ ധാരണ തിരുത്താൻ ഈ കവിത സഹായിക്കുമെന്നാണ് എൻ്റെ നിഗമനം.

കൊച്ചിൻ സാഹിത്യ അക്കാദമിയുടെ ചട്ടക്കൂടിൽ കുറേ എഴുത്തുകാർ കടന്നു വന്നത് വളരെ താൽപ്പര്യത്തോടെ നോക്കിക്കാണുന്ന ഒരാളാണു ഞാൻ. ഈ കൂട്ടായ്മയിൽ നിന്നും നല്ല രചനകൾ ഉരുത്തിരിയുമെന്നൊരു പ്രതീക്ഷയുണ്ട്. കഥാമിത്രം ചെറുകഥാസമാഹാരം അതിൻ്റെ ചെറിയ ശ്രമങ്ങളുടെ തുടക്കമാണെന്ന് കരുതുന്നു. കഥാസമാഹാരത്തിലെ രചനകളൊന്നും വായിച്ചിട്ടില്ല. നാൽപ്പത് പേരുടെ രചനകളാണ് പുസ്തകത്തില്ലുള്ളത്.ഈ പുസ്തകം പ്രകാശിതമാവുന്ന മുറയ്ക്ക് അതിലെ ദളങ്ങൾ എഴുത്തിൻ്റെ മേഖലയിൽ കൂടുതൽ പ്രശോഭിതമാവുമെന്നു കരുതുന്നു. ഇങ്ങനെ വളരുന്ന എഴുത്തുകാരുടെ രചനകൾ സംസ്കാര സമ്പന്നതയെ

പുഷ്ടിപ്പെടുത്തുന്നതായിത്തീർന്നിരുന്നെങ്കിലെന്ന് ആഗ്രഹിക്കുന്നു. കഥാകൃത്തുക്കൾക്കും കൊച്ചിൻ സാഹിത്യ അക്കാദമിക്കും ആശംസകൾ നേരുന്നു.

തിരൂർ ദിനേശ് .തൃക്കണ്ടിയൂർ .

മുഖവുര

Vipinkumar Palluruthy (President)
Robin Palluruthy (Secretary)
M.M.Salim (Treasurer)
Kochin Sahitya Academy
Kathamithram
Vipin Arcade
Palluruthy
Kochi 682006
Phone Number : 9846076701

First Published in : November 2021

1

വിളി കേൾക്കാതെ

രമേശൻ കണ്ണുകൾ വലിച്ചു തുറക്കാൻ ശ്രമിച്ചു കൊണ്ടേയിരുന്നു.

സാധിക്കുന്നില്ല,ആകെ ഇരുട്ട്.ഇടയ്ക്കിടെ ആകാശത്ത് മിന്നിമറയുന്ന നക്ഷത്രങ്ങൾ കാണാനില്ല ഒപ്പം

താരാപഥവും തേടി......! ഇല്ല 'ഒരിടത്തും കാണുന്നില്ലമാനത്ത് പൊന്നമ്പിളിവന്നിട്ടില്ല'വല്ലാത്തൊരു വീർപ്പുമുട്ടൽ

ആകെ ഒരു ഇരുട്ട് ഇരുട്ടിൽ വെള്ള വസ്ത്രം ധരിച്ചവർ പലരും തുറിച്ചു നോക്കുന്നതു പോലെ തോന്നി.ആരുടെയോ സംസാരം കേൾക്കാം.മറ്റ് എന്തെക്കെയോ ശബ്ദ്ങ്ങളുഒന്നും ഓർമ്മയിൽ തെളിയുന്നില്ല

എവിടെയോ ഓർമ്മകളെ ചങ്ങലക്കിട്ട്

ബന്ധിച്ചതു പോലെ '

രാത്രിയാണോ?

അതോ

പകലോ?

ഇല്ല ഒന്നും അറിയുന്നില്ല'

വണ്ണാത്തിപുള്ളുകളുടെ ശബ്ദം എവിടെയോ കേൾക്കുന്നതു പോലെ '

ശവം കൊത്തി തിന്നുവാൻ കഴുകൻ
ശിഖരം മുറിഞ്ഞ ഉണങ്ങിയ മരത്തിൽ
ആരെയോ കാത്തിരിക്കുന്നതു പോലെ ചുറ്റും നോക്കുന്നു.
ഇല്ല ....
അതും തോന്നലാണ്
ഒന്നു തിരിഞ്ഞു കിടന്നാലോ ....
പറ്റുന്നില്ല
തിരിയാനും അനങ്ങാനും പറ്റുന്നില്ല
വീണ്ടും ഓർമ്മകൾക്ക് മുന്നിൽ തിരശ്ശീല
മറഞ്ഞു '
കുറെ നേരം ആയി
പതിയെ എഴുന്നേറ്റു
അരും അറിഞ്ഞില്ല
അറിയുന്നില്ല
മുറിയിലൂടെ അങ്ങോട്ടും ഇങ്ങോട്ടും നടന്നു '

ചോര പുരണ്ട വസ്ത്രങ്ങൾ ഉണങ്ങി തുടങ്ങിയിരിന്നു. ഒരു മൂലയിൽ മേശപ്പുറത്ത് അലക്കി
തേച്ച് മിന്നുക്കിയ വെള്ള വസ്ത്രങ്ങൾ
തന്നെ നോക്കി സ്വാഗതമരുളുന്നുണ്ടോ
മാലാഖമാർ
ഇവർ എന്നോടു ഒന്നും ചോദിക്കുന്നില്ല'
"എന്താ ആരും മിണ്ടാത്തത് "
സിസ്റ്ററേ.......
ആരും വിളി കേൾക്കുന്നില്ല'
"അവർ തന്നെ കാണുന്നില്ലേ "
മുഴുവൻ മാലാഖമാരും
ധൃതിയിൽ നടക്കുന്നു.
മാസ്ക്ക് ധരിച്ചത് കൊണ്ടാവണം
അവർ എന്തെക്കെയോ പറയുന്നുണ്ട്

അതും മനസിലാകുന്നില്ല'

നിലവിളി കേട്ട് തിരിഞ്ഞു നോക്കി '

" സീത "

അഗ്നിസാക്ഷിയാക്കി മന്ത്രകോടി കൊടുത്ത് തൻ്റെ കൈ കൊണ്ട് സീമന്തരേഖയിൽ സിന്ദുരം ചാർത്തിയ തൻ്റെ പെണ്ണ്

അയാൾ സൂക്ഷിച്ചു നോക്കി

സീമന്തരേഖയിലെ സിന്ദൂരം മാഞ്ഞു തുടങ്ങിയോ?

അവളോടി വരികയാണ്

ചില്ലിട്ട വാതിലിനിടയിലൂടെ അവളെ കണ്ടു.

സീതേ......

പതിയെ വിളിച്ചു

അവൾ കേട്ടില്ല

കുറച്ചു കൂടെ ഉച്ചത്തിൽ തന്നെ വിളിച്ചു.

ആ വിളിയും അവർ കേൾക്കുന്നില്ല

അവൾ

ആ അടഞ്ഞുകിടന്ന വാതിലിൽ കൊട്ടുകയാണ്.

കണ്ണുകൾ കരഞ്ഞ് വീർത്തതുപോലെ

മാലാഖമാർ ആ വാതിലിനടുത്തേയ്ക്ക് നടന്നു.

പതിയെ അവർ വാതിൽ തുറന്നു

അവളോട് എന്തെക്കെയോ ചോദിക്കുന്നു.

രമേശേട്ടാ........

അത് ഒരു ആർത്തനാദമായിരുന്നു.

സീതേ.....

അവൾ പിന്നേയും വിളി കേട്ടില്ല

എന്നെയും കടന്ന് അവൾ കട്ടിലിനടുത്ത് നിന്നു

അവൾ കരയുകയാണ്

അലമുറയിട്ട്

മാലാഖമാർ

അവളെ ബലമായി പിടിച്ചു പറത്താക്കി'

ഇല്ല 'ശരീരത്തിനു

ബലം

ഇല്ല

ഒരു ധൂമം പോലെ

താൻ പതിയെ പുറത്തേയ്ക്ക് നടന്നു.

ആരേയും അകത്തേയ്ക്ക് പ്രവേശിപ്പിക്കില്ല

എന്നെഴുതിയ വാതിൽ തനിക്കു മാത്രമായി തുറന്നു കിടക്കുന്നു.

പുറത്തുള്ള കസേരയിൽ സീത

ബോധം നഷ്ടപ്പെട്ടതു പോലെ ഇരിക്കുന്നു.

കണ്ണുകൾ വിദൂരതയിലേയ്ക്ക് .... കണ്ണുധീർ ധാരായി ഒഴുകുന്നു

തൻ്റെ

മോളൂട്ടി

അവളോട് ചേർന്ന് ഇരിക്കുന്നു.

അവൾ കമ്മലിട്ടിട്ടില്ല

അതുകൊണ്ടാവാം

അവർക്ക് മറ്റാരുടെയോ

മുഖം തോന്നി

ഇല്ല മോളൂട്ടിയാണ് '

മോളൂട്ടി............

അവളും വിളി കേൾക്കുന്നില്ല'

സീതയുടെ അച്ചൻ അവൾക്കരികിലായി നിൽക്കുന്നു.

അച്ചാ.......

ഇല്ല അച്ചനും വിളി കേൾക്കുന്നില്ല

വേറെ ചിലർ അച്ചൻ്റടുത്ത് നിൽക്കുന്നു.

ആരോ ചിലർ ....

" എടോ ഒരു ലാർജ്ജ് "
"അയ്യോ സാറേ
ഇനി മതി
ബാറടക്കുവാൻ സമയമായി "
ഒരെണ്ണം കൂടി താടോ
എന്നിട്ട് അടച്ചാൽ മതി പിന്നെ
ബഹളമായി
ആരെക്കെയോ ചേർന്ന് അയാളെ തള്ളി പുറത്തേയ്ക്കിട്ടു
വേച്ചു നടന്ന്
പതിയെ ബൈക്കിൽ
ചെന്നിരുന്നു.
വണ്ടി സ്റ്റാർട്ട് ചെയ്യത് അയാൾ ലക്ഷ്യമില്ലാതെ പാഞ്ഞു.
മൂന്ന് ലക്ഷം നാളെ രാവിലെ
കോര സാറിന് കൊടുക്കണം
അവധി പറഞ്ഞു മടുത്തു
കേട്ട് അയാളും
ഇനി അവധിയില്ലാത്രേ
നാളെ രാവിലെ 8 മണിക്ക് വരും കോരസാറ് ....!
എന്തു പറയും
ചെയ്യുന്ന ബിസിനസുകൾ ഒന്നൊന്നായി തകരുന്നു.
കടങ്ങൾ തലയ്ക്ക് മീതെ വാളായി തൂങ്ങി നിൽക്കുന്നു.
ഹൈവേയിലൂടെ മിന്നൽ വേഗത്തിൽ അയാളുബൈക്ക്
രാത്രിയെ കീറി മുറിച്ചു പാഞ്ഞുകൊണ്ടിരിന്നു.
എതിരെ രണ്ട് വലിയെ ലൈറ്റുകൾ ......
കണ്ണ് ചിമുന്നു.
നിയന്ത്രണംതെറ്റി
പാണ്ടിലോറി
എന്തിലോ
കയറിയിറങ്ങി നിന്നു.

നീണ്ട ഇടനാഴിയിലൂടെ
തൻ്റെ അനുജൻ
ഓടി വരുന്നു.
എന്താ..... എന്താണ്ടായേ?
അവിടെ നിന്നവരിൽ ആരോ പറഞ്ഞു
അയാളുടെ വസ്ത്രത്തിലും ചോര പുരണ്ട് ഉണങ്ങിയിരുന്നു.
"അതേയ്
ആള് റോങ്ങ് സൈഡായിരുന്നു.
എതിരെ വന്നത്
ഒരു പാണ്ടി ലോറി
ഇവിടെ എത്തിയപ്പോൾ ജീവനുണ്ട് "
"ഒന്നും പറയാറായിട്ടില്ലെന്നാഡോക്ടർ പറഞ്ഞത് "
എടാ സുമേഷേ ....
ഉച്ചത്തിൽ തന്നെ വിളിച്ചു
അവനും വിളി കേട്ടില്ല
ഇല്ല അവനും ഞാൻ വിളിച്ചിട്ട് കേൾക്കുന്നില്ല
അവരാരും എന്നെ നോക്കുന്നില്ല
അവരാരും തന്നെ കാണുന്നില്ല
വീണ്ടും വിളിച്ചു
സീതേ :::
ഇത്തവണ പതിയെ വിളിച്ചു ‘
കണ്ണടച്ചിരുന്നവൾ പതിയെകണ്ണു തുറന്നു’
ആ വിളി അവൾ കേട്ടു
പെട്ടെന്ന് ചില്ലിട്ട വാതിൽ തുറന്നു
മാലാഖ പുറത്തേയ്ക്ക് വന്നു.
"ആരാ സീത?"
"ഞാനാ

അവളെഴുന്നേറ്റ്
ചെന്നു '
വിളിക്കുന്നു ....
അവൾ അകത്തേയ്ക്ക് ഓടി
പുറകെ ഞാനും
കാലുകൾ നിലത്ത് ഉറക്കുന്നില്ല
കട്ടിലിനരികിലായി അവൾ തൻ്റെ കൈ ചേർത്തു പിടിച്ചു.
രമേശേട്ടാ.....
ഉം........
പതിയെ മൂളി
മോളൂട്ടി.......
ഇതാ മോളൂട്ടിയും
ചില്ലിട്ട വാതിലിൽ കടന്നു വരുന്നു.
അച്ചാ.......
കണ്ണുകൾ പതിയെ തുറന്നു.
വെള്ളം ....
മാലാഖ ഓടി ഒരു ചെറിയ പാത്രത്തിൽ കൊണ്ടുവന്ന വെള്ളം
സീത പതിയെ തൻ്റെവായിലേയ്ക്ക് ഇറ്റിച്ചു
കാലുകൾ നിലത്ത് ഉറക്കുന്നില്ല
കണ്ണുകൾ പതിയെ അടഞ്ഞു വരുന്നു.
സീതേ.......
വെറുതെയൊന്നു പുഞ്ചിരിച്ചു
അമിഞ്ഞ നുണയുന്ന സ്പ്നം കണ്ട കുഞ്ഞിനെ പോലെ
വീണ്ടും ആകെ ഇരുട്ട്
ആരെക്കെയോ ചേർന്ന് തന്നെ കൂട്ടികൊണ്ടു പോകാൻ നിൽക്കുന്നു
വെള്ള വസ്ത്രമണിഞ്ഞ്

മണവാളനെ പോലെ ഒരുങ്ങി നിൽക്കുന്ന തന്നെ അവർ കൈകാട്ടി വിളിക്കുന്നു.

തല ഒരു വശത്തേയ്ക്ക് ചരിഞ്ഞു'

രമേശേട്ടാ ''......

സീതബോധം മറഞ്ഞ് എൻ്റെ നെഞ്ചിലേയ്ക്ക് വീണു.

ഇരുട്ടിൽ തന്നെ നോക്കി വിളിക്കുന്നവർ

കാലുകൾ നിലത്ത് ഉറക്കുന്നില്ല

ഒരു ധൂമകേതു വലയം ചെയ്ത പോലെ തോന്നി

അയാൾ ഒന്നുകൂടെ വിളിച്ചു '

സീതേ ....

ശരീരംഭാരമില്ലാത്ത അവസ്ഥ

ചരട് പൊട്ടിയ പട്ടം പോലെ അനന്തയിലേയ്ക്ക്

ആകാശത്തിലേയ്ക്ക്

ഒരിക്കൽ കൂടി

ആ യാത്രയിൽ വിളിച്ചു '

സീതേ ....

പക്ഷെ

ആ വിളിയും അവൾ കേൾക്കുന്നില്ല.

ധൂമകേതു മെല്ലെ ആകാശത്തിലെ മേഘപാളികൾക്കിടയിൽ എങ്ങോ മറഞ്ഞു.

****

ഷൈജു. ടി. കോവിൽ
തെക്കും കോവിൽ
കുമ്പളങ്ങി. (P.O)
കൊച്ചി -
ഓട്ടോ ഡ്രൈവർ

2

ഇനി എനിക്ക് ജീവിക്കണം

"കുമാരേട്ടാ..... പതിവ് പരിപ്പുവട ഇങ്ങെടുത്തേരെ.."

"ആ..... ദിവാകരാ.....കേറിയിരിക്ക്, നിനക്ക് ഒരു ചായ എടുക്കട്ടെ? "

" വേണ്ട കുമാരേട്ടാ ഇന്ന് ഇപ്പൊത്തന്നെ കുറച്ചു വൈകി.. വീട്ടിലുള്ളോര് നോക്കിയിരിക്കുവായിരിക്കും.. പെട്ടന്നെടുത്തോ..... "

" ഇതെന്നാ ദിവാകരാ കയ്യിലൊരു പൊതിയൊക്കെ? ?

ആ.... ഇത് കാത്തുമോൾക്ക് ഒരു ഉടുപ്പ് വാങ്ങിയതാ, രാജപ്പൻ ചേട്ടാ... "

"എന്നതാ വിശേഷം...?" ചോദ്യം ചെല്ലപ്പൻ ചേട്ടന്റെ വകയായിരുന്നു...

" വിശേഷം ഒന്നുമില്ലന്നെ,കുറെ നാളായി അവൾക്ക് ഒരു ഉടുപ്പ് വാങ്ങിയിട്ട്, അതോണ്ട് വെറുതെ വാങ്ങിയതാ.... "

അത്രയും പറഞ്ഞു കവലയിലുള്ള കുമാരേട്ടന്റെ ചായക്കടയിൽ നിന്ന് പതിവായി വാങ്ങാറുള്ള പരിപ്പുവടയും വാങ്ങി ദിവാകരൻ നടന്നുനീങ്ങി....

" ദിവാകരൻ നടന്നു നീങ്ങിയപ്പോഴേക്കും കുമാരേട്ടൻ കടയിലുള്ളവരോടായി പറഞ്ഞു തുടങ്ങി... നല്ല സ്നേഹമുള്ളോനാ... ജാനകിയും പിള്ളേരും ഭാഗ്യം

ചെയ്തൊരാ, എന്തു കാര്യായിട്ടാ അവൻ അവരെ നോക്കുന്നത്... "

"അതേ... അതേ.. ഈ നാട്ടിൽ വന്നിട്ട് കുറച്ചേ ആയുള്ളെങ്കിലും എല്ലാർക്കും ഓനെക്കുറിച്ചു നല്ല അഭിപ്രായമാ...." ചെല്ലപ്പൻചേട്ടൻ കുമാരേട്ടന്റെ വാക്കുകളെ ശരിവെച്ചു....

ചെങ്കുത്തായ ഒരു കയറ്റത്തിന് മുകളിലാണ് ദിവാകരനും ജാനകിയും ഒമ്പതിലും അഞ്ചിലും പഠിക്കുന്ന രണ്ട് പെൺമക്കളും അടങ്ങുന്ന കുടുംബവും താമസിക്കുന്നത്... കയറ്റമായതിനാൽ തന്നെ അടുത്തെങ്ങും അധികം വീടുകളും ഇല്ല..... അങ്ങിങ്ങായി കാണപ്പെടുന്ന വിരലിൽ എണ്ണാവുന്ന വീടുകളൊഴികെ മറ്റൊന്നും അവിടെയില്ല.... കുന്നിൻമുകളിലേക്ക് വൈദ്യുതി എത്തിയിട്ട് പോലും അധികം നാളായിട്ടില്ല...

ദിവാരകർ കയറ്റം കയറി വീടിനുമുൻപിലെ അറുപതുവാൾട്ട് ബൾബിന്റെ വെളിച്ചത്തിലേക്ക് നടന്നുകയറി....

" ജാനകീ.... എടിയേ...

കുഞ്ഞിമോളെ..... തുമ്പീ....

എല്ലാം ഇതെവിടെ പോയികിടക്കുവാ.... "

"ഞങ്ങൾ അടുക്കളേൽ ആയിരുന്നു.... " പറഞ്ഞുകൊണ്ട് ജാനകി വാതിൽക്കലേക്ക് വന്നു....

"കുഞ്ഞിമോൾഎന്ത്യേടി???"

" ഞാനിവിടെയുണ്ട് "വാതിലിന്റെ മറവിൽ നിന്ന് കുഞ്ഞിമോൾ ചെറിയ പേടിയോടെ മറുപടി കൊടുത്തു....

"നീയിങ്ങു വന്നേ...... ഇന്നാ ഇത് നിനക്ക് വാങ്ങിയതാ..... "

ഇതെന്നാ അച്ഛാ തുമ്പിമോൾ ഓടിവന്നു പൊതി കൈക്കലാക്കി...

" ഇത് മോൾക്കല്ല.... അച്ഛൻ ചേച്ചിക്ക് വാങ്ങിയതാ..... "

തുമ്പിയുടെ കയ്യിൽനിന്നും പൊതി വാങ്ങി ദിവാകരൻ കുഞ്ഞിമോൾക്ക് നീട്ടി.... അത് വാങ്ങി ഒന്നും മിണ്ടാതെ കുഞ്ഞുമോൾ അകത്തേയ്ക്ക് കയറിപ്പോയി....

"അല്ലേലും അച്ഛര ഇങ്ങനെയാ...ചേച്ചിക്കാ എല്ലാം വാങ്ങിക്കൊടുക്കുന്നെ.... എനിക്ക് ഒന്നും വാങ്ങിച്ചു തരത്തില്ല.... "

തുമ്പിമോള് ചിണുങ്ങി.....

" മോള് പിണങ്ങാതെ... മോള് കുറച്ചുകൂടി വലുതാകട്ടെ, അച്ഛരൻ പറയുന്നതൊക്കെ അനുസരിച്ചാൽ മോൾക്ക് വേണ്ടതെല്ലാം അച്ഛരൻ വാങ്ങിത്തരാം....

" തുമ്പീ ഇങ്ങുവന്നേ..... " ദിവാകരന്റെ മാറിലൊട്ടിനിന്ന തുമ്പിമോളെയും കൂട്ടി ജാനകി അകത്തേക്കു കയറിപ്പോയി.....

കുഞ്ഞുമോൾ പൊതുവെ ആരോടും അധികം അടുത്തിടപഴകാത്ത സ്വഭാവക്കാരിയാണ്, അധികം സംസാരമില്ല, കൂട്ടുകാരില്ല.... എപ്പോഴുമൊരു നിസ്സംഗഭാവമാണവൾക്ക്, സ്കൂളില്ലെങ്കിൽ വീട്ടിൽ നിന്ന് പുറത്തേയ്ക്കിറങ്ങുന്നത് തന്നെ വിരളം...

തുമ്പിമോളാകട്ടെ കുഞ്ഞുമോളുടെ സ്വഭാവത്തിനു നേർവിപരീതവും....

നാട്ടിൽ ആരോടും അടുപ്പമില്ലെങ്കിലും ദിവാകരന്റെ കുടുംബം എന്ന നിലക്ക് ജാനകിയും മക്കളും എല്ലാവർക്കും സുപരിചിതരായിരുന്നു......

നാളുകൾ കടന്നുപോയി.... അവസാന കൊല്ലപ്പരീക്ഷയും കഴിഞ്ഞു സ്കൂൾ പൂട്ടി... തുമ്പിമോൾ വലിയ സന്തോഷത്തിലാണ്, ഇനി കുറച്ചു നാൾ സ്കൂളിൽ പോവേണ്ടാല്ലോ..... പക്ഷേ കുഞ്ഞുമോളുടെ മുഖം അപ്പോഴും പ്രസന്നമായിരുന്നില്ല.. നിസ്സംഗതയ്ക്കപ്പുറം എന്തോ ഒന്ന് അവളെ അലട്ടുന്നുണ്ടായിരുന്നു....

ദിവസ്സങ്ങൾ മുൻപോട്ട് പോകവേ അമ്പലപ്പടി ഗ്രാമം ഉണർന്നത് കുഞ്ഞുമോളുടെ മരണവാർത്തയുമായിട്ടായിരുന്നു....

കുഞ്ഞുമോൾ ആത്മഹത്യ ചെയ്തു... ആ ഗ്രാമത്തെ നടുക്കിയ വാർത്തയായിരുന്നു അത്... കേട്ടവരെല്ലാം ആ വാർത്തയിൽ ദുഖാർത്ഥരായി...

കുഞ്ഞുമോളുടെ മൃതദേഹത്തിനരുകിൽ അലമുറയിട്ട് കരയുന്ന ദിവാകരന്റെ ദുഃഖം മരണമറിഞ്ഞു വന്നവരെയൊക്കെ വേദനയിലാഴ്ത്തി.....

തുമ്പിമോളെയും മാറോടടക്കി എന്തോ ആലോചനയിലെന്നപോലെയിരിക്കുന്ന ജാനകിയുടെ കവിളുകളെ നനയിച്ചുകൊണ്ട് മിഴിനീരൊഴുകിക്കൊണ്ടേയിരുന്നു......

ശവദാഹം കഴിഞ്ഞു ഓരോരുത്തരായി പിരിഞ്ഞു പോയി...... കുഞ്ഞുമോൾ ചിതയിൽ എരിഞ്ഞടങ്ങി......

പിറ്റേന്ന് കുമാരേട്ടന്റെ ചായക്കടയിലെ ചർച്ചാവിഷയം കുഞ്ഞുമോളുടെ മരണമായിരുന്നു......

"അല്ല കുമാരേട്ടാ ആ കൊച്ചിതെന്നാത്തിനാ ഈ കടുംകൈ ചെയ്തത്???? "

"ആ കൊച്ചിന് മൊബൈൽ വേണം ന്നു പറഞ്ഞു വീട്ടിൽ വഴക്കുണ്ടാക്കി, ദിവാകരൻ വാങ്ങിച്ചു കൊടുക്കത്തില്ലെന്ന് പറഞ്ഞെന്നു.... അതിനാ ആ കൊച്ച് ഇത് ചെയ്തെന്നാ പറയുന്നേ... "

"ഓ.... എന്നാതായേലും ആ ദിവാകരന്റെ കരച്ചില് കണ്ടിട്ട് സഹിക്കാൻ പറ്റുന്നില്ല... ഓന് ആ കൊച്ചെന്നു വെച്ചാ ജീവനായിരുന്നൂ...... "

"ഇനി പറഞ്ഞിട്ടെന്താ....പോയത് പോയി.... !!"

കുഞ്ഞമോളുടെ മരണവും ദിവാകരന്റെ ദുഖവുമെല്ലാം പല സദസ്സുകളിലും ചർച്ചാവിഷയമായിക്കൊണ്ടേയിരുന്നു....

മരണാന്തര ചടങ്ങുകളെല്ലാം കഴിഞ്ഞു ഒരു ദിവസം പുലർന്നത് ദിവാകരന്റെ മരണ വാർത്തയുമായിട്ടായിരുന്നു.... മരണമറിഞ്ഞു ഓരോരുത്തരായി ദിവാകരന്റെ വീട്ടിലേക്കോടിയെത്തി.....

" മകളുടെ മരണത്തിൽ മനം നൊന്ത് വിഷം കഴിച്ചതാണത്രേ " കൂടിനിന്നവർ പരസ്പരം പറഞ്ഞു...... ജാനകി തുമ്പിമോളെയും മാറോടടക്കി നിസ്സംഗയായി തന്നെ ഇരുന്നു....

ചടങ്ങുകൾ കഴിഞ്ഞു എല്ലാവരും പോയിരുന്നു.... മടിയിൽ കിടന്നുറങ്ങിയ തുമ്പിമോളെ മാറ്റിക്കിടത്തി കണ്ണീരു തുടച്ചുകൊണ്ട് ജാനകി എഴുനേറ്റു......

പുറത്തേയ്ക്കിറങ്ങിയ ജാനകി ദിവാകരന്റെ എരിഞ്ഞടങ്ങുന്ന ചിതയെ നോക്കി ഒരു പുശ്ചച്ചിരി ചിരിച്ചു..... എന്നിട്ട് ആരോടെന്നില്ലാതെ പറഞ്ഞു....

" ഇനി എനിക്ക് ജീവിക്കണം... എന്റെ തുമ്പിമോൾക്ക് വേണ്ടിയെങ്കിലും...... എനിക്ക് ജീവിക്കണം.....

ജാനകിയുടെ കണ്ണിൽ അഗ്നിഎരിഞ്ഞു..

അവൾ തന്റെ പോയകാല സ്മരണകളിലേക്കു പോയി..

എത്ര സന്തോഷം നിറഞ്ഞതായിരുന്നു തങ്ങളുടെ ജീവിതം..... 'രവിയേട്ടൻ'.... തന്റെ ആദ്യ ഭർത്താവ്, കുഞ്ഞുമോളും തുമ്പിയും അടങ്ങുന്ന ഞങ്ങളുടെ ജീവിതം എത്ര സന്തോഷം നിറഞ്ഞതായിരുന്നു... രവിയേട്ടന്റെ അകന്ന ബന്ധത്തിലുള്ള ആളായിരുന്നു 'ദിവാകരൻ'.....

രവിയേട്ടന്റെ പെട്ടന്നുള്ള മരണത്തിൽ ഒറ്റപ്പെട്ടുപോയ ജാനകിക്കും പറക്കമുറ്റാത്ത പെണ്മക്കൾക്കും സഹായഹസ്തവുമായെത്തിയ ദിവാകരൻ പിന്നീട് അവരുടെ സംരക്ഷണം ഏറ്റെടുക്കുകയായിരുന്നു....

ജാനകിയും രവിയും സ്നേഹിച്ചു വിവാഹം കഴിച്ചതിനാൽ രണ്ടുപേരുടെയും വീട്ടുകാർ സഹായത്തിന് ഉണ്ടായിരുന്നില്ല....

എപ്പോഴും ഉത്സാഹവതിയായിരുന്ന കുഞ്ഞുമോളുടെ മാറ്റം ശ്രദ്ധിച്ചിരുന്നെങ്കിലും ദിവാകരനോടുള്ള വിശ്വാസത്തിന്റെ ഒരിക്കലും അവൾ അയാളെ സംശയിച്ചിരുന്നതേ ഇല്ല....

എന്നാൽ,

ഒരു കല്യാണത്തിനു പോയി നേരത്തെ മടങ്ങിയെത്തിയ ജാനകി താൻ ഒരിക്കലും കാണാൻ പാടില്ലാത്ത ഒരു കാഴ്ച കണ്ടു വിറങ്ങലിച്ചുപോയി... തന്റെ കുഞ്ഞുമോളെ ബലമായി കീഴ്പ്പെടുത്തുന്ന ദിവാകരനെയാണ്..

ബഹളം ഉണ്ടാക്കിയെങ്കിലും പുറത്തു പറയാനുള്ള ധൈര്യം ജാനകിക്ക് ഉണ്ടായില്ല....

"പുറത്തു ഒരാളെങ്കിലും ഇതറിഞ്ഞാൽ തള്ളയെം മോളേം ഞാൻ കൊന്നുകളയും " ദിവാകരന്റെ ഭീഷണിക്കുമുന്പിൽ അവർക്ക് എതിർക്കാനായില്ല....

വൈകാതെ രവിയുടെ സമ്പാദ്യത്തിൽ ആകെയുണ്ടായിരുന്ന വീട് വിറ്റ് ഈ മലമുകളിലേക്ക് താമസം മാറി.... തുമ്പിമോൾ അന്ന് കൈക്കുഞ്ഞാണ് അതിനാൽത്തന്നെ അവൾക് ഈ കഥകളൊന്നും അറിയില്ല..... പാവം അവൾക്കും നാട്ടുകാർക്കും അയാൾ നല്ലവനായ, കുടുംബസ്നേഹിയായ മനുഷ്യൻ.....

അതിനു ശേഷമാണ് കുഞ്ഞുമോൾ ഇങ്ങനെയായാത്, ആരോടും മിണ്ടാട്ടമില്ലാതെ, സ്വയം മരിച്ചു ജീവിച്ചു.....

ഒടുവിൽ.......... ഒടുവിൽ.......... അയാളുടെ കാമവെറിക്ക് കീഴ്പെടുത്തി...... തന്റെ മകളെ......

തന്റെ മകളെ ഒരുമുഴം കയറിൽ അയാൾ കെട്ടിത്തൂക്കുമ്പോൾ അയാളുടെ കുഞ്ഞിനെ കുഞ്ഞുമോൾ ഗർഭത്തിൽ ചുമന്നിരുന്നു.... അന്നേ തന്നെ താനും മരിച്ചതാണ്....... ഒന്നുമറിയാത്ത തുമ്പിമോളുടെ ജീവനെടുക്കുമെന്ന ഭീഷണിയിലാണ് ഇതുവരെ ഒന്നും പുറത്തു പറയാതിരുന്നത്.......

"പക്ഷേ എന്റെ മോളുടെ ചിതയെരിഞ്ഞ അന്ന് ഞാൻ മനസ്സിൽ കുറിച്ചതാണ് ഈ ദിവസം..... "

ദിവാകരൻ മരിക്കുന്ന ദിവസം അല്ല കൊല്ലപ്പെട്ട ദിവസം.......

അമിതമായി മദ്യപിച്ചു വീ

ട്ടിലെത്തിയ ദിവാകരന്റെ കൈകൾ തുമ്പിമോളിലേക്കും നീണ്ടു..... ഇനിയും വൈകിയാൽ തനിക്ക് തുമ്പിമോളെ കൂടി നഷ്ടമാകുമെന്ന് മനസ്സിലാക്കിയ ജാനകി, ദിവാകരന് നൽകിയ ഭക്ഷണത്തിൽ വിഷം ചേർത്തു നൽകി....... മദ്യലഹരിയിൽ അയാൾക്കത് മനസിലായില്ല......

കുഞ്ഞുമോളുടെ മരണ ദിവസം അയാൾ കാഴ്ചവെച്ച പ്രകടനം മാത്രം മതിയായിരുന്നു മകൾ നഷ്ടപ്പെട്ടതിൽ മാനനൊന്തു അയാൾ ആത്മഹത്യ ചെയ്തതാണെന്ന് നാട്ടുകാർക്ക് വിശ്വസിക്കാൻ............

" മറ്റുള്ളവരുടെ കണ്ണിൽ മകളെ അതിയായി സ്നേഹിച്ച ഒരച്ഛൻ...... !!! അതങ്ങനെ തന്നെയിരുന്നോട്ടെ.... എന്റെ മകൾക്ക്

അനുകമ്പ വേണ്ട, ഒരു വാക്കുകൊണ്ട് പോലും ഇനിയെങ്കിലും ആരും അവളെ നോവിക്കാതിരിക്കട്ടെ........

ഇനി........ ഇനിയെനിക്ക് ജീവിക്കണം ആരുടേയും സഹായമില്ലാതെ എന്റെ തുമ്പിമോൾക്ക് വേണ്ടി....."

വൈകിപ്പോയെങ്കിലും ഉറച്ച തീരുമാനത്തോടെ ജാനകി മുൻപോട്ട് പോയി... പാത്രങ്ങളിൽ നിറച്ചു വെച്ചിരുന്ന വെള്ളം തലവഴി ഒഴിച്ചു...... തന്റെ പാപക്കറ കഴുകിക്കളഞ്ഞു..... ഒപ്പം അന്ന് പ്രതികരിച്ചിരുന്നെങ്കിൽ രക്ഷിക്കാമായിരുന്ന

മകളുടെ ആത്മാവിനോട് മനസ്സുകൊണ്ട് ഒരായിരം വട്ടം മാപ്പപേക്ഷിച്ചു......

ഉറച്ച കാലടികളോടെ, തന്റേടത്തോടെ മുൻപോട്ട് നടന്നു......

****

ഷിന്റു കണ്ണൻ (അധ്യാപിക)

ചെറുകര
കുട്ടനാട്
ആലപ്പുഴ

3

സ്വപ്നലേഖ ഒരു മാലാഖ

ആഹാ... നല്ല സമയത്താണല്ലോ വരവ്...!!

ലേഖയുടെ പുതിയ വീട്ടിലെ അടുക്കളയിൽ പാലുകാച്ചൽ ചടങ്ങിന്റെ തിരക്കിലായിരുന്ന എല്ലാവരുടെയും മുഖം തന്നിലേക്ക് തിരിഞ്ഞു...

"പാല് തിളച്ചു തൂവാൻ എന്നെകാത്തിരുന്നതാണോ...? "

ചിരിച്ചുകൊണ്ട് ഞാൻ അങ്ങനെ ചോദിച്ചപ്പോൾ ഒരു കൂട്ടച്ചിരിയായിരുന്നു മറുപടി.

അടുപ്പിലെ തീ ഒന്ന് ഊതി കത്തിച്ചു,

ലേഖയെ ഒന്ന് ചേർത്ത് പിടിച്ചു.

പാൽക്കലത്തിലെ പാൽ തിളച്ചുപൊന്തി ശുഭ സൂചകമായി കിഴക്കോട്ട് ഒഴുകി.

ഒരു പിടി അരി കഴുകി അതിലേക്കിട്ട്പഞ്ചസാരയും ചേർത്ത് ഇളക്കി എല്ലാവർക്കുമായി മധുരം വിളമ്പി.

""ഇനി ഞാനിറങ്ങട്ടെ...ട്ടോ.

ഇന്ന്, എനിക്ക് ലീവ് ഇല്ല... നാളെ ഞാനുണ്ടാവും.. അടിച്ചുപൊളിക്കാ... നമുക്ക്...""

അവളോട് അങ്ങനെ പറയുമ്പോൾ അറിയാതെയുള്ളിൽ ഒരു ചെറിയ സങ്കടം നിഴലിക്കുന്നത് അറിയാമായിരുന്നു.

"ശരി... നാളെ ലീവാക്കണം...

ഇല്ലെങ്കിൽ... ആ... !!!"

ഇത്തിരി ഗൗരവം ആ മുഖത്ത് പ്രകടമായിരുന്നു അപ്പോൾ...

യാത്രയിലുടനീളം അവളെക്കുറിച്ചായിരുന്നു ചിന്തകൾ.

തൊട്ടടുത്ത ഹോസ്പിറ്റലിലെ നഴ്സായിരുന്നു സ്വപ്ന ലേഖ.അയൽവാസികളായി ഞങ്ങൾ രണ്ടുപേരും താമസം തുടങ്ങിയിട്ട് പത്തിലധികം വർഷമായി. ഒരു കൂട്ടുകാരി എന്നതിലപ്പുറം ഒരു കൂടപ്പിറപ്പ് തന്നെയായിരുന്നു അവൾ...

എന്തിനും,ഏതിനും പരസ്പരം താങ്ങും തണലുമായി മാറിയിരുന്നു ഞങ്ങൾ.വളരെ നാളത്തെ കഠിന പ്രയത്നത്തിന് ശേഷം ഒരു വീട് എന്ന സ്വപ്നലേഖയുടെ സ്വപ്നം.... സാക്ഷാത്കരിച്ചിരിക്കുന്നു.

കുറച്ചു ദിവസമായി നെഞ്ചിനുള്ളിൽ ഒരു വിങ്ങൽ...

ഗൃഹപ്രവേശം, അത് എന്നായാലും വേണം. മാത്രവുമല്ല അത് ആഘോഷമാക്കണം ഇതൊക്കെ എന്നോ കണക്കുകൂട്ടി തുടങ്ങിയതാണ്.

എന്നിട്ടും ആ ദിവസം എത്തിയപ്പോൾ എന്തിനാ ഇങ്ങനെ ഒരു സങ്കടം..?

അതെ അകാരണമായ എന്തോ ഒരു സങ്കടം.

തൊട്ടടുത്ത നിമിഷം മനസ്സും മറുപടിയും തന്നു.

ഒന്നും രണ്ടുമല്ല... പത്തു വർഷത്തിലധികമായി ഈ ഒരു സൗഹൃദം ജീവിതത്തിന്റെ ഭാഗമായിട്ട്...

ഒരു കൂട്ടുകാരി മാത്രമായിരുന്നോ...??

അല്ല...

അതോ, കൂടെ പിറക്കാതെ പോയ കൂടപ്പിറപ്പോ...??

ഇല്ല കഴിയുന്നില്ല... ഒരു പേര് ചൊല്ലി ആ ബന്ധത്തെ വിളിക്കാനാവുന്നില്ല...

വല്ലാത്തൊരു ആത്മബന്ധം തന്നെയായിരുന്നു.

പൊട്ടിയ ചെരുപ്പ് തുന്നി കൂട്ടി ഇട്ടു നടക്കുന്നത് കണ്ടതുകൊണ്ടാണോ...?

അറിയില്ല...

അവൾക്കായി വാങ്ങിയ ഒരു ഭംഗിയുള്ള ചെരുപ്പ് തന്റെ കാലിലണിയിച്ചവൾ സ്നേഹത്തിന്റെ ആഴം തനിക്കു മുന്നിൽ തുറന്നു കാട്ടിയ നിമിഷം പൊട്ടിക്കരയാനല്ലാതെ ഒന്നിനും കഴിയുമായിരുന്നില്ല.

നിറഞ്ഞ വയറുമായി മുട്ടിലിഴഞ്ഞ് നിലം തുടച്ചു നിവർന്നപ്പോൾ തൊട്ടുപിന്നിൽ അവൾ....!!

"ഇങ്ങ്... തന്നെ... ഞാൻ തുടച്ചു തരാം..."

തന്റെ കയ്യിൽ നിന്ന് തുടക്കുന്ന തുണി വാങ്ങി അവൾ ആദ്യമായി തന്നെ ഞെട്ടിച്ചത് അന്നായിരുന്നു....

പിന്നീടങ്ങോട്ട് അവൾ തന്റെ മുന്നിൽ ഒരു വിസ്മയമാവുകയായിരുന്നു. ഗർഭിണിയായിരുന്ന തനിക്ക് എന്തിനും,ഏതിനും അവൾ ഒപ്പം ഉണ്ടായിരുന്നു.

സങ്കടങ്ങൾ തുറന്നുപറയാൻ....

തനിക്ക് ഒരു തളർച്ച തോന്നിയാൽ...

ആശ്വാസവും, വിശ്വാസവുമായി അവൾ നിലകൊണ്ടു.

പ്രസവ വേദനകൊണ്ട് പുളയുമ്പോൾ ചിന്തയിലേക്ക് ഓടിയെത്തിയ മൂത്ത കുട്ടിയുടെ മുഖം...

അത് തന്റെ ആധിയാണ് എന്നവൾ തിരിച്ചറിഞ്ഞ പോലെ...

അവിടെയും അവൾ എനിക്ക് സാന്ത്വനവുമായിഎത്തി...

"അവന്റെ കാര്യം ഞാൻ നോക്കിക്കോളാം..."

എന്ന് പറയുമ്പോൾ...

ഒരു കൂട്ടുകാരി മാത്രമായിരുന്നില്ല അവൾ എന്ന ഓർമ്മപ്പെടുത്തലായിരുന്നില്ലേ... അത്...

ഇടയ്ക്കെപ്പോഴോ മനസ്സിന്റെ താളം തെറ്റലിൽ എല്ലാവരിൽ നിന്നും അകന്ന് മാറി ഓടിയൊളിക്കാൻ ശ്രമിച്ചപ്പോൾ നിറഞ്ഞ സ്നേഹം കൊണ്ട്...

ആത്മവിശ്വാസം പകർന്നു നൽകി, മനസ്സാന്നിധ്യം വീണ്ടെടുക്കാൻ കരുത്തും, കരുതലും, കാവലുമായി അവൾ ചേർത്തു പിടിച്ചതുകൊണ്ടായിരിക്കാം....

ഇന്നത്തെ എന്നിലേക്ക് ഒരു മടക്കം സാധ്യമായത്...

അവളിലൂടെ ഒഴുകിയെത്തിയ നന്മകൾ വർണ്ണിക്കാൻ വാക്കുകൾ പോരാതെ വരുന്നു...

ആ സ്നേഹബിംബത്തോട് യാത്ര ചോദിക്കാൻ എങ്ങനെ സാധിക്കും...

ഓർക്കുന്തോറും തളർച്ചയേറുന്നു.

വിരലിന്റെ അറ്റത്തുനിന്ന് വിളിപ്പാടകലേക്ക് അവൾ നീങ്ങി മാറുമ്പോൾ ഉള്ള് പിടയുന്നു.

കണ്ണുനീർ കടലാകുന്നു കൺതടങ്ങൾ...

ആ ഉപ്പു നീരിന്റെ നീറ്റൽ നെഞ്ചിനെ പൊള്ളിക്കുന്നുവോ...

അവ തിരമാല കണക്കെ ആർത്തലച്ചെത്തി തീരത്തിൽ തല തല്ലി ചിതറുന്നപോലെ ...

ഹൃദയത്തിലെ മുഴുവൻ സ്നേഹവും നിറച്ച് ഒരു ആശംസ...

അതു മാത്രമേ നീർമിഴിപീലികൾ നിനക്കായി മൊഴിയുന്നുള്ളൂ....

വിട പറയാനാവില്ലെനിക്ക് ഹൃദയത്തോട് കൂടുതൽ ചേർത്തുപിടിക്കും

ഞാനീ സൗഹൃദം...

എന്നും... എന്നെന്നും... !!!.

****

സന്ധ്യ വാസു

ഹനുമാൻകാവ്.
തൃക്കണ്ടിയൂർ
തിരൂർ
മലപ്പുറം

4

അച്ഛന്റെ വീട്

വർക്കല പാപനാശനത്തിൽ

അച്ഛൻ ജീവരാജിന് ആണ്ടു ബലിയിട്ട്

തിരികെ പോരുമ്പോൾ

രാഹുലിന്റെ മനസ് നിറയെ

അച്ഛന്റെ ഓർമ്മകൾ ആയിരുന്നു.

അമ്മയുടെ സഹോദരി

ചേച്ചിയമ്മ തന്നോട് പറഞ്ഞ

അച്ഛന്റെ ബാല്യകാലം രാഹുലിന്റെ മനസിന്റെ മായക്കണ്ണാടിയിൽ പ്രതിഫലിച്ചു.

ആറുമാസം പ്രായമുള്ളപ്പോൾ

വിഷം തീണ്ടി അമ്മ മരിച്ചപ്പോൾ അച്ഛന്റെ പിതാവ് വേറെ വിവാഹം കഴിച്ചു. പൊരുത്തക്കേടുകൾ ഉണ്ടായി തുടങ്ങിയപ്പോൾ അമ്മയുടെ സഹോദരി ചേച്ചിയമ്മഅച്ഛനെ കൂട്ടി കൊണ്ടുപോയി. അന്നുമുതൽ ചേച്ചിയമ്മയാണ്അച്ഛനെ വളർത്തിയത്.

അച്ഛനെചേച്ചിയമ്മയ്ക്ക് വലിയ ഇഷ്ടമായിരുന്നു.

ചേച്ചിയമ്മ അച്ഛന്റെ

അമ്മ തന്നെ ആയിരുന്നു.

ഒരിയ്ക്കൽ ചേച്ചിയമ്മ തന്നോട് പറഞ്ഞത് രാഹുൽ ഓർത്തു.

"നിന്റെ അച്ചരൻ വെറും പാവമാണ്. "

അവന്റെ മകനായ് ജനിച്ചത്

നിന്റെ പുണ്യമാണ്. "

"അതെ

അച്ചരൻ വെറും പാവമായിരുന്നു. "

പക്ഷേ ആ മനസ്

തൊട്ടറിഞ്ഞവർ

ആരും ഇല്ലാതെ പോയപ്പോൾ

അച്ചരൻ ഒത്തിരി വേദനിച്ചിരുന്നുവെങ്കിലും

ആരോടും ഒരു പരിഭവവും

പറഞ്ഞില്ല.

പിന്നീട് ബന്ധുക്കൾ പാഴ്ജൻമമെന്നും അപശകുനമെന്നും

പറഞ്ഞ്

കുറ്റപ്പെടുത്തി ഒറ്റപ്പെടുത്തിയപ്പോൾ

തളരാതെ മുമ്പോട്ട് പോയി

അച്ചരൻ ജീവിത വിജയങ്ങൾ നേടി.

ബിസിനസ് സാമ്രാജ്യങ്ങൾ കീഴടക്കി.

അപ്പോൾ ശത്രുക്കൾ വർദ്ധിച്ചു.

കൂടെ നിന്നവരും

സ്നേഹിച്ചവരും

പോലും അച്ചരനെ ചതിച്ചു.

മാനസികമായ് തകരുമ്പോഴും

അത് മറച്ച് വച്ച്

മറ്റുള്ളവർക്ക് ആശ്വാസവും

സ്നേഹവും കരുതലുമാകാൻ അനാഥരായ കുഞ്ഞുങ്ങളെയും

മക്കൾ ഉപേക്ഷിച്ച
അമ്മമാരേയും
സംരക്ഷിയ്ക്കാൻ
ഒരു കരുണാലയം
അച്ചൻ തുടങ്ങി.

അനാഥത്തിന്റെ വേദന ചെറുപ്പത്തിലേ തിരിച്ചറിഞ്ഞത് കൊണ്ടാവാം

അത്തരക്കാരുടെ നൊമ്പരം
പെട്ടെന്ന് അച്ചന് തിരിച്ചറിയാനാകുമായിരുന്നു.
അങ്ങനെ ആരുമില്ലാത്തവർ അച്ചനെ
ഒത്തിരി സ്നേഹിച്ചു.
ഇന്ന്
കരുണാലയത്തിൽ നൂറോളം
അമ്മമാരും
അനാഥ കുട്ടികളുമുണ്ട്.

അവർക്ക് വേണ്ട കരുതലും സംരക്ഷണവുമാണ് ഇനി തന്റെ ലക്ഷ്യം. കരുണാലയത്തിലെ അനാഥയായ ഗായത്രിയെ രാഹുൽ തന്റെ ജീവിതത്തിന്റെ ഭാഗമാക്കി കൂടെ ചേർത്തു.

അച്ചൻ തുടക്കം കുറിച്ചു വച്ചിട്ട് പോയ
നൻമയുടെ സ്നേഹത്തിന്റെ
കരുണയുടെ ആലയം.

അച്ചനെ കുറിച്ചുള്ള ഓർമ്മകൾക്കൊപ്പം സഞ്ചരിച്ച രാഹുൽ

കരുണാലായത്തിൽ എത്തി.
കാറിൽ നിന്നിറങ്ങി.
കരുണാലയത്തിലെ പ്രവേശന കവാടത്തിൽ വച്ചിരിക്കുന്ന
അച്ചന്റെ ഫോട്ടോയ്ക്ക് മുൻപിൽ
രാഹുൽ പുഷ്പാർച്ചന നടത്തി.

തുടർന്ന് അവിടത്തെ എല്ലാ അന്തേവാസികളും ജീവ രാജിന്പുഷ്പാർച്ചന ചെയ്തു.

ഭർത്താവിന്റെ പെട്ടെന്നുള്ള വേർപാടിൽ മനം നൊന്ത്

മാനസിക നില തെറ്റിയ

രാഹുലിന്റെ

അമ്മ കൃഷ്ണവേണിയെ ഗായത്രി അവിടേക്കു കൂട്ടികൊണ്ടുവന്നു.

പൂക്കളൊക്കെ വലിച്ചെറിഞ്ഞ് ഭ്രാന്തിയെ

പോലെ കൃഷ്ണവേണിച്ചിരിച്ചു. കൃഷ്ണവേണിയുടെ കഴുത്തിൽ അച്ചരൻ ചാർത്തിയ താലി അപ്പോഴുമുണ്ടായിരുന്നു.

പെട്ടന്നുള്ളഅച്ചരന്റെ വേർപാട്

ഉൾക്കൊള്ളാൻ അമ്മയ്ക്കായില്ല.

നിറഞ്ഞ കണ്ണുകളോടെ

രാഹുൽ അമ്മയെ ചേർത്ത് പിടിച്ചു.

കരുണാലയത്തിലെ അന്തേവാസികൾ തേങ്ങി കരഞ്ഞു.

"ഇന്ന് ഈ കരുണാലയത്തിന്റെ സ്ഥാപകനായ

നമ്മളുടെയെല്ലാം പ്രിയപ്പെട്ട ജീവ രാജിന്റെ ഒന്നാം ശ്രാദ്ധ ദിനവും

അച്ചരന്റെ അൻപതാം

ജൻമദിനവും ആണ്. "

നമ്മുക്ക് ഒരു നിമിഷം പ്രാർത്ഥിയ്ക്കാം "

പ്രാർത്ഥനയ്ക്ക് ശേഷം

രാഹുലും ഗായത്രിയും

അമ്മയേയും ചേർത്ത്

പിടിച്ച് അകത്തേക്ക് നടന്നു.

അനാഥരായ അമ്മമാരും കുഞ്ഞുങ്ങളും വസിക്കുന്ന അച്ചരൻ വീട്ടിലേക്ക്.

നിറകണ്ണുകളോടെ എല്ലാവരും

അവരെ അനുഗമിച്ചു.

****

ഡോക്ടർ :മനോജ് പരാശക്തി

കവി, ഗാനരചയിതാവ്
കഥാകൃത്ത്
ഹിപ്നോട്ടിക് കൗൺസിലർ
9447326182.

5

സരസ്സുവിന്റെ മകൻ

അമ്മയുടെ ആദ്യ വിവാഹത്തിലെ ഭർത്താവ് ഇപ്പോഴും ജീവിച്ചിരുപ്പുണ്ടെന്ന് ഇന്നാണ് ഞാൻ അറിഞ്ഞത്. അങ്ങനെ ഒരു വിവാഹം നടന്നിരുന്നുവെന്നും അദ്ദേഹം ജയിലിലായപ്പോൾ അമ്മയെ സ്വന്തം വീട്ടുകാർ തിരിച്ചു കൂട്ടിക്കൊണ്ടുവന്ന് പുതിയ വിവാഹം കഴിപ്പിച്ചു എന്നും മാത്രമായിരുന്നു എന്റെ അറിവ്. അതിനപ്പുറം അന്വേഷിക്കേണ്ട ആവശ്യവും എനിക്കില്ലായിരുന്നു. കഴിഞ്ഞ കാലങ്ങളുടെ ചരിത്രവും കൊഴിഞ്ഞ ഇലകൾക്കുണ്ടായിരുന്ന പച്ചപ്പും എല്ലാം അന്വേഷിച്ചു പോകുന്നതെന്തിന്? അവ്യക്തങ്ങളിലേക്ക് ഊളിയിട്ട് എന്തെങ്കിലും കണ്ടെത്തുവാൻ ഒന്നും ഇല്ലതന്നെ!.

അച്ഛൻ മരിച്ചതിനുശേഷം, അദ്ദേഹം ഇപ്പോഴും കൂടെയുണ്ടെന്നുള്ള സങ്കല്പത്തിൽ തന്നെയായിരുന്നു 'അമ്മ ജീവിതം തള്ളിനീക്കിയിരുന്നത്. മുമ്പ് ഒരു വിവാഹം കഴിച്ചിരുന്നു എന്നുള്ളത് അമ്മയുടെ ഓർമ്മയോയിൽ പോലും ഉണ്ടായിരുന്നില്ല എന്നാണ് കരുതേണ്ടത്. കാരണം, കാലം എത്ര കടന്നുപോയിരിക്കുന്നു. നീണ്ട അറുപതുവർഷം!. വെറും മൂന്നുമാസത്തെ നാമമാത്രമായ വൈവാഹിക ജീവിതം ആയിരുന്നു അത്. വാർദ്ധക്യം പോലും പടിയിറങ്ങുവാൻ

കാത്തുനില്ക്കുന്ന ഈ കാലത്ത് ആ പഴയ കാലഘട്ടത്തിന്റെ ഓർമ്മകൾ അമ്മയിൽ നിന്നും ഒഴിഞ്ഞുപോയിരിക്കുന്നു എന്ന് കരുതന്നതല്ലേ ഉചിതം..?

എങ്കിലും അവർ തമ്മിൽ വീണ്ടും കാണേണ്ടവരല്ലേ? അതെ എന്ന് മനസ്സുപറയുന്നു. നഷ്ടപ്രണയത്തിന്റെ തീഷ്ണത, ഓർമ്മകളിൽ നിന്നാവാഹിക്കുവാനും മാധുര്യം നുണയുവാനും അവർക്ക് ഒരവസരം ഒരുക്കേണ്ടതുണ്ട്. പ്രത്യേകിച്ചും, അദ്ദേഹം ജീവിച്ചിരുപ്പുണ്ടെന്നറിഞ്ഞ സ്ഥിതിക്ക്. അഥവാ അമ്മയുടെ ഓർമ്മയിൽ അദ്ദേഹമുണ്ടെങ്കിൽ, ഒരു പുത്രനെന്നുള്ള നിലയിൽ അമ്മയുടെ ജീവിതത്തിനു നൽകുന്ന ഏറ്റവും വിലപിടിപ്പുള്ള സമ്മാനമായിരിക്കും അത്. ഒന്ന് അന്വേഷിച്ചു പോവുക തന്നെ.

വെണ്ടവിത്തുകൾക്കായാണ് ആ സ്ത്രീ ഇന്നലെ കൃഷി ഓഫീസിൽ വന്നത്. യൗവനത്തിന്റെ കെട്ടുമട്ടുകൾ അഴിച്ചുവെക്കുവാൻ തുടങ്ങിയ മധ്യവയസ്ക. വന്നു ഭവ്യതയോടെ പുറത്ത് കാത്തുനിന്ന അവരെ, താൻ അകത്തേക്ക് വിളിക്കുകയായിരുന്നു. വാതിലിൽ പതിപ്പിച്ചിരുന്ന *'ഹരിഹരൻ നായർ, സീനിയർ കൃഷി ഓഫീസർ'* എന്ന ബോർഡ് കണ്ടാവും അവരിൽ ഇത്ര വിനയം നിറഞ്ഞതും, അതിനാൽ ശങ്കിച്ചുനിൽക്കേണ്ടിവന്നതും.

'കയറിവരൂ..ഇരിക്കൂ... എന്താണ് വേണ്ടത്..? പറഞ്ഞോളൂ.' വരുന്നവരോട് കാര്യങ്ങൾ ആരായുക തന്റെ ജോലിയുടെ ഭാഗമാണല്ലോ.

'കുറച്ചു വെണ്ടവിത്തുകൾ വേണം സർ.' അവർ ഇരുന്നുകൊണ്ട് പറഞ്ഞു.

'എവിടെയാ കൃഷിയിടം.'

'ഈ വില്ലേജിൽ തന്നെയാ സാറേ. 'ചോരക്കുഴി'.

'ആഹാ സ്ഥലപ്പേര് കൊള്ളാമല്ലോ. എന്താ നിങ്ങളുടെ പേര്..?'

'സരസ്വതി'

'വിളിപ്പേര് 'സരസു' എന്നാവും അല്ലെ.? അതാണല്ലോ നാട്ടുനടപ്പ്.'

'അതെ'

എന്റെ അമ്മയ്ക്കും ഇതേ പേരാ. ഒരു സൗഹൃദത്തിനുവേണ്ടി വെറുതെ പറഞ്ഞു.

'എന്താണ് നിങ്ങളുടെ വീട്ടുപേര്..? രജിസ്റ്റർ തുറക്കുന്നതിനിടയിൽ ചോദിച്ചു.

'ചങ്ങരോത്ത്'

നല്ല പരിചയമുള്ള വീട്ടുപേര്. രെജിസ്റ്ററിൽ നിന്നും തല ഉയർത്തി അവരുടെ മുഖത്തേക്ക് നോക്കി, ഉറപ്പിക്കാനായി ചോദിച്ചു..

'ചങ്ങരോത്ത്?'

അതെ'

'അച്ഛന്റെ പേര്..?'

'നാരായണൻ'

'എനിക്ക് പരിചയമുള്ള , കേട്ടറിവുള്ള ഒരു വീടുണ്ട് ഇതേ പേരിൽ. ഇവിടല്ല. അങ്ങ് തിരുവല്ലയിൽ.'

'ഞങ്ങൾ തിരുവല്ലക്കാരാണ്'

'അതെയോ? ഒരു നാരായണൻ നായരേ അറിയുമോ? ഏതോ മോഷണക്കേസിൽ പ്രതിയായി ജയിലിൽ പോയ.. പിന്നീട് ജയിലിൽ വച്ച് മരിച്ചുപോയ ഒരു നാരായണൻ നായർ..അറിയുമോ.?'

'ഉം... സ്വന്തം അച്ഛനെ എങ്ങനെ അറിയാതിരിക്കും?' സരസ്വതി പതിഞ്ഞ ശബ്ദത്തിൽ പറഞ്ഞു. എന്റെ മുഖത്ത് ആശ്ചര്യം പ്രകടമായത് അവൾ കണ്ടു.

'അതെ സർ ! എന്റെ അച്ഛനാണ് നാരായണൻ നായർ!. അങ്ങ് അറിഞ്ഞിട്ടുള്ളതിൽ പലതും കളവാണ്. തല്പരകക്ഷികൾ പറഞ്ഞുണ്ടാക്കിയത് !. അഭ്യൂഹങ്ങൾ പരത്തുന്നതിൽ ആരും പിന്നിലല്ല. എന്റെ അച്ഛൻ മരിച്ചിട്ടില്ല. അദ്ദേഹത്തിന്റെ നാലുമക്കളിൽ ഇളയവളാണ് ഞാൻ.

'അതെയോ? അച്ഛൻ ഇപ്പോൾ എവിടെയുണ്ട്?'

'ഇവിടെത്തന്നെ. എന്നോടൊപ്പം.'

'മറ്റു സഹോദരങ്ങൾ?'

'അവർ മൂന്നു ജ്യേഷ്ഠന്മാർ വിവാഹിതരായി കുടുംബവുമായി പലയിടങ്ങളിൽ ജീവിക്കുന്നു. ഞാൻ അവിവാഹിതയായി അച്ഛനോടൊപ്പം.'

'അച്ഛന്റെ അന്നത്തെ കേസെല്ലാം?'

'ഞാൻ പറഞ്ഞില്ലേ; അച്ഛൻ കള്ളനും കൊള്ളക്കാരനും ഒന്നും അല്ല. നല്ല ആദർശധീരനായ ഒരു സഖാവാണ്. പാവപ്പെട്ടവരോടൊപ്പം മണ്ണിനുവേണ്ടി മുതലാളിത്തത്തോടു പടപൊരുതിയ ധീരനായ കർഷകൻ. മറ്റുള്ളവർ പറയുന്നത് എന്താണെങ്കിലെന്താ. അച്ഛൻ പറഞ്ഞ സത്യസന്ധമായ ചരിത്രം എനിക്കറിയാം. അച്ഛനെ അറിയുന്ന എല്ലാവർക്കും അതറിയാം.'

'പിന്നെ എന്താണ് അന്ന് സംഭവിച്ചത്. ?'

'അതൊരു കഥയാണ്. കേൾക്കാൻ നേരമുണ്ടെങ്കിൽ ഞാൻ പറയാം.' ഒന്നുനിർത്തി ചെറിയൊരു ഇടവേളയ്ക്കു ശേഷം സരസു തുടർന്നു.

'അടിയാന്റെ കുടിലിൽ പുക ഉയരുമ്പോൾ കലികൊണ്ടു ജ്വരം ബാധിക്കുന്ന ജന്മിമാരും നാടുവാഴികളും ഉള്ള ആ കാലം. പട്ടിണി കനത്തപ്പോൾ പാടത്തും പറമ്പിലും പണിയെടുക്കുന്ന അടിയാന്മാരും പട്ടിണിപ്പാവങ്ങളും നാട്ടുകോയ്മക്കാരെ നേരിട്ടുകണ്ടു സങ്കടമുണർത്തിച്ചു.

മരണത്തിൽ നിന്നും രക്ഷിക്കുവാൻ, ആഹാരത്തിനാവശ്യമായ നെല്ല് നൽകുവാൻ, ജോലി നൽകുവാൻ അവരോട് ആ പാവങ്ങൾ കേണപേക്ഷിച്ചു. മുന്നണിയിൽ നിന്ന് നയിച്ചത് എന്റെ അച്ഛനും മുത്തശ്ശനുമായിരുന്നു. എണ്ണിയാലൊടുങ്ങാത്ത ചാട്ടവാറടി മാത്രമായിരുന്നു അവർക്കു കിട്ടിയ മറുപടി. പുറത്തേറ്റ ഓരോ അടിയും അവരുടെ ആത്മരോഷത്തെ ജ്വലിപ്പിച്ചു. അന്ന് മുത്തശ്ശൻ തന്റെ പുത്രനോട് പറഞ്ഞു; 'നാരായണാ, നമുക്കും ജീവിക്കണം. ഓരോ ജന്മങ്ങളുടെയും അവകാശമാണത്. നല്ല മൂർച്ചയുള്ള അരിവാൾ നാം കയ്യിലേന്തിയേ മതിയാകൂ. നമുക്ക് പട്ടിണി അനുഭവിക്കുന്ന എല്ലാ പാവങ്ങളെയും സംഘടിപ്പിക്കണം. നാട് അവരുടേതും കൂടിയാണെന്ന് അവരെ പറഞ്ഞു മനസ്സിലാക്കണം. ജന്മിമാരുടെ തരിശു പുറമ്പോക്കു ഭൂമികൾ വെട്ടിപ്പിടിച്ചു സ്വന്തമാക്കുവാൻ ആഹ്വാനം ചെയ്യണം. അതിൽ അവർ യഥേഷ്ടം കൃഷിചെയ്യട്ടെ. സ്വന്തം പട്ടിണിക്ക് സ്വയം ശാശ്വത പരിഹാരം ഉണ്ടാക്കട്ടെ. നാം അവരിലൊരാളാണെന്ന ബോധ്യം അവർക്കുണ്ടെങ്കിലേ നാം പറയുന്നത് അവർക്കു മനസ്സിലാകൂ. നമുക്ക് നമ്മുടെ ജാതിയുടെ ഔദാര്യങ്ങൾ വേണ്ട. നാം സ്വയം വിചാരിച്ചുണ്ടാക്കിയ ഈ സവർണ്ണഭാരം പേറാൻ ഇനി വയ്യ. നാം ഇനി മുതൽ നായരല്ല. വെറും മനുഷ്യരാണ്. ജാതിഭാരമില്ലാത്ത മനുഷ്യർ. വിശപ്പിനു മുമ്പിൽ എന്ത് അഭിമാനം? എന്ത് ജാതി.?

അന്നുമുതൽ അച്ഛൻ വെറും നാരായണനായി. ജാതിവാലില്ലാതെ. അവർ നാട്ടിലെ പുറമ്പോക്കു ഭൂമികൾ കയ്യേറി കൃഷി ചെയ്തു. തരിശിടങ്ങളെ വിളനിലമാക്കി മാറ്റാൻ അവർ അഹോരാത്രം പ്രയത്നിച്ചു. നാടാകെ വിപ്ലവമുന്നേറ്റങ്ങളുണ്ടായി. മണ്ണെല്ലാം കൃഷിഭൂമിയായി മാറുന്നതുവരെ തന്ത്രപൂർവ്വം കാത്തിരുന്ന ജന്മിമാർ,

പോലീസിനെ ഉപയോഗിച്ച് വിപ്ലവമുന്നേറ്റങ്ങളെ അടിച്ചൊതുക്കി. മോഷ്ടാക്കളെന്നുള്ള കള്ളകേസിൽ കുടുക്കി അച്ഛനെയും മുത്തശ്ശനെയും അടക്കം നേതൃനിരയിൽ ഉണ്ടായിരുന്ന സകലരെയും പോലീസ് അറസ്റ്റ് ചെയ്തു ജയിലിലാക്കി. പോലീസിന്റെ സംഹാരതാണ്ഡവം പുറത്തു മാത്രമല്ല സ്റ്റേഷനുള്ളിലും ആവർത്തിക്കപ്പെട്ടു. അതിക്രൂര മർദനമേറ്റു പലരും മരിച്ചു. ചിലർ എഴുന്നേൽക്കാൻ വയ്യാത്ത സ്ഥിതിയിലായി. വെടിയേറ്റ് മുത്തശ്ശൻ സ്റ്റേഷനിൽ തന്നെ പ്രാണൻ വെടിഞ്ഞു. കാലിലേറ്റ വെടിയുണ്ടയുമായി അച്ഛൻ എങ്ങനെയോ രക്ഷപ്പെട്ടു ജീവൻ നിലനിർത്തി. ഒരു വ്യാഴവട്ടക്കാലമുള്ള കഠിന പീഢകളും ജയിൽവാസവും കഴിഞ്ഞാണ് അച്ഛൻ മോചിതനായത്. അതിനുശേഷമാണ് അദ്ദേഹം വിവാഹം കഴിച്ചതും ഞങ്ങളുടെ കുടുംബം രൂപപ്പെട്ടതും.'

'അമ്മയിപ്പോൾ എന്തു ചെയ്യുന്നു.?'

'മരിച്ചു. നാല് കുട്ടികളെ പെറ്റുവളർത്തിയും പിന്നീടുണ്ടായ ചില ആരോഗ്യപ്രശ്നങ്ങളും മൂലം അവശയായി അകാലത്തിൽ മരണപ്പെട്ടു.'

''ജയിലിൽ പോകുന്നതിനുമുമ്പ് അച്ഛനൊരു വിവാഹം കഴിച്ചിരുന്നില്ലേ?'

'അതെ... സാറിനു എങ്ങനെ അറിയാം?' സരസ്വതി അത്ഭുതത്തോടെ ഹരിഹരനെ നോക്കി.

'ചെറുപ്പം മുതലേ കളിച്ചുവളർന്ന കളിക്കൂട്ടുകാരിയെ അച്ഛൻ വിവാഹം കഴിച്ചിരുന്നു. അച്ഛന്റെ മുറപ്പെണ്ണിനെ. അച്ഛമ്മയ്ക്ക് സ്വന്തം മകളെപ്പോലെ ആയിരുന്നു, അല്ല മകൾ തന്നെ ആയിരുന്നു അവർ എന്ന് അച്ഛൻ പറഞ്ഞു കേട്ടിട്ടുണ്ട്. വളരെ ചുരുങ്ങിയ കാലത്തെ വൈവാഹിക ജീവിതം മുക്കാലും , യോഗങ്ങളും സമരങ്ങളുമായി കടന്നുപോയി. പിന്നീട് അച്ഛൻ ജയിലിലായപ്പോൾ സ്വന്തം

മാതാപിതാക്കൾ വന്നു മകളെ കൂട്ടികൊണ്ടുപോയി വേറെ വിവാഹം കഴിപ്പിച്ചു. അതിനു ശേഷമുള്ള കാര്യങ്ങൾ ഒന്നും അറിയില്ലെന്നാണ് അച്ചൻ പറഞ്ഞിട്ടുള്ളത്.

അതിരിക്കട്ടെ, സാറിനു എങ്ങിനെയാണ് എന്റെ അച്ഛനെ പരിചയം.?'

'നേരിട്ട് പരിചയമില്ല. കേട്ടറിവുമാത്രം. പരിചയപ്പെടണമെന്നു അതിയായ ആഗ്രഹം ഉണ്ട്. സരസു നാളെ വരുമോ. ഇന്ന് വെണ്ടവിത്ത് സ്റ്റോക്കില്ല. അതുകൊണ്ടാ. നാളെ വരുമ്പോ ഞാനും കൂടെ വരാം. സരസ്വതിയുടെ അച്ഛനെ ഒന്ന് പരിചയപ്പെടാൻ.'

സരസു കടന്നുപോകുമ്പോൾ എന്തിനാണ് ഇയാൾ തന്റെ അച്ഛനെ പരിചയപ്പെടുന്നത് എന്ന ഒരു ചോദ്യം അവളുടെ മുഖത്തുനിന്നും തനിയ്ക്ക് വ്യക്തമായി വായിച്ചെടുക്കാമായിരുന്നു.

ഇന്ന് പതിവിലും നേരത്തെ താൻ ഓഫീസിൽ എത്തിയിരിക്കുന്നു. വീട്ടിൽ ഇരുന്നിട്ട് ഇരുപ്പുറയ്ക്കുന്നുണ്ടായിരുന്നില്ല. എന്തിനോ ഒരു വല്ലാത്ത വ്യഗ്രത. ഏതോ അത്ഭുതം കാണുവാനുള്ള ഔത്സുക്യം തന്റെ മുഖത്തു തെളിഞ്ഞു നിൽക്കുന്നുണ്ടോ?. സാഹചര്യം അനുകൂലമായാൽ ഇന്ന് അത് നടത്തണം. അമ്മക്കുള്ള വലിയ സമ്മാനദിനം ഇന്നാണ്. സംശയമില്ല.

'സാർ'

ചിന്തകളിൽ മുഴുകിയിരിക്കുമ്പോഴാണ് സരസ്വതിയുടെ ശബ്ദം കാതിലെത്തിയത്. ഇത്തവണ അവൾ പുറത്തു അറച്ചുനിൽക്കാതെ ഉള്ളിലെത്തിയിരിക്കുന്നു. സൗഹൃദത്തിന്റെ ബലം!.

'ഇരിക്കൂ. വെണ്ടവിത്തുകൾ ഞാൻ എടുത്തു വെച്ചിട്ടുണ്ട്.'

കവർ കയ്യിൽ വാങ്ങുമ്പോൾ, തലേന്നത്തെ സംശയം അവൾ വീണ്ടും ആവർത്തിച്ചു.

'സാർ ഒന്ന് ചോദിച്ചോട്ടെ.. എന്റെ അച്ഛനെ...'

'എന്തിനാണ് പരിചയപ്പെടുന്നത് എന്നല്ലേ.? അതോർത്തോർത്ത് ഇന്നലെ സരസ്വതി ഉറങ്ങിയിട്ടുണ്ടാവില്ല എന്നെനിക്കറിയാം. ഞാൻ മറയ്ക്കുന്നില്ല. പറയാം. ഞങ്ങൾ തമ്മിൽ നല്ല അടുത്ത ബന്ധമാണുള്ളത്. അദ്ദേഹം ആദ്യമായി താലികെട്ടി സ്വന്തം ജീവിതത്തിലേക്കാനയിച്ച ആ സ്ത്രീയുടെ ഏക മകനാണ് ഞാൻ!. സരസുവിന്റെ രണ്ടാം വിവാഹത്തിലെ പുത്രൻ ഹരിഹരൻ.!'

സരസ്വതിയുടെ മുഖത്ത് എന്തെല്ലാമോ സമ്മിശ്ര വികാരങ്ങൾ പ്രതിഫലിച്ചു. അച്ഛന് തന്റെ കളിക്കൂട്ടുകാരിയോടുള്ള പ്രണയം ഇപ്പോഴും ഗാഢമായി നിലനിൽക്കുന്നുണ്ടാവും. ഒരു ഓർമ്മപ്പെടുത്തലിനായല്ലെങ്കിൽ 'സരസു' എന്ന വിളിപ്പേര് തനിക്കെന്തിനിട ണം..? സരസ്വതി ഓർത്തു.

'ഞാനും വരുന്നുണ്ട്. എനിക്ക് സരസ്വതിയുടെ അച്ഛനെ കാണണം. എന്റെ വണ്ടിയെടുക്കാം. വരൂ.'

ഓഫീസ് പൂട്ടി ഹരിഹരൻ സരസ്വതിയോടൊപ്പം യാത്രയായി.

കാറിൽ സരസുവിന്റെ വീട്ടിൽ ചെന്നിറങ്ങുമ്പോൾ പൂമുഖത്തു തന്നെ ഉണ്ടായിരുന്നു, ഇരുണ്ടു ചടച്ച ഒരു വൃദ്ധൻ. ചുറ്റുപാടും നിരന്നുകിടക്കുന്ന പുസ്തകങ്ങൾ. അവയ്ക്കിടയിൽ ഏതോ നിധികുംഭം തേടുന്ന ഒരു യുവാവിനെപ്പോലെ അദ്ദേഹം എന്തോ തിരയുകയാണ്. അക്ഷര കൂമ്പാരങ്ങൾ നിറഞ്ഞിരിക്കുന്ന അറിവിന്റെ ഖനിയാണ് പുസ്തകങ്ങൾ എന്ന് എന്നേ മനസ്സിലാക്കിയിരിന്നു അയാൾ!.

'അച്ഛനാണിരിക്കുന്നത്.' ഇറങ്ങുന്നതിനിടയിൽ സരസ്വതി പറഞ്ഞു. വണ്ടിയുടെ ശബ്ദം കേട്ടതും വൃദ്ധൻ തല ഉയർത്തി നോക്കി, വിളിച്ചു ചോദിച്ചു.

'ആരാ സരസൂട്ടി കൂടെ..?'

'അങ്ങയുടെ ഒരു അടുത്ത ബന്ധുവാണ്.' ഉമ്മറത്തേക്ക് കയറിക്കൊണ്ട് ഞാൻ പറഞ്ഞു.

'മനസ്സിലായില്ല.... ഞാനറിയാത്ത എന്റെ ഏതു ബന്ധു..?'

'എന്നെയൊന്നു സൂക്ഷിച്ചു നോക്കൂ.'

വീണ്ടും ആ മുഖത്ത് അപരിചിതത്വം.

'ഒരു സരസുവിനെ ഓർമ്മയുണ്ടോ..?' അത് കേട്ടപ്പോൾ ആ വൃദ്ധന്റെ കണ്ണുകളിൽ ആകാംക്ഷ ചിറകുവിരിച്ചു. അതു കണ്ടാൽ അവരുടെ പരിചയത്തിന്റെ ഗാഢത ആർക്കും മനസ്സിലാക്കാം.

'സരസുവിന്റെ മകനാണ് ഞാൻ.'

അത്ഭുതമൂറുന്ന മിഴികളോടെ ഇമവെട്ടാതെ തന്നെനോക്കി നിൽക്കുന്ന വൃദ്ധന്റെ കണ്ണുകളിൽ കണ്ട തിളക്കം സന്തോഷത്താൽ നിറഞ്ഞു വേർപിരിയാൻ മടിച്ചുനിൽക്കുന്ന കണ്ണുനീർ തുള്ളികളാണെന്നു തനിക്ക് തിരിച്ചറിയുവാനാകുന്നുണ്ട്.

ശേഷം, വൃദ്ധൻ അവനെ ഗാഢാലിംഗനം ചെയ്തു.

എന്റെ സരസുവിന്റെ മകൻ. വൃദ്ധൻ പിറുപിറുത്തു.

'സരസുവിപ്പോൾ...?'

വൃദ്ധന്റെ ആകാംക്ഷ വാക്കുകളിലേക്ക് വഴിമാറി.

'വീട്ടിലുണ്ട്.അച്ചരൻ മരിച്ചിട്ട് ഏറെനാളായി. അറ്റാക്ക് ആയിരുന്നു. ഇപ്പോൾ വീട്ടിൽ ഞാനും അമ്മയും മാത്രം'. അല്പം നിർത്തി, ചോദിച്ചു.

'ഒന്ന് കാണണം എന്ന് തോന്നുന്നുണ്ടോ..?'

'പിന്നെ... അങ്ങനെയൊരു യോഗം ഉണ്ടാവുമല്ലോ. ഇല്ലെങ്കിൽ ഇപ്പോഴും ഞാൻ ജീവിച്ചിരിക്കുമായിരുന്നോ.? നിശ്ചയമായും ഇല്ല.'

'പിന്നെയെന്തേ ഇതുവരെ ഒന്ന് വന്നു കാണാൻ തോന്നാതിരുന്നത്..?'

'ഞാൻ പന്ത്രണ്ടു വർഷക്കാലം ജയിലിൽ ആയിരുന്നു എന്ന് മോൻ അറിഞ്ഞു കാണുമല്ലോ. ശിക്ഷയാരംഭിക്കുന്ന കാലത്തുതന്നെ സരസു വീണ്ടും വിവാഹിതയായി കുടുംബ ജീവിതം നയിച്ചുതുടങ്ങിയിരുന്നു. പിന്നെ പുറത്തിറങ്ങിയപ്പോൾ ഞാൻ അവളെ കാണാൻ ശ്രമിച്ചില്ല. കാത്തിരിയ്ക്കാമെന്നു വാക്കു തന്നിരുന്ന സരസു പുനർവിവാഹിതയായി എന്നറിഞ്ഞപ്പോൾ മനസ്സിൽ ഒരു അമർഷവും തോന്നിയിരുന്നു. എങ്കിലും ഇന്നും എന്റെ മനസ്സിൽ നിന്നും ഇറങ്ങാൻ അവൾ കൂട്ടാക്കിയിട്ടില്ല. അത്രമേൽ ഗാഢമായിരുന്നു ഞങ്ങളുടെ പ്രണയവും, വെറും മൂന്നു മാസത്തിലൊതുങ്ങിയ വൈവാഹിക ജീവിതവും.'

'ഇനിയും ഏറെ പറയുവാനുണ്ട് അമ്മയെക്കുറിച്ച്. ശരിയല്ലേ..?'

അപ്പോൾ, ആ വാർദ്ധക്യം തളർത്തിയ കണ്ണുകളിൽ ഒരു നവജ്യോതിയുടെ തിളക്കം കാണാനായി. വിദൂരതയിൽ കണ്ണുനട്ട് വൃദ്ധൻ തുടർന്നു.

'സരസു എന്റെ എല്ലാമായിരുന്നു. ബാല്യം മുതൽ ഒപ്പം ഉണ്ടായിരുന്നവൾ. ഏതു ദുഃഖത്തിലും എനിക്ക് കൈത്താങ്ങായിരുന്നവൾ. എന്റെ അച്ഛന്റെ പെങ്ങളുടെ മകൾ. ബാല്യം മുഴുവനും അവൾ ചിലവഴിച്ചത് എന്റെ വീട്ടിലായിരുന്നു. അവൾ അടുത്തില്ലാത്ത ഒരു ദിനം അക്കാലത്തെനിക്കുണ്ടാ യിട്ടില്ല. അന്നേ അവൾ എന്റെ ഹൃദയത്തിൽ സ്ഥാനം പിടിച്ചു. ഒരിക്കലും ഒഴിഞ്ഞു പോവാൻ കൂട്ടാക്കാതെ. ഇപ്പോൾ ഇത്രയും കാലങ്ങൾക്കു ശേഷം, നിന്നെ ആദ്യമായ് കാണുമ്പോൾ സരസുവിനെ വീണ്ടും കാണുവാനുള്ള ആശ എന്നിൽ അധികരിക്കുന്നു.

'എങ്കിൽ ഞാൻ കൊണ്ടുപോകാം. ഒരുമണിക്കൂർ യാത്രയെ ഉള്ളൂ.'

'ചായ കുടിക്കൂ.'

അഥിതി സൽക്കാരത്തിന് തയ്യാറായെത്തിയ സരസ്വതി പറഞ്ഞു.

'സരസ്വതി എതിർപ്പ് പറയരുത്. ഞാൻ അച്ഛനെ ഒന്ന് അമ്മയുടെ അടുത്തേക്ക് കൊണ്ട്പോവുകയാണ്. വൈകാതെ തിരിച്ചെത്താം.'

'കൊള്ളാം. ഞാൻ അത് അങ്ങോട്ട് പറയുവാൻ ഇരിക്കുകകയായിരുന്നു. ഞാനും വരുന്നുണ്ട്. എനിക്കും എന്റെ പേരിന്റെ യഥാർത്ഥ ഉടമയെ ഒന്ന് കാണണമെന്നുണ്ട്.'

യാത്രയിലുടനീളം വണ്ടിക്കുള്ളിൽ നിശബ്ദത തളം കെട്ടി നിന്നു. നാരായണനും സരസ്വതിയും സ്വയം ഉൾവലിഞ്ഞു സ്വന്തം ചിന്താമണ്ഡലങ്ങളിൽ പലതും ചികഞ്ഞു. നാരായണൻ ഒരു പക്ഷെ ഗതകാലം അയവിറക്കുകയായിരുന്നിരിക്കാം.!. ആ ചിന്തകളിൽ തന്റെ നാലുമക്കളെ പെറ്റുവളർത്തിയ സ്ത്രീയേക്കാൾ സ്ഥാനമുണ്ടാവുമോ ഒരു നഷ്ട പ്രണയത്തിന്..? അങ്ങനെ പാടുണ്ടോ..? അനുഭൂതി യാഥാർത്ഥ്യത്തെക്കാൾ മനോഹരമെന്നോ..?

ഇരുകരങ്ങളിലും സരസുവിന്റെ വിറയാർന്ന കൈകൾ കോരിയെടുത്ത്, മിഴികളിൽ മിഴിനട്ട്, ഇമവെട്ടാതെ സ്വയം മറന്ന്, പ്രണയക്കൂട്ടിൽ അകപ്പെട്ട യുവ കമിതാക്കളെപ്പോലെ അന്യോന്യം നോക്കിയിരിക്കുന്ന ആ വൃദ്ധർ ഒരു മറക്കാനാവാത്ത കാഴ്ചതന്നെയായിരുന്നു!. കൺകളിൽ നിന്നും കുതിച്ചൊഴുകി കൈകളിൽ വീണു മഴത്തുള്ളികളെപ്പോലെ ചിന്നിത്തെറിച്ചിട്ടും, വെറുതെയെങ്കിലും ആ കണ്ണുനീർ നിയന്ത്രിക്കുവാൻ അവർ ശ്രമിച്ചതേയില്ല.! വികാരങ്ങൾ പെയ്തൊഴിയാൻ അവർ അനുവദിക്കുകയായിരുന്നു. ആ ഇരുപ്പിൽ പറയാനുള്ളതെല്ലാം അവരുടെ മിഴികൾ പറഞ്ഞു. പ്രപഞ്ചത്തിന്റെ സർവ്വ ദിക്കുകളിലും അവർ സഞ്ചരിച്ചു.

പ്രണയ പൂരകങ്ങളായി!.

സ്ഥലകാല ഭ്രമങ്ങൾ വിട്ടു സ്വബോധത്തിലേക്കു തിരിച്ചെത്തിയ നിമിഷം, സരസു എന്ന വൃദ്ധ, വൃദ്ധനായ നാരായണനോട്, ഹരിഹരനെ ചൂണ്ടി പറഞ്ഞു. *'നമ്മുടെ മകൻ'!.*

ഒരു നിമിഷംകൊണ്ട് ഒരു ജീവിതകാലം ഹരിഹരനിൽ നിന്നും ചോർന്നൊലിച്ചുപോയി!. പ്രളയത്തിൽ പെട്ട ഒരു ചെറുചെടിപോലെ അവന്റെ മനസ്സ് ആടിയുലഞ്ഞു. ഒരു വല്ലാത്ത വിറയൽ അവനെ ചൂഴ്ന്നു നിന്നു. വീണ്ടും ഒരു ചെറു കുട്ടിയായി മാറിയപോലെ ഒരു നാണവും പേടിയും, തന്നെ പൊതിയുന്നുവോ..? ഇത്രയും നാൾ അച്ഛനായിരുന്ന ആൾ ഒരു വിവാഹിതനായ സന്യാസി ആയിരുന്നു എന്നറിയുമ്പോൾ... സംരക്ഷിച്ചു തിരിച്ചേൽപ്പിക്കുവാൻ മാത്രമായിരുന്നു അദ്ദേഹം അമ്മയെ സ്വീകരിച്ചത് എന്ന്, അമ്മയുടെ വാക്കുകളിൽ നിന്ന് തന്നെ അറിയുമ്പോൾ.... ഹോ വയ്യ... താൻ എവിടെയാണ്? സ്വത്വം നഷ്ടപ്പെട്ടു നടുക്കടലിൽ വീണ തനിക്കിനി ഒരിക്കലും രക്ഷയില്ല.ഒരു പ്രണയത്തിന്റെ കാത്തിരിപ്പിൽ ഒരു മനുഷ്യായുസ് മുഴുവൻ മുഴുകിയ അമ്മപറഞ്ഞ ആ ആത്യന്തിക സത്യം കേട്ടിട്ടും, യാതൊരു ഞെട്ടലും വൃദ്ധന്റെ മുഖത്തു പ്രകടമാവാത്തത്, അദ്ദേഹം പ്രതീക്ഷിച്ച കാര്യം തന്നെ അമ്മ പറഞ്ഞു എന്നുള്ളത് കൊണ്ടാകുമോ..? എല്ലാം അദ്ദേഹം നേരത്തെ അറിഞ്ഞിരുന്നതുപോലെ!

പ്രപഞ്ചം പ്രണയ ബന്ധിതമാണെന്ന തിരിച്ചറിവ് എന്നിലേക്ക് പ്രവഹിക്കുകയായിരുന്നു അപ്പോൾ.

അവർ സമാഗമവേള കഴിഞ്ഞു ഇരുകൂടുകളിൽ പെട്ട പക്ഷികളെപ്പോലെ അകലുമ്പോൾ ഞാൻ ദിശാബോധമില്ലാതെ ഉഴലുകയായിരുന്നു. അവിടെയും, ഇവിടെയും, എവിടെയും അല്ലാത്ത ഒരു വക്രരേഖയിൽ!..

****

ദിനേശൻ കൂത്താട്ടുകുളം

എറണാകുളം

താമസം

ഡൽഹി

6

കുഞ്ഞുണ്ണി

കുഞ്ഞുണ്ണി നിർത്താതെ ഓടിക്കൊണ്ടേയിരുന്നു. മഴ നാണക്കാരിയെ പോലെ ചിണുങ്ങി ചിണുങ്ങി പെയ്യുന്നുണ്ട്. പ്ലാസ്റ്ററിക് കവറിലാക്കിയ പുസ്തകങ്ങൾ തലക്ക് മുകളിൽ പിടിച്ച കുഞ്ഞുണ്ണി പള്ളിക്കൂടത്തിന്റെ പ്രധാന കവാടത്തിലെത്തുവോളം ഓടി. വല്ലാത്ത കിതപ്പ്.

ഈശ്വരാ , മണിയടിച്ചു , അസംബ്ലിയും കഴിഞ്ഞു. ക്ലാസ് തുടങ്ങിയിരിക്കുന്നു. ജോൺ മാഷിന്റെ കണക്കാണ് ആദ്യ പിരീഡ്. ഹോം വർക്കും ചെയ്യാൻ നേരം കിട്ടിയില്ല. തീർച്ചയായും നല്ല അടി കിട്ടിയത് തന്നെ.

തന്റെ കഷ്ടപ്പാട് അവർക്കാർക്കും അറിയില്ലല്ലോ. രാവിലെ ഒത്തിരി വീടുകളിൽ പത്രം ഇടണം. വീട്ടിൽ വന്ന് കഞ്ഞീം കറീം ഉണ്ടാക്കണം. തളർന്നു കിടക്കുന്ന അമ്മയെ ശുശ്രൂഷിക്കണം. ഭക്ഷണം കൊടുക്കണം, മരുന്ന് കൊടുക്കണം. എല്ലാം കഴിഞ്ഞ് സ്കൂളിൽ ചെല്ലുമ്പോൾ ജോൺ മാഷിന്റേയും രമണി ടീച്ചറുടേയും ഒക്കെ ചൂരൽ കഷായം മിച്ചം.

ക്ലാസിന് മുന്നിൽ എത്തിയപ്പോൾ ജോൺ മാഷിന് പകരം വേറൊരു മാഷ്. ഭയം ഇരട്ടിച്ചു.

പുഞ്ചിരിക്കുന്ന മുഖത്തോടെ ക്ലാസിലേക്ക് കടന്നുവരാൻ പറഞ്ഞ മാഷിന്റെ മുഖത്തേക്ക് ഒരിക്കൽ കൂടി പേടിയോടെ സൂക്ഷിച്ചു നോക്കി. നല്ല പരിചയമുള്ള മുഖം. ഓർക്കാൻ ശ്രമിച്ചിട്ടും ഒരു പിടിയും കിട്ടുന്നില്ല.

പുതിയ മാഷിന്റെ ചൂരൽ കഷായം കൈവെള്ളയിൽ പതിയുന്നത് കാത്തിരുന്നവരുടെ മുഖത്ത് നിരാശയുടെ നിഴലാട്ടം, ചില വമ്പന്മാരുടെ മുഖം കഷായം കുടിച്ചത് പോലെയോ, കടന്നൽ കുത്തിയത് പോലെയോ ഉള്ള പല വിധ ഭാവങ്ങൾ.

"ഓ എന്തായാലും ഇന്ന് രക്ഷപ്പെട്ടു.''

" വൈകി വന്ന കുട്ടിയുടെ പേരെന്താ?"

"കുഞ്ഞുണ്ണി "

ഉത്തരം പറഞ്ഞത് ശേഖരൻ .

"ഞാൻ കുട്ടിയോടല്ലല്ലോ ചോദിച്ചത് ?

ഉത്തരം ആ കുട്ടി തന്നെ പറയട്ടെ. "

"കുഞ്ഞുണ്ണി " ഉത്തരം പറഞ്ഞ കുഞ്ഞുണ്ണിയോട് മാഷ് ഇരിക്കാൻ പറഞ്ഞു.

പുറകിലെ ബഞ്ചിലിരുന്ന ആരോ പറയുന്നത് കേട്ടു, "മുണ്ടക്കൽ ശേഖരൻ ചമ്മിപോയി " എന്ന്. ശബ്ദത്തിന്റെ ഉടമ റഷീദാണെന്ന് തോന്നുന്നു.

"കുഞ്ഞുണ്ണി ഇന്റർവെൽ സമയത്ത് ഒന്ന് എന്നെ കാണാൻ സ്റ്റാഫ്റൂമിൽ വരണം . "

"ശരി മാഷേ വരാം "

ഇന്റർവെൽ

ആകുന്നത് വരെ കുഞ്ഞുണ്ണി അനുഭവിച്ച ടെൻഷന് കയ്യും കണക്കുമില്ല.

മിടിക്കുന്ന ഹൃദയത്തോടെ സ്റ്റാഫ് റൂമിലേക്ക് കടന്നു ചെല്ലുമ്പോൾ ഭാഗ്യത്തിന് പുതിയ കണക്ക് മാഷ് മാത്രമേ ഉണ്ടായിരുന്നുള്ളു.

" ഒരു മാസം പത്രം വിതരണം ചെയ്താൽ കുഞ്ഞുണ്ണിക്ക് എത്ര രൂപ കിട്ടും " ? കുഞ്ഞുണ്ണി ഞെട്ടിപ്പോയി.

" ഒരു അഞ്ഞൂറ് രൂപ കിട്ടും സർ " കുഞ്ഞുണ്ണി വിക്കി വിക്കി പറഞ്ഞു.

ആയിരം രൂപ കുഞ്ഞുണ്ണിയുടെ പോക്കറ്റിൽ വച്ച് കൊടുത്ത് മാഷ് പറഞ്ഞു.

" ഇനി മുതൽ കുഞ്ഞുണ്ണി പത്രം വിതരണം ചെയ്യാൻ പോകണ്ട. ആ നേരം നന്നായി പഠിക്കണം. എന്തെങ്കിലും സംശയമുണ്ടെങ്കിൽ കുഞ്ഞുണ്ണിയുടെ വീടിന്റെ രണ്ട് വീട് അപ്പുറത്ത് പച്ച പെയ്ന്റടിച്ച വീടിന്റെ മുകളിൽ വാടകക്ക് താമസിക്കുന്ന എന്റടുത്തേക്ക് വരാൻ മടിക്കരുത്. എന്താവശ്യം ഉണ്ടെങ്കിലും പറയണം".

രാവിലെ പത്രമിടാൻ പോയപ്പോൾ വീടെവിടെ എന്ന് ചോദിച്ചത് പുതിയ കണക്ക് മാഷായിരുന്നു എന്ന് അപ്പോഴാണ് കുഞ്ഞുണ്ണി ഓർത്തത്.

ഒന്നും പറയാതെ തലയാട്ടിക്കൊണ്ട് കുഞ്ഞുണ്ണി ക്ലാസ് റൂമിലേക്ക് തല കുനിച്ച് നടക്കുമ്പോൾ രണ്ടിറ്റ് കണ്ണീർ ഷർട്ടിന്റെ പോക്കറ്റിന് മുകളിലേക്ക് വീണു.

****

ഉഷാദാസ് (തംബുരു)

മുതിര പറമ്പിൽ. വീട്
ചെന്ത്രാപിന്നി (P.O)
തൃപ്പയാർ. വഴി
തൃശൂർ. ജില്ല
9562918005.

7

തോറ്റവൻ്റെ ഓർമ്മക്കുറിപ്പ്.

അഞ്ചാംക്ലാസ്സ് മുതൽ എല്ലാവർഷവും സ്കൂളിൽ യൂത്ത് ഫെസ്റ്റ് വെല്ലിന്

നേർച്ചപോലെ എൻ്റെ വക ഒരോ നാടകമുണ്ടാവും. ആദ്യവർഷത്തെ നാടകം "മരണം."

രചന, സംവിധാനം, നായകൻ പ്രസാദ്. രണ്ടാമത്തേത് 'രക്തസാക്ഷി'. ഇതിൻ്റെ അവസാന സീനിൽ ഞാൻ, കൂളായി കൈവിരലിൽ ബ്ലേഡ് കൊണ്ട് വരഞ്ഞ് കാണികളെ രക്തം കാട്ടിയതിന്നും പറഞ്ഞ് കളിയാക്കുന്ന സഹപാഠികളുണ്ട്, സൗഹൃദങ്ങളുണ്ട്.

മറ്റൊരുവർഷം പ്രകൃതിസംരക്ഷണത്തിൻ്റെ ആവിശ്യകത പറയുന്ന നാടകത്തിൽ മരമായി നിന്ന എന്നെ വെട്ടിയിടുമ്പോൾ ഞാൻ വീണ വീഴ്ച:

"അഭിനയിക്കുമ്പോൾ പെർഫെക്ഷൻ വേണ്ടേ.."

അമ്മ എത്രദിവസം ശരീരമാകെ തൈലം തേച്ചു തന്നന്നോ..

പ്രോത്സാഹന സമ്മാനമായി കിട്ടി തലയിലൊരു വെള്ളയ്ക്കാമുഴയും.

സ്കൂളിൽ

കഥാമത്സരം നടത്തുന്നു. മത്സരിക്കുന്നവർ ബുദ്ധിരാക്ഷസൻമാരായ കുട്ടികളും സാറൻമാരുടെ മക്കളും സ്കൂളിലെ അറിയപ്പെടുന്ന പരിശീലനം സിദ്ധിച്ചകലാപ്രതിഭകളും.

ഒമ്പതാംക്ലാസ്സിൽ സെക്കൻ്ററിയറിന് പഠിക്കുന്ന ഞാൻ

കഥയെഴുത്തിന് പേര് കൊടുക്കാൻ ചെന്നപ്പോൾ, മേൽനോട്ടം വഹിക്കുന്ന മലയാളം ടീച്ചറിന് നീയോ..!!എന്ന ഭാവം.

എന്തായാലും ഒടുവിൽ ടിച്ചർ എൻ്റെപേരും എഴുതിവെച്ചു.

ആവറേജ് പഠിത്തക്കാരനായ ഞാൻ ഒമ്പതാം ക്ലാസ്സിൽ തോറ്റതിന് പിന്നിലൊരു സംഭവമുണ്ട്.

ഫസ്റ്റ് ഇയറിൽ

വർഷാവസനം, തൊട്ടപ്പുറത്തുള്ള പത്താം ക്ലാസ്സ്കാർക്ക് ക്ലാസ്സുകൾ കഴിഞ്ഞു അവരെ

സ്റ്റഡിലീവിനായി വിട്ടതിനാൽ

ആ ക്ലാസ്സുറൂം ഒഴിഞ്ഞുകിടന്നു .. വൈകുന്നേരത്തെ ഇടിയും മഴയും കാരണം വാതിലും ജനലുമൊക്കെ അടച്ചിട്ടിരുന്നു. ആകെ കൂടെ ഇരുണ്ട പ്രതീതി.

ശക്തിയായി പെയ്യുന്ന മഴയുടെ ആരവം മാത്രം.

സ്ക്രീൻ വെച്ചിരിക്കുന്നതിനാൽ ഞങ്ങളുടെ ഒമ്പതാം ക്ലാസ്സിൽ നിന്ന് ഒഴിഞ്ഞുകിടക്കുന്ന പത്താം ക്ലാസ്സിലേക്ക് ഈസിയായി കയറാം.. ലാസ്റ്റു പീരിഡ്.. കുരുപ്പൻമാരായ ലാസ്റ്റു ബെഞ്ചുകാരും മറ്റ് ചില കുട്ടികളും ആ റൂമിൽ കയറി എന്തൊക്കെയൊ ഇടിയുംബഹളവും നടത്തുന്നു..കൗതുകം കൊണ്ട് അങ്ങോട്ട് ചെന്നതാ..

ബഹളം കൂടിയിട്ട് സാർ വന്ന് നോക്കുമ്പോൾ എൻ്റെ മുകളിൽ ലാസ്റ്റു ബെഞ്ചിലെ ഒരു ടി.ജീ രവികിടപ്പുണ്ട്.

തെട്ടപ്പറുത്തെ ഡസ്കുകളിലും പുറകിലെ ജോസ് പ്രകാശും കെ.പി ഉമ്മറുമൊക്കെ എന്നെപ്പോലെയുള്ള രണ്ടു കുഞ്ഞാടുകളെ

കീഴ്പ്പെടുത്താൻ ശ്രമിക്കുന്നു.

ഇരയെന്നോ കുറ്റവാളികളൊന്നോ നോക്കാതെ എല്ലാവർക്കും പൊതിരെ അടികിട്ടി.

സാർ, പേരുമെഴുതി പോയി..

ഇരകൾ ഒത്തുകൂടി തങ്ങളുടെ നിരപരധിത്യം തെളിക്കാൻ ശ്രമം നടത്തിയെങ്കിലും കുറ്റവാളികളുടെ രൂക്ഷമായ ഭീക്ഷണിയാൽ അവരുടെ ആരോഗ്യസ്ഥിതിയും ദണ്ഡന ഭയവുമോർത്ത് വേണ്ടെന്ന്

വെക്കുകയായിരുന്നു.

തുടർന്ന് രക്ഷകർത്താവിനെ വിളിച്ചുകൊണ്ട് വരേണ്ടത് പോലെയുള്ള അനിഷ്ട സംഭവങ്ങളൊന്നുമുണ്ടാകാത്തതിനാൽ അടിയോട് ശിക്ഷ തീർന്നെന്ന് പീഡകരും ഇരകളും ഒരുപോലെ കരുതിയെങ്കിലും അടുത്തവർഷം റിസൽട്ട് വന്നപ്പോൾ തോറ്റവരുടെ ലിസ്റ്റിൽ സാറെഴുതിക്കൊണ്ടു പോയ പേരുകളെല്ലാം

കട്ടയക്ഷരത്തിൽ തന്നെയുണ്ടായിരുന്നു.

അങ്ങനെ തോറ്റു പഠിക്കാനും തുടങ്ങി.

വിജയിച്ച് മാത്രം മുന്നേറിയവരുടെ കഥകളേക്കൾ പ്രചോദിതമായിട്ടുള്ളത് തോറ്റിട്ട് ജയിച്ചു കേറിയവരുടെ കഥയാണ്.

കഥാമത്സരം നടന്നു.ചെറുപ്പത്തിലെ പിതാവുപേക്ഷിച്ചുപോയ പാവപ്പെട്ട കുടുംബത്തിലെ യുവാവ് പഠിച്ചുയർന്നിട്ടും രക്ഷയില്ലാതെ ലോണെടുത്ത് ഒരു സംരംഭം തുടങ്ങി, അതിലൂടെ അമ്മയ്ക്കും സഹോദരങ്ങൾക്കും തണലായിത്തീരുന്ന ഒരു കഥ

ഞാനുമങ്ങ് എഴുതി.

റിസൾട്ട് വന്ന ദിവസം രാജമ്മ ടീച്ചർ അടുത്തു വിളിച്ചു തോളിൽ തട്ടി പറഞ്ഞു, "കഥാ മത്സരത്തിൽ നിനക്കാണ് ഫസ്റ്റ് പ്രൈസ്..!! മിടുക്കൻ, നാന്നിയിട്ടുണ്ട് നിൻ്റെകഥ. ഇനിയും എഴുതണം. "

ഏറെക്കുറെ പിന്നീടുള്ള എൻ്റെ ജീവതം കൂടിയായിരുന്നു ആ കഥ. ട്യൂട്ടോറിയലുകളിലും പാരലൽ കോളേജിലും പഠിപ്പിക്കാനിറങ്ങിയതും

PMRY ലോണെടെത്ത് കമ്പ്യൂട്ടർ സെൻ്റർ തുടങ്ങിയതും PSC കോച്ചിംഗ് സെൻ്റർ തുടങ്ങിയതുമൊക്കൊ ജീവിതത്തിലേക്കുള്ള എൻ്റെയും നുഴഞ്ഞുകയറ്റമായിരുന്നു. സർക്കാർ ജോലി എത്തിപ്പിടിക്കുംവരെയുള്ള നുഴഞ്ഞുകയറ്റം.

പരാജയങ്ങളെ പക്വതയോട് സമീപിച്ചാൽ അത് വിജയത്തിലേക്കുള്ള ആദ്യപടി തന്നെയാണ്. ഓരോ പരാജയവും നമുക്ക് ഊർജമാകണം.വിജയിക്കാനുള്ള കഴിവ് എനിക്കുണ്ട് ഞാനത് വിനിയോഗിക്കുമെന്ന് മനസ്സിൽ ഉറപ്പിക്കുക. ഒപ്പം പരാജയത്തിൻ്റെ കാരണം തിരിച്ചറിഞ്ഞ് സ്വയം പാകപ്പെടുക.

****

പ്രസാദ് ശ്രീധർ

വീളയിൽ പുത്തൻവീട് ,
മുതുകാട്ടുകര
നൂറനാട് പി.ഒ
ആലപ്പുഴ 690504
9947480099

8

ഭ്രാന്തൻ

കുന്നിന്നടിഭാഗത്തു നിന്ന് അയാൾ മേൽപ്പോട്ട് നോക്കി. പിന്നെ ശങ്കിച്ചില്ല.... കുന്നുകയറാൻ തുടങ്ങി.കൊത്തിയുണ്ടാക്കുയ ഒതുക്കുകൾ ഉണ്ടായൊരുന്നെങ്കിലും വഴി ദുർഘടം പിടിച്ചതായിരുന്നു. മഴ പെയ്ത് മുകളിൽ നിന്നുണ്ടായ വെള്ള പാച്ചിലിൽ പടികളെല്ലാം ഇടിഞ്ഞു തകർന്നിരുന്നു.... ശരിക്കും സഞ്ചാരയോഗ്യമല്ലാത്ത അവസ്ഥ.. ആൾ സഞ്ചാരം നന്നേ കുറവാണെന്നു തീർച്ച.. പടികൾ പുല്ലും കാടും പിടിച്ചു കിടക്കുന്നു.. മഴ വെള്ളം ഒലിച്ചതിനാൽ നല്ല വഴുക്കലും....

ഇതൊന്നും അയാൾക്ക് പ്രശ്നമേ ആയിരുന്നില്ല. കയ്യിലെ ഊന്നു വടി അയാളെ ശരിക്കും സഹായിക്കുന്നുണ്ടായിരുന്നു മല കയറാൻ... മഴക്ക് ശേഷമുള്ള കഠിനമായ വെയിൽ. മുക്കാലും കഷണ്ടിയായ അയാളുടെ തലയിൽ വെട്ടി തിളങ്ങി.. ഒരു ചെറു കാറ്റു പോലും ആശ്വാസമായി എത്തിയില്ല. കുറച്ചു ദൂരം കയറിയപ്പോൾ തന്നെ കിതക്കാൻ തുടങ്ങി.. ഇടക്കൊക്കെ ഒരു വശത്തേക്ക് ഒതുങ്ങി നിന്നു കിതപ്പു മാറ്റുകയും ചെയ്തിരുന്നു.. പിന്നെ അരികുവശത്തുള്ള ഒരു കല്ലിൽ ഇരുന്നു കുറച്ചു നേരം വിശ്രമിച്ചതിനു ശേഷമാണ് വീണ്ടും മല കയറാൻ തുടങ്ങിയത്. തോളിൽ ഇട്ടിരുന്ന തോർത്തുകൊണ്ട്

വിയർപ്പെല്ലാം ഒപ്പി കളയുകയും പിന്നെ അത് മടക്കി തോളിൽ ഇടുകയും ചെയ്തു.

അവിടം ശരിക്കും വിജനമായിരുന്നു. അവിടവിടെയായി ചില കന്നു കാലികളും ആടുകളും മേയുന്നുണ്ടായിരുന്നു. അത്ര മാത്രം. കയറുന്ന വഴിയിൽ ഓരങ്ങളിലായി ഓരോ മരങ്ങൾ തണൽ വിരിച്ചു നിന്നിരുന്നത് നല്ല ആശ്വാസമായി. അവിടെയൊക്കെ അധികവും കാടുകെട്ടി കിടക്കുന്ന കുറ്റികാടുകളായിയുന്നു..

മുകളിലേക്കു കയറും തോറും മലയുടെ മനോഹാരിത കൂടുതൽ ദൃശ്യമായി തുടങ്ങിയിരുന്നു. അതൊന്നും അയാൾക്ക് ഒരു വിഷയമേ അല്ലായിരിന്നു അതൊന്നും ശ്രദ്ധിക്കുകയോ നോക്കുകയോ പോലും ചെയ്യാതെ വളരെ കളേശിച്ച് കുന്നിൻ മുകളിൽ എത്തി.. അയാളുടെ കിതപ്പും ഒപ്പംതന്നെ ഉച്ഛ്വാസ വായുവും കുന്നിൻ മുകളിൽ നിറഞ്ഞു നിന്നു.. അത് എവിടെയോ തട്ടി മറ്റൊലി കൊണ്ടു. അത്രയ്ക്ക് ശക്തമായിരുന്നു അത്.

കാലിലെ മുറിവിൽ നിന്നു പൊട്ടിയൊലിക്കുന്ന ചോരയും ചലവും ശ്രദ്ധിക്കുന്നേ ഉണ്ടായിരുന്നില്ല... അയാൾ.. ഈച്ചകൾ അവക്കു ചുറ്റും വട്ടമിട്ടു പറന്നു.

കുന്നിൻമുകളിൽ സ്ഥാപിച്ചിട്ടുള്ള പ്രതിമയായിരുന്നു അയാളുടെ ലക്ഷ്യം. മലമുകളിൽ എത്തിയപ്പോൾ തന്നെ നല്ല ആശ്വാസം തോന്നി. ഇളം കാറ്റുവന്ന് ഉടലാകെ തൊട്ടുതലോടിയപ്പോൾ ക്ഷീണമെല്ലാം പമ്പ കടന്നു. അവിടെ നിന്നു നോക്കിയാൽ നാലു പുറവുമുള്ള കാഴ്ചകൾ മനോഹരമായിരുന്നു. അതൊന്നും കാണാനോ ആസ്വദിക്കാനോ ഒന്നും ഉള്ള മനസ്സ് അല്ലായിരുന്നു... അപ്പോൾ.. ഇലകൾ തണൽവിരിച്ചു നിൽക്കുന്ന ആൽ മരങ്ങൾക്കിടയിലൂടെ തിടുക്കത്തിൽ നടക്കുകയായിരുന്നു. ലക്ഷ്യം... ആ പ്രതിമ തന്നെയായിരുന്നു.. പിന്നെ ഒരോ

ട്ടമായിരുന്നു അതിനടുത്തേക്ക്. പിന്നെ.. പ്രതിമക്ക് മുൻപിൽ സാഷ്ടാംഗ പ്രണാവും.. അവിടെ നിന്നെഴുനേൽക്കാൻ കുറെ സമയമെടുത്തു.... അത്ര ശക്തമായിരുന്നു... നമസ്കാരം.

എന്തായാലും വിചിത്രം തന്നെ. നിന്റ ഓർമ ഇങ്ങനെയെകിലും ജനങ്ങൾ നിലനിർത്തുന്നുണ്ടല്ലോ... താങ്കൾ ജനിച്ചു വളർന്ന് മരിച്ചിട്ട് കാലം എത്രയായെന്നാ വിചാരം.. അല്ല.... താങ്കൾ മരിച്ചെന്നു പറയുന്നത് വെറുതെ... ഇതുപോലുള്ളവർക്കൊന്നും മരണമില്ലല്ലോ.... താങ്കളെപ്പറ്റി എത്രയെത്ര കഥകൾ കെട്ടിട്ടുണ്ടെന്നിരിക്കെ.... ഇപ്പോൾ ഇതും കേട്ടില്ലേ...... ഈ പ്രതിമയായി പുനർജനിച്ച കഥ... പക്ഷേ..... ഇതു വേണ്ടിയിരുന്നില്ല.. ചങ്ങാതീ..... എന്നാണ് എനിക്ക് പറയാനുള്ളത്. കുറേ പേരുടെ സ്വാർത്ഥ താല്പര്യത്തിനു താങ്കളും ഒരു ഇരയായല്ലോ.. അത്ര മാത്രം..... ഇത് എന്റെ മാത്രം അഭിപ്രായം..... കേട്ടോ....

പണ്ടൊക്കെ താങ്കൾ ഭിക്ഷയെടുത്ത് കിട്ടുന്ന കുറച്ച് അരി രാത്രി സമയത്ത് കൊണ്ടുവന്ന്... ചുടലക്കാട്ടിൽ കത്തിയെരിയുന്ന ചിതയിൽ നിന്ന് തീയെടുത്ത് പാകം ചെയത് കഴിച്ചിരുന്നല്ലോ.. അങ്ങിനെയാണല്ലോ ചുടല ഭദ്രകാളി പ്രത്യക്ഷപ്പെട്ട് ദർശനം തന്നതും..... എന്ത് വരമാണ് വേണ്ടത്..... എന്ന് ചോദിച്ചതുമെല്ലാം.....

സ്നേഹിതാ.... അന്ന് താങ്കൾ പുഞ്ചിരി തൂകി ക്കൊണ്ട് പറഞ്ഞു....... ഒരു കാലിലെ മന്ത് മറ്റേ കാലിലേക്ക് മാറ്റാൻ... അന്ന് ദേവിയെപോലും ഞെട്ടിപ്പിച്ചില്ലേ... താങ്കൾ...

ഇന്ന്..... ഈ നിലയിൽ.... എനിക്ക് സങ്കൽപിക്കാൻ പോലും പറ്റു ന്നില്ലല്ലോ..

ഇത്ര ഉയരമുള്ള കുന്നിൻ മുകളിലേക്കു എത്ര പെട്ടെന്നാണ് താങ്കൾ വലിയ വലിയ കല്ലുകൾ ഉരുട്ടി കയറ്റിയത്.... അത് കാണാനും കാണികൾ ഉണ്ടായിരുന്നു..... എന്നിട്ടോ.... എത്ര ലാഘവത്തോടെയാണ് അത് കീഴ്പോട്ട് ഉരുട്ടിയത്... അപ്പോൾ

പൊട്ടിച്ചിരിക്കുന്ന താങ്കൾ.........

ഭ്രാന്തൻ....... എന്ന് പറഞ്ഞു കളിയാക്കി ചിരിക്കുന്ന കാണികൾ........ എങ്ങും ചിരിയുടെ അലകൾ.... അല്ലേ....

അത് അങ്ങിനെ ഒരു കാലം....

പിന്നേയും ഉണ്ട് കഥകൾ.

താങ്കൾക്ക് ഊരോ പേരോ ജന്മ ഗൃഹമോ അച്ഛനമ്മമാരോ ഒന്നും ഉണ്ടായിരുന്നില്ലല്ലോ..... പെറ്റു വീണ ഉടൻ തന്നെ അച്ഛനമ്മമാർ ഉപേക്ഷിച്ച ഒരനാഥ.....

മറ്റു പതിനൊന്നു സഹോദരങ്ങളെ പോലെ താങ്കളും... ഉത്തമ ബ്രഹ്മണനായ അച്ഛൻ..!. താഴ്ന്ന ജാതിയിൽ പെട്ട അമ്മ!... ഇവരുടെ മക്കൾ ഏതു ജാതിക്കാരായാണ് അറിയപ്പെടുക... അതാണ് പറയുന്നത്... താങ്കളുടെ അച്ഛൻ മഹാ ബുദ്ധിമാൻ തന്നെയായിരുന്നെന്ന്... ജ്ഞാനം മനസ്സിനെ കീഴടക്കിയാൽ പിന്നെന്തു ജാതിചിന്ത.... അല്ലേ... തങ്ങളുടെ മക്കൾ നല്ല മനുഷ്യരായി വളരാൻ അദ്ദേഹം ആഗ്രഹിച്ചിരിക്കും.. തീർച്ച. ജാതിയുടെ പേർ പറഞ്ഞ് താങ്കളെ വിഷമിപ്പിക്കുകയൊന്നും അല്ല.... ട്ടോ..

താങ്കൾ അങ്ങനെ വിഷമിക്കില്ലെന്നു ആർക്കാ അറിയാത്തെ... ഇതൊക്കെ മനുഷ്യരുടെ വെറും തട്ടിപ്പല്ലേ..

ഇതു നന്നായി.. ഒരു പ്രതിമയാക്കി നിർ ത്തിയിട്ടെങ്കിലും താങ്കളുടെ ഓർമ നിലനിർത്താനുള്ള ശ്രമം.. ഹാ..... ഹാ... എന്താ........ ഈ രൂപത്തിൽ കണ്ടാലും ഓർമ വരുമല്ലോ... പണ്ട് ഇങ്ങനെ ഒരാൾ ഉണ്ടായിരുന്നെന്ന്... ഇപ്പോൾ താങ്കൾക്കും ചിരി വരുന്നുണ്ടാകും... അല്ലേ...

പിന്നെയും ഉണ്ട് ഒരു കാര്യം കൂടി..

ദുർഗാദേവി പൊന്നൂഞ്ഞാലിൽ ഇരുന്നു ആടുന്നത് കാണാനുള്ള ഭാഗ്യം ഒരു ഭ്രാന്തൻ എന്ന മുദ്ര വീണ താങ്കൾക്കു മാത്രമല്ലേ ഉണ്ടായുള്ളൂ..

അങ്ങനെ.. അയാളുടെ ഉള്ളിലിരുന്നു ഉരുകുന്നതെല്ലാം വാക്കുകളായി പുറത്തു വന്നുകൊണ്ടിരുന്നു.. അയാൾ എഴുന്നേറ്റ് പ്രതിമക്ക് നേരെ കൈ കൂപ്പി.. പിന്നെയാണ് ആ അത്ഭുതം കണ്ടത്..

പ്രതിമയുടെ കാൽ ചുവട്ടിൽ നിറയെ നാണയ തുട്ടുകൾ... നോട്ടുകൾ.....

ഒന്ന്..... രണ്ട്..... അഞ്ച്..... പത്ത്.... അമ്പത്..... നൂറ്...... ആയിരം.....

അങ്ങിനെ അങ്ങനെ..

പ്രതിമക്ക് നടന്നു യാചിക്കാൻ വയ്യല്ലോ.... അല്ലേ...

അത് കണ്ടു അയാൾ ഞെട്ടി....അയ്യോ..... താങ്കൾക്കെന്തിനാ ഈ പണമൊക്കെ.... ഒരു പിടി അരി ചുടലക്കാട്ടിൽ കൊണ്ടുവച്ച് തിളപ്പിച്ച് കഴിച്ച് അവിടെ തന്നെ കിടന്നുറങ്ങാറുള്ള താങ്കൾക്കെന്തിനാ ... ഈ പണമൊക്കെ...

എനിക്ക് വിശ്വസിക്കാൻ പറ്റുന്നില്ല..

പ്രതിമ ഒന്നനങ്ങിയോ...... അത് കണ്ണ് തുറക്കുന്നു.... പിന്നെ ചിരി.... പൊട്ടിച്ചിരി....

ഏ.... എന്തത്ഭുതം....!

ഇതാര്?.... ഞാൻ തന്നെയല്ലേ.. ഇതു ഞാൻ... ഇതെന്റെ മുഖം... ഞാൻ.... ഞാൻ..

അപ്പോഴും പ്രതിമ ഉറക്കെ... ഉറക്കെ ചിരിക്കുന്നുണ്ടായിരുന്നു.. പൊട്ടിച്ചിരി..... അതിനിടക്ക് കാലൊന്നിളക്കി... ചങ്ങല കിലുങ്ങി.... നാണയങ്ങളും നോട്ടുകളും നാല് പാടും ചിതറി... തുള്ളിച്ചാടി നൃത്തം വെക്കാൻ തുടങ്ങി.. കണ്ണുകൾ തിളങ്ങി.. ചുണ്ടുകൾ വിടർന്നു.. തുള്ളിച്ചാടി യുള്ള നൃത്തം തുടർന്നു. പൊട്ടിച്ചിരികൾ മലമുകളിൽ അന്തരീക്ഷത്തിൽ തട്ടി മാറ്റൊലി കൊണ്ടു...

****

ചന്ദ്രമതി മുല്ലപ്പിള്ളി

മുല്ലപ്പിള്ളി ഇല്ലം
നടുവട്ടം p o
പാലക്കാട്. 679308.

9

ആത്മകഥ

ഒരുപാട് നാളത്തെ ഇടവേളയ്ക്കു ശേഷമാണ് അയാൾ കൃഷ്ണയേ കാണുന്നത്.. കാലവും സമയവും നിബന്ധനകളൊന്നുമില്ലാതെ മാറി മറിയുകയാണല്ലോ..ആരോടും പരാതിയോ വിദ്വേഷമോ ഇല്ലാതെ പകലിരവുകൾക്കൊപ്പമുള്ള ഒരു ദീർഘദൂരയാത്ര.കാലമയാളിൽ ഏല്പിച്ച ചില ക്ഷതങ്ങളെ തുറന്നു കാട്ടുന്നുണ്ട് അയാളുടെ ചുണ്ടിൽ വിരിയുന്ന നേർത്ത പുഞ്ചിരിയിൽ...

കൃഷ്ണ അൽപ്പം ക്ഷീണിച്ചതായി അയാൾക്ക് തോന്നി.. നന്നായി കറുത്തിട്ട് തടിച്ചിരുന്ന അവളുടെ പഴയരൂപമായിരുന്നു അയാളുടെ മനസ്സിൽ.. ഇടതൂർന്നു നീണ്ടു കിടക്കുന്ന മുടിയിണകളിൽ അങ്ങിങ്ങായി ചെറുതായി നര വീണു തുടങ്ങിയിരിക്കുന്നു. കുസൃതികൾ മിന്നി മാഞ്ഞിരുന്ന അവളുടെ നയനങ്ങൾ ഗൗരവത്തിന്റെ മൂടുപടമണിഞ്ഞ കണ്ണടയാൽ മറയ്ക്കപ്പെട്ടിരിക്കുന്നു..നെറ്റിയിൽ വാരിവലിച്ചു തൊട്ടിരിക്കുന്ന ചന്ദനക്കുറി മാത്രം അന്നും ഇന്നും ഒരുപോലെ...

"ദത്തൻ വന്നിട്ടു ഒരുപാട് നേരമായോ" കൃഷ്ണയുടെ ചിരിയോടെയുള്ള അന്വേഷണമാണ് അയാളെ ചിന്തകളിൽ നിന്നുമുണർത്തിയത്. ചിരിക്കുമ്പോൾ അവളുടെ കവിളിൽ തെളിയുന്ന നുണക്കുഴികളും നാസികത്തുമ്പിൽ വെട്ടിത്തിളങ്ങുന്ന പച്ചക്കല്ല് മൂക്കുത്തിയും അവളെ കൂടുതൽ സുന്ദരിയാക്കുന്നതായി അയാൾക്ക് തോന്നി..

"കൃഷ്ണ.. നിനക്കു സുഖമല്ലേ "അയാൾ അവളുടെ കരം കവർന്നു... ദത്തന്റെ വിറയാർന്ന ശബ്ദം ശ്രദ്ധിച്ചിട്ടാവണം അവൾ ഉത്തരം പറയാതെ മറുചോദ്യം ചോദിച്ചത്

"എന്തേ ദത്തനു സുഖമല്ലേ "?

മറുപടി പറയാതെ അയാൾ അവളുടെ മുഖത്തു നിന്നും ആ കണ്ണട എടുത്തു മാറ്റി..

"എന്തോ ഒരകൽച്ച തോന്നുന്നു നിന്നെ ഈ കണ്ണട വച്ചു കാണുമ്പോൾ "

"സുഖമാണോ എന്നു ചോദിച്ചാൽ അതേ ദത്താ..അല്ലേ എന്നു ചോദിച്ചാൽ അല്ല"

കൃഷ്ണയിൽ വീണ്ടുമൊരു പുഞ്ചിരി വിരിഞ്ഞു... അയാൾ അവളുടെ കരങ്ങൾ ഒന്നുകൂടി അമർത്തിപിടിച്ചു..

"ദത്തനെന്താ പെട്ടെന്ന് നാട്ടിലേയ്ക്ക്.. വല്യമ്മാമ വിളിച്ചിട്ടുണ്ടാകും ല്ലേ "?

"ഉവ്വ് വിളിച്ചിരുന്നു... എന്നാൽ എന്റെ വരവിന്റെ ഉദ്ദേശം നിന്നെയൊന്നു കാണുക മാത്രമായിരുന്നു കൃഷ്ണ.. വല്ലാത്തൊരു വീർപ്പുമുട്ടൽ"

അവളെ തന്നോട് ചേർത്ത് നിർത്തിക്കൊണ്ടയാൾ പറഞ്ഞു. കൃഷ്ണ മറുപടിയൊന്നും പറഞ്ഞില്ല.. കുറച്ചു നേരത്തെ മൗനത്തിനു ശേഷം അവൾ അയാളിൽ നിന്നുമകന്നു മാറി...

"വേണി അറിഞ്ഞുവോ ഇവിടെയ്ക്കുള്ള യാത്ര "?

അവൾ അയാളുടെ കണ്ണുകളിൽ നോക്കി..

"ഇല്ല "

"വേണി നല്ലവളാ "കൃഷ്ണ വിദൂരതയിലേക്ക് നോക്കിയിരുന്നു.

"കൃഷ്ണ നമുക്കല്പം നടന്നാലോ "

"പിന്നെന്താ "കൃഷ്ണയിൽ ചെറിയ ഉത്സാഹം വന്നത് അയാൾ ശ്രദ്ധിച്ചു...

കൃഷ്ണയോടൊപ്പം അയാൾ നടന്നിറങ്ങിയത് തന്റെ ഭൂതകാലത്തേയ്ക്കായിരുന്നു... കറുത്തവളെന്നും തടിച്ചിയെന്നുമുള്ള കൂട്ടുകാരുടെ പരിഹാസത്തിൽ പൊട്ടിക്കരയുന്ന കൃഷ്ണയുടെ മുഖമാണ് മനസ്സിൽ ഓടിയെത്തിയത്.. അന്നവളുടെ രക്ഷകനായിരുന്നു താൻ... തൊലിയുടെ നിറമല്ല സൗന്ദര്യമെന്നും അതു മനസ്സിനാണ് വേണ്ടതെന്നും അന്നു താൻ പറഞ്ഞതൊക്കെ അവൾ ഉൾക്കൊണ്ടിരുന്നോ? അറിയില്ല.ഓർമ്മകൾക്കെപ്പോഴും കൃഷ്ണയുടെ ഗന്ധമാണ്.. തനി ചന്ദനത്തിന്റെ ഗന്ധം!അവളുമൊത്ത് സഞ്ചരിച്ചനാട്ടുവഴികൾ ഓരോന്നായി പിന്നിടുമ്പോൾ അയാൾ ഓർക്കുകയായിരുന്നു..എത്ര സുന്ദരമാണ് ഉണ്ണിക്കണ്ണന്റെ ചൈതന്യം നിറഞ്ഞു തുളുമ്പുന്ന തങ്ങളുടെ ഗ്രാമം!ആ ചാരുത അയാൾ കണ്ണുകൊണ്ടും ഹൃദയം കൊണ്ടും ഒപ്പിയെടുക്കുകയായിരുന്നു.

"ദത്തന്റെ പുതിയ കഥാസമാഹാരത്തെക്കുറിച്ചു ഒന്നും പറഞ്ഞില്ല.. ഏതോ കഥയുടെ പണിപ്പുരയിലാണെന്ന് മുൻപെങ്ങോ പറഞ്ഞിരുന്നില്ലേ " വീണ്ടും അവളുടെ ശബ്ദം ആണ് അയാളെ ചിന്തകളിൽ നിന്നുമുണർത്തിയത്...

"ഉവ്വ് കൃഷ്ണ!ഞാനതിന്റെ കോപ്പി നിനക്കു തരുവാൻ കൊണ്ടുവന്നിട്ടുണ്ട്. വായിച്ചു അഭിപ്രായം പറയണം. എനിക്കൊരുപാട് വായനക്കാരുണ്ടെങ്കിലും നിന്റെയൊരു വരി അഭിപ്രായം കേൾക്കണം.. അതു വിമർശനമായാൽപ്പോലും""അയാൾ മന്ദസ്മിതം തൂകി..

"ദത്താ എനിക്കു നിങ്ങളുടെ സാഹിത്യമൊന്നും വഴങ്ങില്ല..തന്നെയുമല്ല ഇപ്പോഴത്തെ എഴുത്തുകാരൊക്കെ നമ്മുടെ വിശ്വ സാഹിത്യകാരന്മാരുടെയൊക്കെ രചനകൾ കാച്ചിക്കുറുക്കി രൂപവും ഭാവവുമൊക്കെ മാറ്റിയെഴുതി വെറുതെ ആളോളേ പറ്റിയ്ക്കലല്ലേ " കൃഷ്ണ ചിരിയോടെയത് പറയുമ്പോൾ ആയാളും ചിരിച്ചുപോയി...

പണ്ടും ഇവൾ ഇങ്ങനെതന്നെ.. ഒട്ടും പ്രതീക്ഷിക്കാത്ത ചില തമാശകൾപറയും.... കുറുമ്പുകൾ കാട്ടും..കുറച്ചു സമയം മുൻപ് കണ്ട കൃഷ്ണയിൽ നിന്നും അവൾക്കു വന്ന മാറ്റം ശ്രദ്ധിക്കുകയായിരുന്നു അയാൾ..

"ഏയ് ഇതു ആത്മകഥയാണ് കൃഷ്ണ.. ഇതിൽ കാപട്യങ്ങളൊന്നുമില്ല.. ദത്തനെന്ന പച്ചയായ മനുഷ്യന്റെ കഥ! ഏവർക്കും സുപരിചിതനായ എന്നാൽ അപരിചിതനായ ദത്തന്റെ കഥ!എഴുതി പൂർത്തിയാക്കാൻ നന്നേ പാടുപെട്ടു.. എങ്കിലും ഈശ്വരാനുഗ്രഹം കൊണ്ടത് സാധിച്ചു എന്നു വേണം പറയാൻ... ഈശ്വരൻ!അതൊരു സത്യം തന്നെയാണ് അല്ലേ കൃഷ്ണ "! ആത്മനിർവൃതിയോടെയാണയാൾ പറഞ്ഞത്.

"വിശ്വസിക്കുന്നവർക്ക് ഈശ്വരൻ ഒരു സത്യമാണ് ദത്താ...പ്രാർത്ഥനയും ഭക്തിയും മനസ്സുകൊണ്ടുണ്ടാകേണ്ട കർമ്മമാണ്.. നമ്മുടെ കർമ്മം നാമെങ്ങനെ അനുഷ്ഠിക്കുന്നു എന്നതല്ലേ പ്രധാനം.. നല്ല കർമ്മം അനുഷ്ഠിക്കുന്നവൻ ഈശ്വരവിശ്വാസി ആകണമെന്ന് നിർബന്ധമില്ല..ജീവിക്കാൻ ആത്മവിശ്വാസമില്ലാതെ വരുമ്പോൾ മാത്രമാണ് പലരും ഈശ്വരനെ തേടിയിറങ്ങുന്നത്...ഞാൻ എന്നെ വിശ്വസിക്കുന്നു.. ഈശ്വരൻ കുടിയിരിക്കുന്നതു നമ്മളിൽ തന്നെയല്ലേ..അതാണ് ഞാൻ തുടക്കത്തിൽ പറഞ്ഞത്... വിശ്വസിക്കുന്നവർക്ക് മാത്രം ഈശ്വരൻ ഒരു സത്യമാണെന്ന് "

അവളുടെ ദൃഢമായ വാക്കുകൾ അയാളിൽ അമ്പരപ്പുണ്ടാക്കി.. ശ്രീകോവിലിനു മുന്നിൽ മണിക്കൂറുകൾ നീണ്ട പ്രാർത്ഥനയോടെ ഒരേ നിൽപ്പ് നിൽക്കുമായിരുന്ന കൃഷ്ണയാണോ ഇതു!

"അപ്പോൾ നീ തൊട്ടിരിക്കുന്ന ഈ ചന്ദനക്കുറി?"

"ഇതോ..ഇതൊരു ഭക്തിയുടെ അടയാളമൊന്നുമല്ല..ഞാനൊരു സുന്ദരിയൊന്നുമല്ലെങ്കിലും ചന്ദനക്കുറിയണിഞ്ഞ എന്റെ മുഖത്തിന് എന്തോ ഒരു ഐശ്വര്യം തോന്നാറുണ്ട്.. അതെനിക്ക് സന്തോഷമാണ് ദത്താ " അവൾ ഗൂഢമായി ചിരിച്ചു.

"മുൻപേങ്ങും ഞാനൊരു ഈശ്വരവിശ്വാസി ആയിരുന്നില്ല... എന്നാൽ ഇപ്പോൾ "....

"ഒരു തരം ഒളിച്ചോട്ടം അല്ലേ"തീഷ്ണമായിരുന്നു അവളുടെ ശബ്ദം

"ദത്തനെന്നോട് എന്തെങ്കിലും പറയുവാനുണ്ടോ "പെട്ടെന്നുള്ള ചോദ്യത്തിൽ അയാളൊന്ന് പതറി...

"പറയുവാനേറെയുണ്ട്.. പറഞ്ഞതൊക്കെ വളരെ കുറച്ചും "..

"എന്നാലതൊന്നു വേഗം പറയുക കഥാകൃത്തെ.. സമയം ഒരുപാട് വൈകി "

"കൃഷ്ണ "

"എന്താണ് ദത്താ.. പറയു"..

"നിനക്കു ജീവിതത്തിൽ ഒരു കൂട്ട് വേണ്ടേ കൃഷ്ണ... എത്ര നാളാ നീയിങ്ങനെ ഒറ്റയ്ക്ക് "

"അതിനു ഞാൻ ഒറ്റയ്ക്കല്ലല്ലോ ദത്താ... ജീവിതത്തിൽ പലതും നഷ്ടമായപ്പോൾ ഞാനും വിചാരിച്ചിരുന്നു.. ഞാൻ ഒറ്റയ്ക്കാണെന്നു... ചില തിരിച്ചറുവകൾ നൽകിയ ആത്മവിശ്വാസം വളരെ വലുതായിരുന്നു. വിശപ്പ് എന്ന വികാരത്തിനു മുകളിൽ ഒന്നുമില്ല എന്നു

മനസ്സിലാക്കിയപ്പോൾ അത്രയും നാൾ നൊന്തു വിളിച്ച ഈശ്വരനിൽ പോലുമൊരു വിശ്വാസമില്ലാതെയായി.ശൂന്യത മാത്രാമായിരുന്നു മുൻപിൽ.. നിരാലംബർ കൈനീട്ടുമ്പോൾ അവരെ അവഗണിച്ചു ദൈവത്തിന്റെ ഭണ്ഡാരംനിറയ്ക്കുന്നവർക്കെതിരെ ഞാനുറക്കെ സംസാരിച്ചു. ഞാൻ പലർക്കുമിടയിലേക്കിറങ്ങി ചെന്നു...അവരുടെ ദുഖങ്ങളിൽ പങ്കു ചേർന്നു..എനിക്കു ചെയ്യാ നാവുന്നതൊക്കെ ചെയ്തു കൊടുത്തു..ദത്തനറിയുമോ എനിക്കിപ്പോൾ ഒരുപാട് അച്ഛനമ്മമാരും സഹോദരങ്ങളുമുണ്ട്.. പണ്ടൊരിക്കൽ ദത്തൻ പറഞ്ഞിരുന്നില്ലേ.. മനസ്സിനാണ് സൗന്ദര്യം വേണ്ടതെന്നു.. അതേ അവരുടെ മുന്നിൽ ഞാനൊരു സുന്ദരി തന്നെ.അവരെന്നിൽ ഈശ്വരനെ കാണുമ്പോൾ ഞാനവരിൽ ഈശ്വരനെ കാണുന്നു.."

കൃഷ്ണയുടെ കണ്ണുകൾ നിറഞ്ഞു തുളുമ്പി... ദുഖമോ.. ആനന്ദാശ്രുവോ.. അയാൾക്കതു തിരിച്ചറിയാനായില്ല.. അയാളുടെയും കണ്ണുകൾ നിറഞ്ഞിരുന്നു..

"ദത്തനെന്നാണ് തിരിച്ചു പോകുക" കൃഷ്ണ പുഞ്ചിരിക്കാൻ ശ്രമിച്ചു.

"ഒത്താൽ നാളെ തന്നെ... ഇന്നു വല്യമ്മാമയ്ക്കൊപ്പം തറവാട്ടിൽ... നമ്മുടെ ആമ്പൽക്കുളത്തിൽ ഒന്നു നീന്തി തുടിയ്ക്കണം... ഉണ്ണിക്കണ്ണനെ തൊഴണം.. ഓപ്പോൾ ഉണ്ടാക്കുന്ന മാമ്പഴപ്പുളിശ്ശേരിയും അവിയലും കൂട്ടിയൊന്നു ഊണ് കഴിക്കണം... മുറ്റത്തെ മഞ്ചോട്ടിൻ തണലിൽ കിടന്നൊന്നുറങ്ങണം... വീണ്ടും ചില ആഗ്രഹങ്ങൾ ബാക്കി വച്ചൊരു യാത്ര!കുറച്ചു കൂടി കിട്ടിയിരുന്നെങ്കിൽ എന്ന തോന്നൽ ബാക്കി നിർത്തി യാത്ര പോകാൻ വിധിയ്ക്കപ്പെട്ടവന്റെ കൊച്ചു കൊച്ചാഗ്രഹങ്ങളാണിതൊക്കെ.. ചില നൊമ്പരങ്ങളെ ഹൃദയത്തിൽ ഇങ്ങനെ വിഹാരിയ്ക്കാൻ അനുവദിക്കണം അല്ലെ കൃഷ്ണ "! വേദന നിറഞ്ഞ ഒരു

പുഞ്ചിരി അവൾക്കു കൈമാറുമ്പോൾ കൃഷ്ണയുടെ ഈറനണിഞ്ഞ മിഴികൾ അയാളെയേറെ നൊമ്പരപ്പെടുത്തി.

തന്റെ കൈവശം കരുതിയിരുന്ന നന്നായി പാക്ക് ചെയ്ത കവർ അവൾക്കു സമ്മാനിച്ചു കൊണ്ടായാൾ പറഞ്ഞു "കഥയാണ്..ന്റെ മനസ്സാണ്.. ന്റെ ജീവിതമാണ് വായിക്കണം " ദത്തന്റെ ശബ്ദം ഇടറിയിരുന്നു..

അവൾക്കു ആകാംഷ അടക്കാനായില്ല.. അവൾ ധൃതിയിൽ ആ കവറിനുള്ളിൽ നിന്നും ബുക്ക് പുറത്തെടുത്തു..

"കൃഷ്ണാ.. നീയെന്നെയറിയില്ലേ..."! അതിന്റെ തലക്കെട്ടവൾ മെല്ലെ വായിച്ചു..

ദത്തനെ ഞാനിറിയില്ലേ... ഞാൻ അറിയാത്തതായി എന്താണ് ദത്തനിൽ അവശേഷിക്കുന്നത്.. അവൾ ബുക്കിൽ നിന്നും മിഴികളുയർത്തിക്കൊണ്ടത് ചോദിക്കുമ്പോൾ..ദത്തൻ അവളിൽ നിന്നേറെ ദൂരം പിന്നിട്ട് നടന്നു കഴിഞ്ഞിരുന്നു.

****

രമ്യ വിജീഷ്

കൊല്ലകടവിൽ (H) പള്ളം
പി.ഒ കോട്ടയം 686007
7356020850

10

സമാഗമം

ജീവിതയാത്രയ്ക്കിടയിൽ സ്വന്തമെന്ന് കരുതി ഹൃദയത്തോട് ചേർത്ത് പിടിച്ചതും, ഏറെ പ്രിയപ്പെട്ടതും അവൾക്ക് നഷ്ടപ്പെടുന്നുണ്ടായിരുന്നു.

എങ്കിലും കൂരിരുട്ടിലൊരു മിന്നാമിന്നിൻ നുറുങ്ങു വെട്ടമായി.. അയാൾ തന്റെ ജീവിതത്തിൽ എത്തിയില്ലായിരുന്നെങ്കിൽ...

അതെ!

ജീവിതത്തിലെ ഏറ്റവും വലിയൊരു സ്വപ്നം അയാളിലൂടെ നിറവേറിയപ്പോൾ അവളറിയാതെ അയാളിലേക്ക് അടുക്കുകയായിരുന്നു.

ഏറെ ഹൃദ്യമായ ആ ചിരി ഒരു കുളിർ തെന്നൽ പോലെ ആശ്വാസമേകി.

നർമ്മം കലർന്ന സംസാരത്തിൽ ജീവിതത്തിന്റെ യാഥാർത്ഥ്യങ്ങൾ ഒളിഞ്ഞിരുന്നു. പ്രചോദനവും, പ്രോത്സാഹനവും നിറഞ്ഞ വാക്കുകളിൽ ആത്മാർത്ഥത നിറഞ്ഞിരുന്നു.. സത്യത്തിൽ അതായിരുന്നില്ലേ തന്നെ അയാളിലേക്ക് ആകർഷിച്ചത്?

ഒരു ദിവസം പോലും കാണാതിരിക്കുവാനോ, ഹൃദ്യമായ സംസാരം കേൾക്കാതിരിക്കുവാനോ കഴിയാത്ത വിധം മനസ്സ്

അയാളിൽ പതിഞ്ഞുവെങ്കിലും തന്റെ മനസ്സ് തുറന്നു കാട്ടാനുള്ള ധൈര്യം അവൾക്കുണ്ടായിരുന്നില്ല.

അവളുടെ ചിന്തകൾ നൂല് പൊട്ടിയ പട്ടം പോലെ അലക്ഷ്യമായി പോയ്ക്കൊണ്ടിരുന്നു. മേടച്ചൂടിൽ പൊള്ളുകയായിരുന്ന ഭൂമിയെ പോലെ അവളുടെ മനസ്സും ചിന്തകൾ കൊണ്ടു ചൂട് പിടിച്ചു.

"അമ്മേ ഇപ്പോൾ ഇവിടെ വന്നു പോയ ഏട്ടനെ അമ്മയ്ക്ക് ആദ്യം മനസ്സിലായില്ലല്ലോ "

'"ങേ? "

"മോൾ എന്താ ചോദിച്ചേ?"

"അച്ഛന്റെ കൂടെ ഇവിടെ ഇപ്പോൾ വന്ന ഏട്ടനില്ലേ.. അവർക്ക് അമ്മയെ കണ്ട ഉടനെ മനസ്സിലായി. അമ്മയ്ക്ക് മനസ്സിലായില്ലല്ലോ?"

"അവർ അമ്മയുടെ ആരാണ്?"

'അതോ നിന്റെ അമ്മയുടെ നാട്ടുകാരൻ എന്നാണ് എന്നോട് പറഞ്ഞത് "

"ഞാൻ ടൗണിൽ നിന്നും വരുമ്പോൾ ഗോപാലേട്ടന്റെ കടയുടെ മുന്നിൽ നിന്നും വഴി ചോദിക്കുകയായിരുന്നു "

"ആണോ?"

"അതെ.. ശ്രുതി സിസ്റ്ററുടെ വീട് ഇവിടെ അടുത്തണോയെന്ന് "

"അത് കേട്ടപ്പോൾ ഞാൻ പറഞ്ഞു എന്റെ കൂടെ വന്നോളൂ.. എന്റെ ഭാര്യയാണ് ശ്രുതി എന്ന് "

"ഓ.. അങ്ങനെ ആയിരുന്നോ?"

"ഇവിടെ എത്തിയപ്പോൾ അയാൾക്ക് നിന്റെ അമ്മയെ മനസ്സിലായെങ്കിലും, അമ്മയ്ക്ക് പെട്ടന്ന് മനസ്സിലായില്ല "

അതെ സത്യം!

ആ മുഖം ഹൃദയത്തിൽ ഉണ്ടായിരുന്നു കുറേക്കാലം.. പിന്നെ കുടുംബിനിയായപ്പോൾ മറക്കാൻ ശ്രമിച്ചു

കൊണ്ടിരുന്നു. പിന്നീട് ഒരിയ്ക്കലും കാണാനും ശ്രമിച്ചിരുന്നില്ല.

നാട്ടുകാരൻ മാത്രമായിരുന്നോ തനിക്ക്?

ഒരു വഴികാട്ടിയായി.. തന്റെ മുന്നിൽ ദൈവദൂതനെ പോലെ എത്തിയവനല്ലേ?

ജീവിതപങ്കാളിയായി ആ മുഖം ആയിരുന്നില്ലേ മനസ്സിൽ പ്രതിഷ്ഠിച്ചത്?

എന്നിട്ടിപ്പോൾ!!

നാല്പത് വർഷം കഴിഞ്ഞു... എന്നെ ഓർത്തു വഴി ചോദിച്ചു വന്നിരിക്കുന്നു.

അപ്പോൾ ആ മനസ്സിലും എന്നോട് സ്നേഹം ഉണ്ടായിരുന്നുവോ?

പിന്നെന്തേ... അത് തുറന്നു പറഞ്ഞില്ല.. പേടിച്ചിട്ടായിരുന്നോ..

വീട്ടിൽ സമ്മതിക്കില്ലെന്നു കരുതിയതായിരിക്കും..

ഇല്ല... ഒരിയ്ക്കലും മറക്കാൻ കഴിയില്ല ആ മുഖവും, സ്വരവും.. പിന്നെ എന്തേ!!

മനസ്സിലാവാതിരുന്നത്?

കാലത്തിന്റെ ദൈർഘ്യം അയാളിൽ കുറേ മാറ്റങ്ങൾ വരുത്തിയിരിക്കുന്നു.

മുടി കൊഴിഞ്ഞു കഷണ്ടി വന്നിരുന്നു.

വണ്ണം കുറഞ്ഞു ക്ഷീണിതനായ ആ മുഖത്തെ കുഴിഞ്ഞ കണ്ണുകൾ, പണ്ടത്തെ പ്രസരിപ്പാർന്ന പുഞ്ചിരിക്കു പകരം വിഷാദം കലർന്ന നേർത്ത ചിരി.

അതും ചിരിക്കുന്നുണ്ടെന്നു വരുത്തുകയായിരുന്നില്ലേ?

തളർന്ന സ്വരം, ആളാകെ മാറിയിരിക്കുന്നു.

എന്ത് പറ്റിയതായിരിക്കും?

എന്റെ അമ്പരപ്പ് കണ്ടിട്ടായിരിക്കും മൗനമായി എന്റെ മുഖത്ത് തന്നെ നോക്കിയിരുന്നത്..

ആ കണ്ണുകളിൽ കടൽ ഇറമ്പുന്നുണ്ടായിരുന്നു.

എന്തൊക്കെയോ പറയാൻ വെമ്പുന്നത് പോലെ ചുണ്ടുകൾ വിറയ്ക്കുന്നുണ്ടായിരുന്നു.

ആ മൗനം വാചാലമായിരുന്നില്ലേ?

സജലങ്ങളായ ആ കണ്ണുകൾ...

ഒരുപാട് ഓർമകളിലേക്ക് അവളെ കൊണ്ടുപോയി. ഓർത്തെടുക്കുകയായിരുന്നു നിറപ്പകിട്ടാർന്ന അവളുടെ കോളേജ് ജീവിതം.

ഇത്രയും വർഷം കഴിഞ്ഞിട്ടും എന്നെ മറന്നില്ലേ?

എന്തിനായിരുന്നു എന്നെ തേടിയെത്തിയത്?

മൗനത്തിന്റെ വാല്മീകം പൊട്ടിച്ചു പുറത്തു വരാൻ ആവാതെ വാക്കുകൾ തൊണ്ടയിൽ തന്നെ കുരുങ്ങി നിന്നു.. അപ്പോൾ ഒന്നും ചോദിക്കാനോ, പറയാനോ ആയില്ല.

അതായിരിക്കും പോകുമ്പോൾ വിസിറ്റിംഗ് കാർഡ് തന്നിട്ട് പറഞ്ഞത്

"എന്റെ നമ്പർ ഇതിലുണ്ട്. നിന്റെ കാൾ പ്രതീക്ഷിക്കുന്നു ".

ഇനിയും മനസ്സ് തുറന്നു പറയാതിരുന്നാൽ ഹൃദയം നിന്നു പോകും.

അവൾ വിസിറ്റിംഗ് കാർഡ് എടുത്തു ആ നമ്പറിൽ വിളിച്ചു.

‘"ഹലോ... ഹലോ.."

’ആരാണ്? "

മറുതലയ്ക്കൽ കേട്ടത് സ്ത്രീ ശബ്ദം ആയിരുന്നു.

അവൾ വീണ്ടും വിളിച്ചു

"ഹലോ.... ഇതു സുധിയുടെ നമ്പർ അല്ലേ.. ചിത്രകാരൻ?

"അതെ നിങ്ങളാരാ?"

"ഞാൻ സുധിയുടെ ഫ്രണ്ട് ആണ്. സുധിയെ കിട്ടുമോ?"

മറുതലയ്ക്കൽ ഒരു പൊട്ടിക്കരച്ചിൽ കേട്ടപ്പോൾ അവൾ അറിയാതെ ഫോൺ താഴെ വീണു പോയിരുന്നു. അവരുടെ വാക്കുകൾ അവ്യക്തമായി ചെവിയിൽ

പതിക്കുന്നുണ്ടായിരുന്നു.

എന്നോട് യാത്ര പറയാൻ വേണ്ടി ആയിരുന്നോ ഇത്രയും വർഷം കഴിഞ്ഞു എന്നെ തേടി എത്തിയത്?

ഈശ്വരാ... എന്നിട്ട് ഒന്നും പറഞ്ഞില്ലല്ലോ...

അവസാനമായി എന്നെ കാണാൻ ആഗ്രഹിച്ചുള്ള വരവായിരുന്നോ?

എന്നിട്ട് ഞാൻ!

മനസ്സിലാക്കിയില്ലല്ലോ... കണ്ണിൽ ഇരുട്ട് കയറുന്നു.

തല കറങ്ങുന്നത് പോലെ അവൾക്ക് തോന്നി..

"മോളെ... മോളെ..."

"അമ്മേ... അമ്മേ.. അച്ചരാ.. ഓടി വാ... അമ്മ നിലത്തു വീണിരിക്കുന്നു..'

"അച്ചരാ.... അമ്മ."

"മോള് കരയാതെ.. വാ പിടിക്കൂ.. നമുക്ക് ആശുപത്രിയിൽ കൊണ്ടു പോകാം "

"പ്രഷർ കുറഞ്ഞതായിരിക്കും "

"അച്ചരാ... "

"അമ്മേ... അമ്മേ.. അച്ചരാ അമ്മയ്ക്ക് ബോധം പോയോ... മിണ്ടുന്നില്ലല്ലോ.. ശരീരം നന്നായി വിയർക്കുന്നുമുണ്ടല്ലോ "

"ഇല്ല മോളെ അമ്മയ്ക്കൊന്നും പറ്റില്ല മോള് പേടിക്കാതെ "

"അമ്മേ.. അമ്മേ... ഈശ്വരാ എന്റെ അമ്മ!"

****

ശൈലജ. ഒ. കെ (റിട്ടയേർഡ് അധ്യാപിക)

മഠത്തിൽ. വീട്
വിഷ്ണുമംഗലം. പോസ്റ്റ്.
കല്ലാച്ചി
കോഴിക്കോട്

11

മഴയോർമ്മ

പുറത്തു തകർത്ത് പെയ്യുന്ന മഴയിലേക്ക് നോക്കി ഇരിക്കുമ്പോൾ എന്റെ മനസ്സ് ഓർമ്മകളുടെ സൂചി മുനയേറ്റ് വല്ലാതെ പിടയുന്നുണ്ടായിരുന്നു.

ഓരോ മഴയും പെയ്തൊഴിയുമ്പോൾ ഓരോ ഓർമ്മകൾ ബാക്കി വെച്ചിട്ടാവും പോകുന്നത് എന്ന് പറഞ്ഞു കേട്ടിട്ടുണ്ട്.

അതുപോലെ ഒരു മഴയോർമ്മയായിരുന്നു എനിക്ക് അവൾ

.

മഴമുത്തുകൾ പോലെയുള്ള അവളുടെ പൊട്ടിച്ചിരികൾക്ക് അത്ര മധുരം ആയിരുന്നു.

എന്റെ നാട്ടിലെ പുതിയ താമസക്കാരായിരുന്നു അവളും കുടുംബവും, അവളെ ആദ്യമായ് ഞാൻ കാണുന്നത് കണിക്കൊന്നകൾ പൂവിട്ട മേടമാസത്തിൽ സ്വർണ്ണമണികൾ വിളഞ്ഞു നിൽക്കുന്ന പാട വരമ്പിൽ പുതുമഴ നനയുന്നതായിരുന്നു. ബാംഗ്ലൂർ നിന്നും വന്ന അവൾക്ക് ഞങ്ങളുടെ ഗ്രാമവും കാഴ്ചകളും ഒരു പക്ഷെ അത്ഭുതം ആയിരുന്നിരിയ്ക്കാം.

അന്ന് ഞാൻ ഏഴാം ക്ലാസ്സിൽ പഠിക്കുകയായിരുന്നു. ഞാൻ പഠിക്കുന്ന സ്കൂളിൽ തന്നെ അഞ്ചാം ക്ലാസ്സിൽ അവളെയും ചേർത്തു . എന്തോ ആദ്യം ആയി കണ്ടപ്പോൾ തന്നെ

എനിയ്ക്ക് അവളോട് ഒരിഷ്ടം തോന്നിയിരുന്നു.

അതുകൊണ്ട് തന്നെ എന്റെ സ്കൂളിലേക്ക് ഉള്ള അവളുടെ വരവ് എന്നെ ഒരുപാടു സന്തോഷിപ്പിച്ചു.

ഒന്നിച്ച് സ്കൂളിലേയ്ക്കുള്ള യാത്രയും തിരിച്ചു വരവും ഞങ്ങളെ നല്ല സുഹൃത്തുക്കൾ ആക്കി.

അങ്ങനെ അവൾ എന്റെ കളിക്കൂട്ടുകാരി ആയിമാറി..

എന്ത് കിട്ടിയാലും ഞങ്ങൾ പരസ്പരം പങ്ക് വെച്ചിരുന്നു.

പ്രണയവർണ്ണങ്ങൾ സ്വപ്നം കണ്ടു തുടങ്ങിയ പ്രായത്തിൽ എപ്പോഴോ അവൾ എന്റെ ഇട നെഞ്ചിൽ സ്ഥാനം പിടിച്ചു.

ഉള്ളിൽ നുരഞ്ഞു പൊങ്ങിയ പ്രണയം നീറിക്കൊണ്ടിരുന്നു.. അവളോട് പറയാൻ പേടിയായിരുന്നു, ആ സൗഹൃദം നഷ്ട്ടപ്പെട്ടാലോ എന്നു ഞാൻ വല്ലാതെ ഭയന്നിരുന്നു.

ആൺകുട്ടികൾ അവളോട് അടുക്കുന്നത് കാണുമ്പോൾ ഉള്ളിൽ കനൽ എരിയുമായിരുന്നു.

അവളെ എനിയ്ക്കു നഷ്ട്ടപ്പെടുമോ എന്ന ചിന്തയും.

അവളോടൊന്ന് ഉള്ളു തുറക്കാൻ കഴിയാതെ ഉറക്കം നഷ്ട്ടപ്പെട്ട രാത്രികൾ ഒരുപാടുണ്ടായിട്ടുണ്ട്.

എന്റെ വിഷമം കണ്ടിട്ട് സുഹൃത്തുക്കൾ തന്നൊരു ആത്മവിശ്വാസത്തിൽ ഒരു ദിവസം രണ്ടും കൽപ്പിച്ചു അവളോട് ഞാൻ എന്റെ ഇഷ്ടം തുറന്നു പറഞ്ഞു , മൗനം ആയിരുന്നുഅവളുടെ മറുപടി.

പിന്നീട് അവൾ പൂർണ്ണമായും എന്നിൽ നിന്നും ഒഴിഞ്ഞു മാറാൻ തുടങ്ങി. അതെനിക്ക് സഹിക്കാവുന്നതിനും അപ്പുറംമായിരുന്നു

നേരിൽ കണ്ടാൽ പോലും മുഖം തരാതെ അവൾ ഒഴിഞ്ഞു മാറിനടന്നു.

അങ്ങനെ അവളെ മറക്കാൻ വേണ്ടി ഞാൻ പയ്യെ പയ്യെ ലഹരി വസ്തുക്കൾക്ക് അടിമയായി.

എന്റെ തകർച്ചയിൽ എന്നേക്കാൾ അധികം തകർന്നത് അവൾ തന്നെ ആയിരുന്നു. അതെനിയ്ക്ക് മനസ്സിലായതു കൂട്ടുകാരോടൊപ്പം വാഴ തോട്ടത്തിൽ മദ്യപിച്ചോണ്ടിരിക്കുമ്പോൾ അവൾ അവിടേക്ക് കടന്നു വരുകയും എന്നെ അവിടെ നിന്നും പിടിച്ചെഴുന്നേൽപ്പിച്ചു അവളുടെ ദേഷ്യവും സങ്കടവും തീരും വരെ എന്റെ കരണത്തും നെഞ്ചത്തും ആഞ്ഞു തല്ലി.

ഒരുപാടു വഴക്ക് പറഞ്ഞു പിന്നെ എന്നെ കെട്ടിപ്പിടിച്ചു ഒരുപാടു കരഞ്ഞു .

തിരിഞ്ഞ് പോകാൻ നേരം അവൾ പറഞ്ഞു

" ഇന്ന് കൊണ്ടു നിർത്തിക്കോണം ഇതെല്ലാം എനിക്ക് ഇഷ്ട്ടമല്ല ഇതൊന്നും എനിക്ക് വേണം ഇക്കായെ പഴയ പോലെ തന്നെ ഇനി അങ്ങോട്ടുള്ള എന്റെ ജീവിതത്തിലും."

ആ ഒരു നിമിഷത്തെ എന്റെ സന്തോഷം അതു പറഞ്ഞു അറിയിക്കാൻ കഴിയുന്നതായിരുന്നില്ല.

പിന്നീട് അവൾ പറഞ്ഞു അവളുടെ ഉള്ളിലെ ആ മൗനത്തിന്റെ കാരണം.

മതം ആയിരുന്നു വിഷയം വീട്ടുകാരുടെ എതിർപ്പും ആരെയും വേദനിപ്പിയ്ക്കാൻ വയ്യാഞ്ഞതുകൊണ്ടു.

ഹിന്ദുവും മുസ്ലിമും ആയിരുന്നു ഞങ്ങൾ.

മാന്യമായി കല്യാണം ആലോചിച്ചാലും അവളുടെ വീട്ടുകാർ ഒരിക്കലും സമ്മതിക്കില്ല എന്നു ഉറപ്പ് ഉള്ളത് കൊണ്ടു.

പിന്നീടങ്ങോട്ട് ശരിക്കും പ്രണയിച്ചു നാട്ടുകാരും, വീട്ടുകാരും, സുഹൃത്തുക്കളും ഒക്കെ അറിയെ തന്നെ.

പാവം അതിന്റെ പേരിൽ ഒരുപാടു തല്ല് മേടിച്ചു കൂട്ടി, ഒരുപാടു സഹിച്ചു എനിക്കു വേണ്ടി. അവളുടെ പഠിത്തം

നിർത്തി വീട്ടിൽ പൂട്ടി ഇട്ടു. ഒരു ദിവസം എന്തോ നുണ പറഞ്ഞു അവൾ പുറത്തിറങ്ങി എന്നെ കാണാൻ വന്നു.അവളുടെ ശരീരത്തിൽ കരിനീലിച്ചുകിടന്ന പാടുകൾ കണ്ടിട്ട് സഹിക്കാൻ പറ്റിയില്ല നെഞ്ചു പൊട്ടുന്ന വേദന യോടെ ഞാൻ അവളോട് പറഞ്ഞു.

" അവരു പറയുന്നത് കേൾക്കു എനിക്കു ഇത് സഹിക്കാൻ പറ്റുന്നില്ല, ഞാൻ കാരണം നീ ഇങ്ങനെ സഹിക്കുന്നത്., " അവളുടെ മറുപടി ഇങ്ങനെ ആയിരുന്നു

"മരിച്ചാലും ഇക്കയെ വിട്ടു ഞാൻ പോവില്ല.

ദേഷ്യം തീരും വരെ മാറി മാറി അവരെന്നെ തല്ലിചതച്ചപ്പോൾ ഞാൻ ഒന്ന് കരഞ്ഞിട്ടില്ല,അരുതേ എന്നു പറഞ്ഞിട്ടില്ല അവരെന്നെ കൊന്നോട്ടെ എന്നാലും എന്റെ തീരുമാനത്തിന് മാറ്റം ഇല്ല "എന്നോടൊപ്പം അല്ലാതെ അവൾക്ക് ഒരു ജീവിതം ഇല്ലന്ന് അവൾ എനിയ്ക്കു വാക്ക് തന്നു ആ വാക്ക് അവൾ പാലിച്ചു.

ഒരിയ്ക്കലും വീട്ടുകാര് ഞങ്ങളുടെ ഇഷ്ട്ടത്തിനു കൂട്ട് നിൽക്കില്ല എന്നു ബോധ്യം ആയപ്പോൾ ഒന്നിച്ചു ജീവിയ്ക്കാൻ തീരുമാനിച്ചു. അതു ഒരു ഒളിച്ചോട്ടത്തിൽ അവസാനിച്ചു.

എന്റെ സുഹൃത്തുക്കളുടെ സഹായത്തോടെ അവൾ ഇറങ്ങി വന്നു പക്ഷെ പാതി വഴിയിൽ വെച്ച് അവളുടെ ഏട്ടനും കൂട്ടുകാരും ഞങ്ങളെ തടഞ്ഞു . അപ്പോൾ ഉണ്ടായ അടിപിടിയിൽ എന്റെ വയറിൽ ആഴത്തിൽകുത്തു കിട്ടി. കത്തി ആരോ വലിച്ചൂരി അവർ തിരിഞ്ഞു പോകുമ്പോൾ

പാതി അടഞ്ഞകണ്ണുകളിൽ ഞാൻ കാണുന്നുണ്ടായിരുന്നു അവളെ അവർ വലിച്ചിഴച്ചു കൊണ്ടുപോകുന്നത്.അവൾ ഇക്കാന്നു വിളിച്ചു നിലവിളിക്കു ന്നുണ്ടായിരുന്നു.

ബോധം വീഴുമ്പോൾ രണ്ടുമൂന്നു ദിവസം കഴിഞ്ഞിരുന്നു കണ്ണു തുറക്കുമ്പോൾ കാണുന്നത് ഉമ്മയുടെ കരഞ്ഞു കലങ്ങിയ കണ്ണുകൾ ആണ്. ഉമ്മയെ എങ്ങനെ

ആശ്വസിപ്പിക്കും എന്നു എനിക്കു അറിയില്ലായിരുന്നു. അതുകൊണ്ട് ഉമ്മക്ക് മുഖം കൊടുക്കാതെ മുഖം തിരിച്ചു കിടന്നു.

എന്നെ പിന്നെയും ഓരോന്ന് ചോദിച്ചു വിഷമിപ്പിയ്ക്കണ്ട എന്നു കരുതി ആയിരിയ്ക്കാം ഉമ്മ എന്നോട് ഒന്നും ചോദിക്കാഞ്ഞത് .

ഹോസ്പിറ്റലിൽ നിന്നും അറിയിച്ചിട്ടു പോലീസ് അന്വേഷണത്തിനു വന്നെങ്കിലും ഇരുട്ട് ആയിരുന്നത് കൊണ്ട് ആരെയും അറിയില്ലെന്നും പരാതി ഇല്ലന്നും പറഞ്ഞു.

ഒരാഴ്ച്ച കഴിഞ്ഞ് ഡിസ്ചാർജ് ആയി അവളെ കുറിച്ചോർത്തു ടെൻഷൻ ആയിരുന്നു. എല്ലാവരും കൂടെ ആ പാവത്തെ തല്ലി കൊന്നു കാണുമോ എന്നു തോന്നി .ഹോസ്പിറ്റലിന്റെ അവിടുന്ന് ഒരു ടാക്സി വിളിച്ചു ഞങ്ങൾ വീട്ടിലേയ്ക്ക് തിരിച്ചു മെയിൻ റോഡിൽ നിന്നും വീട്ടിലേക്കുള്ള വഴി തിരിഞ്ഞപ്പോൾ ശ്വാസം നിന്ന് പോകുന്ന ആ കാഴ്ച്ച ഞാൻ കണ്ടു. കണ്ണിൽ ഇരുട്ടു കേറി അലറി നിലവിളിക്കാൻ തോന്നിയെങ്കിലും തൊണ്ട കുഴിയിൽ ശബ്ദം കുടുങ്ങി.

വഴിയിലെ പോസ്റ്റുകളിൽ എല്ലാം പൂക്കൾക്കിടയിൽ ഇരുന്നു പുഞ്ചിരിക്കുന്ന അവളുടെ ചിത്രം.

തളർന്നു ഞാൻ ഉമ്മയുടെ മടിയിൽ വീണു. അപ്പോൾ ഡ്രൈവർ പറയുന്നത് ഞാൻ അവ്യക്തമായ് കേട്ടു.

"എന്തു പറയാനാ അച്ചരൻ അമ്മമാര് പത്തു പതിനെട്ടു വയസ്സ് വരെ പൊന്നുപോലെ വളർത്തികൊണ്ടുവരും അതു കഴിയുമ്പോ പിള്ളാര് അവർക്കിഷ്ട്ടം ഉള്ള ആളെ കണ്ടു പിടിക്കും വീട്ടുകാര് അവരുടെ നൻമയ്ക്ക് വേണ്ടി ആ ബന്ധത്തിനു എതിര് നിൽക്കുമ്പോ ഉടനെ ഉള്ള എടുത്തു ചാട്ടം ആണ് ഒളിച്ചോട്ടവും ആത്മഹത്യയും. ഇതിപ്പോ ആർക്ക് പോയി ആ ചെക്കന്റെയും പെണ്ണിന്റെയും വീട്ടുകാർക്ക്, അല്ലാതെ ആർക്ക്.

ഒന്ന് കുത്തു കൊണ്ട് ചാകാറായി ഹോസ്പിറ്റലിൽ കിടക്കുന്നു ആ പെൺകൊച്ചു അന്ന് കെട്ടി തൂങ്ങി".

വീട്ടിലേക്ക് ചെന്നു കേറുമ്പോ കൂട്ടുകാര് എല്ലാരും ഉണ്ടായിരുന്നു.

ഒന്നും മിണ്ടാതെ ഉമ്മ അകത്തേയ്ക്ക് പോയി.

ഉമ്മ വിളിച്ചു വരുത്തിയിട്ടാണ് അവൻമാര് വന്നത് എന്നു തോന്നി.കൂട്ടുകാരോടൊപ്പം മുറിയിൽ കയറി വാതിൽ അടച്ചിട്ടു കൂട്ടുകാരുടെ മടിയിൽ കിടന്നു അലമുറ ഇട്ട് ഞാൻ കരഞ്ഞു "അവള് പോയല്ലോടാ കൂടെ ഉണ്ടാകും എന്ന് പറഞ്ഞിട്ട് എന്നെ കൂടെ കൂട്ടാതെ.ഞാൻ കാരണം ആണ് അവൾക്ക് ഇങ്ങനെ ഒരു അവസ്ഥ വന്നത്."

"ആഹാ ചായ കൊണ്ട് വെച്ചിട്ട് ഇതുവരെ കുടിച്ചില്ലേ മോനെ.ഇത് എന്തൊരു മഴ ആണ് " ഉമ്മയുടെ സംസാരം കേട്ടാണ് ഓർമ്മയിൽ നിന്നും ഉണർന്നത് . ഉമ്മ എന്റെ മുടികളെ തലോടി പറഞ്ഞു വേറെ ചൂട് ചായ കൊണ്ടു തരാം. "വേണ്ടുമ്മ"

,

" മോൻ എന്താണ് ആലോചിക്കുന്നത്, പഴയത് എല്ലാം മറക്കണം "

"ഉം മറക്കാം "

"ഓരോ മഴകളും എന്തെങ്കിലും ഒരു ഓർമ്മ ബാക്കി വെച്ചിട്ടേ പോകാറുള്ളു അല്ലേ ഉമ്മാ..???? "

****

ശിവപ്രിയ രതീഷ്

പാലത്തിങ്കൽ H
അമിച്ചകരി po
ചാത്തൻങ്കേരി
തിരുവല്ല പത്തനംതിട്ട

12

പ്രതീക്ഷകൾ അസ്തമിക്കുമ്പോൾ

സ്വന്തം നാടും വീട്ടുകാരെയും വിട്ട് അന്യനാട്ടിലേക്കു ചേക്കേറുന്ന എല്ലാവർക്കും മനസ്സിൽ എപ്പോഴും ബന്ധങ്ങളുടെ വില മറ്റുള്ളവരേക്കാൾ കൂടുതൽ ആയിരിക്കും

അതുകൊണ്ട് തന്നെ അവർ ഏറ്റവും കൂടുതൽ ചൂഷണം ചെയ്യപ്പെടുന്നതും.....

പ്രവാസികൾക്കിടയിൽ പലപ്പോഴും രക്തബന്ധത്തിനേക്കാൾ കെട്ടുറുപ്പുള്ള ബന്ധങ്ങൾ ഉണ്ടാകാറുണ്ട്....

ഗൾഫിലെ തിരക്കുള്ള ജീവിതത്തിൽ കണ്ടുമുട്ടിയ രണ്ടുപേർ ആണ്...

രാജീവും മനോജും

പരസ്പരം സുഖദുഃഖങ്ങൾ പങ്കുവെച്ചു കൊണ്ട് അറിയാതെ അവർ

ഉറ്റ ചങ്ങാതിമാർ ആയിത്തീരുന്നു ....

ഒരു അവധിദിവസം ഉണ്ടെങ്കിൽ രണ്ടുപേരും കണ്ടിരിക്കും.... കുറേ നേരം ഒരുമിച്ചിരുന്നു

പരസ്പരം വിശേഷങ്ങൾ പങ്കുവെക്കുക ഒരുമിച്ച് ഇരുന്നു ചായയൊക്കെ കുടിച്ച് തമാശകൾ പറഞ്ഞു മനസിനെ

സന്തോഷിപ്പിക്കുക അതൊക്കെ ആണ് അവരുടെ പതിവ് പരിപാടികൾ...

രണ്ടുപേരും വെവ്വേറെ കമ്പിനികളിലാണ് ജോലിനോക്കുന്നത് .... താമസവും വേറെ ആണ് ...എന്നാലും മനസുകൊണ്ട് അവർ എപ്പോഴും ഒരുമിച്ചാണ്.. വെള്ളിയാഴ്ചകളിൽ ആണ് അവർ തമ്മിൽ കാണുന്നത്.... പിന്നെ ഒരേ കാത്തിരിപ്പാണ് അടുത്ത ആഴ്ച്ചക്ക്...

ഒരു വെള്ളിയാഴ്ച്ച രാജീവൻ കുറച്ചു നേരത്തെ തന്നെ റൂമിൽ നിന്നും ഇറങ്ങി സാധരണ അവർ പോകാറുള്ള ഒരു കടൽതീരമുണ്ട് ...

അവിടെ പോയി അവിടെ കാണുന്ന ഒരു ബെഞ്ചിൽ ഇരുന്നു...

നല്ല ഇളം കാറ്റ് വന്ന് തലോടി പോകുന്നു.... മനസിന്റെ ക്ഷീണമാണെന്ന് തോന്നുന്നു ഒരു തളർച്ച....

വിഷമം വരുമ്പോൾ നമ്മൾ കടലിലേക്ക് നോക്കി കുറെ നേരം ഇരുന്നു നോക്ക് അറിയാതെ നമ്മുടെ മനസു ശാന്തമാകുന്നത് പോലെ തോന്നുമെന്ന് ചിലർ പറയുന്നത് കേട്ടിട്ടില്ലേ...അത് സത്യമാണ് കടലിന് അങ്ങനെ ഒരുകഴിവുണ്ട്

രാജീവും ആ ചെറിയ തിരമാലകളെ നോക്കി കുറച്ചു നേരം ഇരുന്നു.... ചെറുതായി ഒരു മയക്കം പോലെ വന്നു....

അറിയാതെ ഓർമ്മകൾ നാട്ടിലേക്ക് പോയി....

ഇന്ദുവും മോളും അതാണ് രാജീവന്റെ ലോകം ...

മോളുടെ വളർച്ചയാണ് ഇപ്പോൾ രാജീവന്റെ മനോവിഷമത്തിനും കാരണം.... രേഷ്മ എന്നാണ് മോളുടെ പേര്... നന്നായി പഠിച്ചിരുന്ന കുട്ടിയാണ് .. ഇപ്പോൾ കുറെ നാളായി ഭയങ്കര ഉഴപ്പാണ്.....

പെട്ടന്ന് പോക്കറ്റിൽ നിന്നും ഫോണിന്റെ റിങ്ടോൺ കേട്ടാണ് ഓർമകളിൽ

നിന്നുണർന്ന്

ഫോൺ എടുത്ത് നോക്കി മനോജ് ആണ്....

ഹലോ രാജീവ് പതിഞ്ഞ സ്വരത്തിൽ പറഞ്ഞു....

രാജീവേട്ടാ നിങ്ങൾ എവിടെയാണ് ...?

ഞാൻ റൂമിൽ പോയിരുന്നു ...

ഇക്ക പറഞ്ഞു നേരത്തെ ഇറങ്ങി എന്ന്..

എന്താ വിളിക്കാഞ്ഞത്.. മനോജ് കുറച്ചു പരിഭവത്തിൽ ചോദിച്ചു...

ഒന്നുമില്ല മനോജ് ... ഞാൻ കടൽത്തീരത്തുണ്ട് നീ ഇങ്ങോട്ട് വാ ...

സാധരണ ഇരിക്കുന്ന സ്ഥലത്തു തന്നെ

ഇപ്പൊ വരാം....

മനോജ് വേഗം തന്നെ അവിടെ എത്തി

എന്തുപറ്റി ഇന്ന് ഒറ്റയ്ക്ക് വന്നത് ഒന്ന് വിളിക്കപോലും ചെയ്തില്ല.....

നീ ഇരിക്ക്...

നാട്ടിൽ നിന്നും ഇന്ദു വിളിച്ചിരുന്നു ... അപ്പോൾ സംസാരിച്ചുകൊണ്ട് ഇറങ്ങി നടന്നു

എന്താണ് രാജീവേട്ടാ ചേച്ചി എന്തുപറഞ്ഞു ഇങ്ങനെ വിഷമിക്കാൻ....

മോൾക്ക് ഭയങ്കര മാറ്റം ആണെന്ന് പണ്ടത്തെ പോലെ ഒരു അനുസരണയും ഇല്ല ... എന്തിനും ഏതിനും ദേഷ്യം .... അവളെക്കൊണ്ട് നിയന്ത്രിക്കാൻ പറ്റുന്നില്ലെന്നു...

അത് മോള് വലുതായില്ലേ ചേച്ചിക്ക് തോന്നുന്നതാവും... അതുകേട്ടു രാജീവേട്ടൻ ഇങ്ങനെ തളർന്നാലോ....

അല്ലടാ ഇപ്പോൾ പഠിത്തത്തിൽ ഒരു ശ്രദ്ധയും ഇല്ലെന്നു... പിന്നെ നേരം വൈകി വീട്ടിലേക്കു വരുന്നത്....

അവള് പറയുന്നത് അച്ചരൻ കൊഞ്ചിച്ചു കൊഞ്ചിച്ചു പെണ്ണ് അങ്ങ് മോശമായി .. വലുതായി എന്ന

ചിന്തവേണമെന്നു എപ്പോഴും കുറ്റപെടുത്തും

ഒന്നല്ലേ ഉള്ളു അതുകൊണ്ട് ഞാൻ കുറച്ചു കൂടുതൽ സ്നേഹം കാണിക്കും.....

അതൊന്നും കാര്യമാക്കണ്ട രാജീവേട്ടാ...

ഇന്ദു പറയുന്നത് എന്നോട് നിർത്തിപ്പോരാൻ

അല്ലെങ്കിൽ ചിലപ്പോൾ മോള്....

രാജീവന്റെ തൊണ്ട ഇടറി വാക്കുകൾ പുറത്തുവന്നില്ല...

രാജീവേട്ടാ എന്തായിത് കുട്ടികളെപ്പോലെ

എല്ലാവർക്കും ധൈര്യം കൊടുക്കുന്ന ആളാണ് ഇപ്പോൾ ഇങ്ങനെ നമുക്ക് ആലോചിക്കാം എണീറ്റെ നമുക്ക് കുറച്ചു നടക്കാം

രണ്ടുപേരും കുറച്ചു നടന്നു ....

നേരം ഇരുട്ടി

രണ്ടുപേരുംകൂടി ഒരുമിച്ചു ഡിന്നർ കഴിച്ചു അവരവരുടെ റൂമിലേക്ക് പോയി..

****

രാജീവൻ വന്നു ഡ്രെസ്സ് മാറി . കിടന്നു നേരത്തെ തന്നെ...

ഇക്ക ചോദിച്ചു എന്ത് പറ്റി രാജീവ് ... എന്താ ഇന്ന് നേരത്തെ കിടന്നത് വയ്യായ്ക വല്ലതും ?

ഇല്ലക്ക... ചുമ്മാ നല്ല ക്ഷീണം അതാ

പറഞ്ഞൊഴിഞ്ഞു.... ഉറക്കം വരാത്ത രാത്രി ആയിരുന്നു... ഇന്ദുവിന്റെ വാക്കുകൾ കാതിൽ അലയടിക്കുന്നു... ഒമാനിച്ചു വളർത്തിയാമോൾക്ക് ഇപ്പോൾ ഞങ്ങളെ വേണ്ട ...

ഏതോ ഒരു ചെക്കനുമായി അടുപ്പത്തിൽ ആണെന്ന്... എനിക്ക് വിശ്വസിക്കാൻ കഴിയുന്നില്ല

അവൻ ആര് .. എവിടെയുള്ളത് ..

നല്ല വീട്ടിൽ ഉള്ളതാണോ.. നല്ല സ്വഭാവമാണോ? ജോലിവല്ലതുമുണ്ടോ? അങ്ങനെ നൂറ് നൂറ് ചോദ്യങ്ങൾ മനസ്സിൽ കുത്തിമറിയുന്നു... എന്തായാലും ഉറച്ച ഒരു

തീരുമാനത്തിൽ എത്തി രാജീവ്... എണീറ്റ് സമയം നോക്കി രണ്ടര ആയിട്ടുള്ളു ഇനിയും മണിക്കൂറുകൾ കിടക്കുന്നു നേരം വെളുക്കാൻ.... എന്തായാലും ഇന്ന് റിസൈൻ ലെറ്റർ കൊടുക്കണം ... മനോജിനെ വിളിച്ചു ടിക്കറ്റ് നോക്കാൻ പറയണം... മനസ്സ് ആകെ ആസ്വസ്ഥമായി....

എങ്ങനെയോ നേരം വെളുപ്പിച്ചു വേഗം തന്നെ കുളിച്ച് ഡ്രസ്സ് മാറി ഓഫീലേക്ക് പുറപ്പെട്ടു .. പോകുന്നവഴിയിൽ മനോജിനെ വിളിച്ചു ... ടിക്കറ്റ് അന്വേഷിക്കാൻ പറഞ്ഞു

ഓഫിസിൽ ലെറ്റർ കൊടുത്തു ... കാര്യങ്ങൾ കുറച്ചൊക്കെ പറഞ്ഞപ്പോൾ സമ്മതിച്ചു

സാലറിയും കുറച്ചു പൈസ എക്സ്ട്രാ തന്നു

ഫോൺ ബെല്ലടിക്കുന്നു എടുത്ത് നോക്കി മനോജ് ആണ്

ഹലോ രാജീവേട്ടാ ഇന്ന് രാത്രിയിൽ ഗൾഫ് എയർ വിമാനം ഉണ്ട് നെടുമ്പാശേരി ബുക്ക് ചെയ്യട്ടെ...

ഓകെ പറഞ്ഞു

മനോജ് ഇന്ന് കുറച്ചു നേരത്തെ വരണം കേട്ടോ ശരി രാജീവേട്ടാ മനോജ് മറുപടി പറഞ്ഞു...

രാജീവ് റൂമിൽ വന്നു അവിടെ ആരും ഉണ്ടായില്ല ആവശ്യമുള്ള സാധനങ്ങൾ എടുത്ത് പാക്ക് ചെയ്ദു...

കുറച്ചുകഴിഞ്ഞപ്പോൾ മനോജ് വന്നു....

രാജീവ് നാട്ടിലേക്ക് വിളിച്ചു...

ഹലോ .....

രാജീവേട്ടാ ഇന്ദു കാൾ എടുത്തു...

ഞാൻ ഇന്ന് രാത്രി പുറപ്പെടും നാളെ വെളുപ്പിന് അവിടെ എത്തും ഞാൻ ഒരു ടാക്സി പിടിച്ച് വന്നോളാം ... മോൾ അറിയണ്ട ഇപ്പോൾ ഒന്നും കേട്ടോ

ശരി രാജീവേട്ടാ.... ഇന്ദു പറഞ്ഞു....

മനോജ് രാജീവനെ എയർപോർട്ടിൽ കൊണ്ട് പോയി.... പരസ്പരം കൈകൊടുത്തു .. രണ്ടുപേർക്കും മനസിൽ

വിഷമം ആയി... കണ്ണുകൾ നിറയുന്നു...

മനോജ് പറഞ്ഞു എന്തുണ്ടായാലും അറിയിക്കാൻ മറക്കരുത് ... ആരുമില്ലെന്നു വിചാരിക്കണ്ട ... ഞാൻ ഉണ്ട് കൂടെ ഒരു കൂടെപ്പിറപ്പായി കേട്ടോ ..

എന്നും പറഞ്ഞു കെട്ടിപിടിച്ചു..

രാജീവൻ അകത്തുകേറി പോകുന്നതും നോക്കി മനോജ് നിന്നു കുറച്ചുനേരം.....

വീട്ടുകാർക്ക് വേണ്ടി കഷ്ട്ടപെടുന്ന പ്രവാസികളുടെ ഒരിക്കലും അവസാനിക്കാത്ത ദുരിതങ്ങൾ ... നാട്ടിൽ ഒന്നും അറിയാതെ ആർഭാടം കാണിക്കുന്ന

മക്കളും കുടുംബക്കാരും ചിന്ദിക്കുന്നുണ്ടോ...

മകൾക്ക് വേണ്ടി ജീവിക്കുന്ന ഒരച്ഛന്റെ സ്വപ്നങ്ങൾ പാതിയിൽ ഉപേക്ഷിച്ചുകൊണ്ട്

തകർന്ന മനസുമായി ഇത്രയും നാൾ അഭയം തന്ന നാടിനോട് യാത്രപറഞ്ഞുകൊണ്ട്

പത്തുമണിക്കുള്ള വിമാനം പറന്നുയർന്നു ...

**********_

ശുഭം.....

സൂരജ് കടവിൽ

Sooraj kumar. K. S
Kadavil house
Samanya nagar
Kambanipadi
Kannara.(post)
Trissur.. 680652

13

ജീവിതനൗക

കുട്ടികൾക്ക് പത്തും എഴും വയസുള്ളപ്പോൾ ആണ് അവരുടെ അച്ഛനെ നഷ്ടമായത്. ഇപ്പോൾ വർഷം മുപ്പത്തി അഞ്ച് കഴിഞ്ഞു. നളനി ചാരു കസേരയിൽ നിന്നും എഴുന്നേറ്റു.തന്റെ കൈയിലുള്ള റൈറ്റിങ് പാഡും പേനയും മേശയിൽ വച്ചു.വലിയ കണ്ണട മുഖത്തിന് മാറ്റു കൂട്ടിയോ എന്ന് തോന്നുന്നു.അറുപത്തിഅഞ്ച് വയസ്സ് ആയതായി കാഴ്ച്ചയിൽ ആരും കരുതില്ല. നളിനി തന്റെ പൂർവ്വകാലത്തേക്ക് തിരിഞ്ഞു നോക്കി.

നളിനിക്ക് 25 വയസ്സുള്ളപ്പോൾ ആണ് അവളുടെ ഭർത്താവ് രമേശ് മരണപ്പെടുന്നത്. അന്ന് മൂത്തമകൻ പത്തു വയസ്സും ഇളയവൾ ഏഴ് വയസ്സും. എന്ത് ചെയ്യണം എന്നറിയാതെ പകച്ചു നിന്ന കാലം. നളിനിയ്ക്കു അമ്മ മാത്രമേ ഉള്ളൂ. രമേശന് ഒരു അനിയൻ ഉണ്ടായിരുന്നു. അയാളും നാടൻ പണി ചെയ്യുന്ന ആളായിരുന്നു. അന്നത്തെ കുടുംബ ജീവിതം മുന്നോട്ടു കൊണ്ടുപോകുവാൻ അയാൾ നന്നായി പാടുപെടുന്നു ആളായിരുന്നു. അയാൾക്കു രണ്ടു പെൺകുട്ടികൾ. ഭാര്യയാണെങ്കിൽ ഒരു ആർത്തി പണ്ടാരം. ഒരു രൂപ പോലും അച്ഛനില്ലാത്ത ആ കുട്ടികൾക്ക് കൊടുക്കുന്നത് ഇഷ്ടമല്ല. ഒരു കുടുംബകലഹം ഒഴിവാക്കാൻ

രമേശിന്റെ അനിയൻ അയാളുടെ ഭാര്യയെ അനുസരിച്ചു ജീവിച്ചു. നളിനി നന്നായി തയ്യൽ ജോലി അറിയാമായിരുന്നു. മക്കളെ സ്കൂളിൽ അയച്ചുകഴിഞ്ഞാൽ അവൾ തുന്നാൻ പോകും. ഒരു ഗാർമെന്റ്സിന്റെ കീഴിൽ ജോലി ആയിരുന്നു. അവിടെ ഏറ്റവും കൂടുതൽ തയ്പ്പിക്കുന്ന ജോലിക്കാരി ആവാൻ നളിനിയ്ക്കു പെട്ടന്ന് സാധിച്ചു. അതിനാൽ കൂടുതൽ കമ്മീഷൻ അവൾക്കാണ് കിട്ടിയിരുന്നത്. അത് കഴിഞ്ഞ് വീട്ടിലും അവൾ തുന്നൽ തുടങ്ങി.. അങ്ങെനെ വിശ്രമമില്ലാത്ത ജോലി. എന്നാലും അവൾ മക്കളെ വളെരെ കരുതലോടെയും സ്നേഹത്തോടെയും വളർത്തി.

കഷ്ടപ്പാടുകൾക്കു അറുതി വന്നപ്പോൾ അവൾ പണം മിച്ചം പിടിക്കാൻ തുടങ്ങി.

കണ്ണനും ഉണ്ണിയും ഇപ്പോൾ വലിയ കുട്ടികളായി തുടങ്ങി. കണ്ണൻ പത്താംതരത്തിൽ, ഉണ്ണി ഏഴാം തരത്തിലും. കണ്ണൻ രാവിലെ പത്രം വീടുകളിൽ കൊണ്ടുകൊടുക്കും.

അങ്ങെനെ അവനുകഴിയുന്ന ജോലി ചെയ്തു കിട്ടുന്ന പണം അമ്മയെ ഏൽപ്പിക്കും. മക്കൾ നല്ല അച്ചടക്കവും ബഹുമാനവും സ്നേഹവും നിറഞ്ഞവരായിരുന്നു.അങ്ങേനെയാണ് അവൾ കുട്ടികളെ വളർത്തിയത്.

രമേശ് മരിക്കുന്നതിനു മുൻപ് നാലു സെന്റ് സ്ഥലത്ത് ഒരു ചെറിയ വീട് ഉണ്ടാക്കിയിരുന്നു.

നളിനിയ്ക്കു വായനയും എഴുത്തും ഒരുപാട് ഇഷ്ട്ടമായിരുന്നു. ആരും കാണാതെ അവൾ നോട്ട്ബുക്കിൽ കുത്തികുറിക്കുമായിരുന്നു. കിട്ടുന്ന സമയം അവൾ വായനയ്ക്കും എഴുത്തിനുമായി ശ്രമിച്ചിരുന്നു.പക്ഷെ അത് ആരും അന്ന് ശ്രദ്ധിച്ചിരുന്നില്ല.

അങ്ങെനെ കണ്ണന്റെ പത്താം തരം റിസൾട്ട് വന്നു. അവനു മുഴുവൻ മാർക്കും ഉണ്ടായിരുന്നു. ആ സ്കൂളിലെ ടോപ്പ്

സ്കോർ അവനായിരുന്നു. ടീച്ചർമാരും രക്ഷകർത്താക്കളും അവനെ അഭിനന്ദനങ്ങൾ കൊണ്ടു വീർപ്പു മുട്ടിച്ചു. ആ സ്കൂളിലെ പ്രധാന അധ്യാപകൻ രാജേഷ് മാഷ് അവന്റെ തുടർന്നുള്ള വിദ്യാഭ്യാസചുമതല ഏറ്റെടുത്തു. നളിനി രാപകൽ കഷ്ടപ്പെട്ട് പണി എടുത്തു കുട്ടികൾക്ക് വേണ്ടി, അവരുടെ സന്തോഷത്തിനു വേണ്ടി ജീവിക്കാൻ തുടങ്ങി. കണ്ണൻ പ്ലസ്ടുവിനും ടോപ്പ് സ്കോർ നേടി. അങ്ങെനെ അവനു അമ്മയുടെ ആഗ്രഹംപോലെ പഠനത്തിൽ ഒന്നാമനായി.സ്കോളർഷിപ്പോടു കൂടി ഉണ്ണി എംബിബിസ് പഠനവും തുടർന്നുള്ള പഠനവും കഴിഞ്ഞു.

ഉണ്ണിയും കണ്ണനെപോലെ നന്നായി പഠിക്കുന്ന കുട്ടി തന്നെയാണ്. പക്ഷെ അവനു ടെൻഷൻ കൂടുതൽ ഉള്ള ആളാണ്. അതിനാൽ എക്സാം കഴിഞ്ഞാൽ മാർക്ക് കുറഞ്ഞു പോകും. എന്നാലും അവനും പ്ലസ്ടുവിനു 95ശതമാനം മാർക്ക് വാങ്ങി. അവൻ ബി എഡ് എടുത്തു പഠിച്ചു,അവനു നല്ലൊരു അധ്യാപകൻ ആവാൻ ആഗ്രഹിച്ചു.അവന്റെ ആഗ്രഹം സാധിച്ചു എല്ലാം നളിനിയുടെ കഴിവുകൊണ്ട് സാധിച്ചു.

ഇന്ന് കണ്ണൻ പ്രശസ്തനായ കാർഡിയോളജിസ്റ്റ് ആണ്. ഉണ്ണി നല്ലൊരു കോളേജ് അധ്യാപകനായി. മക്കൾ രണ്ടുപേരും തന്റെ മരണം വരെ ഒരുമിച്ചു ഒരു വീട്ടിൽ താമസിക്കണം എന്ന് മാത്രം നളിനി മക്കളോടാവശ്യപ്പെട്ടത്. അത് ഈ നിമിഷം വരെ മക്കൾ അനുസരിച്ചു. അവർ തമ്മിൽ ഒരിക്കൽ പോലും ഒരു വഴക്ക് കൂടാൻ ഇടയുണ്ടായില്ല. കണ്ണനും ഉണ്ണിയും വിവാഹം കഴിച്ചു. വേണിയും രാധുവും. വേണി കുട്ടികളുടെ ഡോക്ടറും രാധു വില്ലേജ് ഓഫീസറും ആണ്. രണ്ടുപേർക്കും ഓരോ പെൺകുട്ടികളും.

എല്ലാവരും കൂടിയുള്ള ആ ഒരു ജീവിതത്തിൽ നളിനി സന്തോഷിച്ചു. അവരുടെ ജീവിതം മറ്റുള്ളവർക്കു അസൂയ

ജനിപ്പിച്ചു.

കണ്ണനും വേണിയും വീട്ടിൽ സൗജന്യമായി പരിശോധന ഉണ്ട്. അതിൽ നിർദ്ധനർക്കു വേണ്ട എല്ലാ സഹായവും ചെയ്യാറുമുണ്ട്. പഠിപ്പിക്കാൻ കഴിവില്ലാത്തവരുടെ കുട്ടികളെ പഠിപ്പിക്കുന്നു. അങ്ങെനെ സമൂഹത്തിൽ നന്മയുടെ വഴികൾ അവർ തുറന്നു. തങ്ങൾ വന്ന വഴി മറക്കാതെ അമ്മ നയിച്ച വഴിയിലൂടെ ആ മക്കൾ ഇന്നും നടക്കുന്നു.ജീവിത സായാഹ്നത്തിൽ നളിനി എഴുത്തിനെ പ്രണയിക്കാൻ തുടങ്ങി. അവൾ മുഖപുസ്തകത്തിലും കൂട്ടായ്മകളിലും എഴുത്തിൽ സ്ഥാനം പിടിച്ചിരുന്നു.

"ഗ്രാൻഡ്മാ ലഞ്ച് കഴിക്കാൻ വരൂ "

കണ്ണന്റെ മോൾ ചിന്നുവും ഉണ്ണിയുടെ മോൾ പൊന്നുവും നളിനിയെ പിടിച്ചു വിളിച്ചപ്പോളാണ് നളിനി കഴിഞ്ഞ കാലത്തിൽ നിന്നും തിരിച്ചു വന്നത്.

നളിനി നോട്ട് ബുക്കും പേനയും എടുത്തു. എഴുതിയതിൽ എന്തെങ്കിലും മാറ്റമുണ്ടോ എന്ന് വായിച്ചു ഉറപ്പു വരുത്തി തന്റെ ജീവിത കഥ പുസ്തക രൂപത്തിൽ എഴുതിയത് പൂർത്തിയായി..

****

ദീപ വേണുഗോപാൽ

പള്ളിയാലിൽ ഹൗസ്
ഇടമന കോമ്പൗണ്ട്
തൃക്കണ്ടിയൂർ po
തിരൂർ 676104
മലപ്പുറം ജില്ല

14

പാറുവമ്മ

ഇടവഴിയിലൂടെ തപ്പിത്തടഞ്ഞെത്തിയ കാറ്റ് പറമ്പിലേക്ക് കടന്നതും ആ വലിയ വീടിന്റെ മുറ്റത്തെ ചക്കരമാവിന് ചുവട്ടിൽ പാറുവമ്മ അടിച്ചുക്കൂട്ടിയ ചവറു കൂമ്പാരത്തിൽ തട്ടി കറങ്ങിനിന്നു.കാറ്റ് വന്നു തൊട്ടപ്പോൾ പെട്ടെന്ന്കൈവന്ന ആവേശത്തിൽ ചവറുകൾ കാറ്റിനൊത്ത് നൃത്തംചെയ്ത് അവസാനം ക്ഷീണിച്ചു പല ഭാഗത്തായി തളർന്നു കിടന്നു.ഇതിനൊന്നും ഞാൻ ഉത്തരവാദിയല്ലെന്ന മട്ടിൽ കാറ്റ് ഉടനെ സ്ഥലംവിടുകയും ചെയ്തു.അവിടേക്കാണ് പാറുവമ്മ കടന്നുവരുന്നത്..താൻ കഷ്ട്ടപ്പെട്ടു അടിച്ചുക്കൂട്ടിയ ചവറെല്ലാം പലഭാഗത്തായി കണ്ടതും പാറുവമ്മക്ക് അരിശം കയറി ചൂലെടുത്ത് വീണ്ടുമെല്ലാം വൃത്തിയാക്കി ചവറിനു തീകൊടുത്തു. അതുമുഴുവൻ കത്തിത്തീരുന്നത് വരെ അവിടെനിന്നു കാറ്റിനോട് രണ്ട് വർത്തമാനം പറഞ്ഞിട്ടാണ് പാറുവമ്മ പോയത്.

"കളി എന്റടുത്ത് വേണ്ട..എൻപത് വയസ്സിനിടക്ക് എന്തൊക്കെ കണ്ടതാ."

കൂനിക്കൂടിനടന്നുവരുന്ന പാറുവമ്മ അതിരാവിലെ നടക്കുവാനിറങ്ങുന്നവർക്ക് സ്ഥിരം കാഴ്ചയാണ്. കുറച്ചു നടന്നുകഴിഞ്ഞാൽ നടുവിന് കൈക്കുത്തിനിന്നോ

അതല്ലെങ്കിൽ മതിലിലോ ചാരിനിന്ന് ക്ഷീണംമാറ്റിയായിരിക്കും വീണ്ടുംനടത്തം.രാവിലെ ഏഴുമണിക്കുമുൻപ് നാല് വീടുകളിലെ മുറ്റമടി കഴിഞ്ഞിരിക്കും.ഇത് തുടങ്ങിയിട്ട് വർഷം അറുപത് കഴിഞ്ഞുകാണുമെന്നാണ് പാറുവമ്മയുടെ കണക്ക്.അത് കുറച്ചുക്കൂടുമെന്നല്ലാതെ ഒട്ടും കുറയില്ലത്രെ..!

പ്രായത്തെക്കുറിച്ച് ചോദിക്കുന്നവരെ ലോകപ്രശസ്ത സിനിമാസംവിധായകൻ രാമുകാര്യാട്ടിനെ കൂട്ടുപിടിച്ചു നാട്ടിക കടാപ്പുറത്തേക്ക് പോയതും ചെമ്മീൻ സിനിമയെക്കുറിച്ചുമെല്ലാം വിശദമായി പറയും.ഷീലയും സത്യനുമായുള്ള കല്യാണക്കാര്യം വിവരിക്കും,ഷീലയെ തൊട്ട വിരലേതെന്ന് കാണിക്കും,ആ വിവാഹ ചടങ്ങിൽ ആൾക്കൂട്ടത്തിലൊരാളായി നിന്നതോർത്തെടുക്കും.

'ഇനിയാ പടംകാണുമ്പൊ ശ്രദ്ധിച്ചുനോക്ക്.'

എന്ന് ഓർമ്മിപ്പിക്കുമ്പോൾ സന്തോഷംകൊണ്ട് അവരുടെ കണ്ണുനിറയും.ജീവിതത്തിൽ തനിക്ക് ലഭിച്ച സൗഭാഗ്യമാണ് അതെല്ലാമെന്ന് പറയും.

പത്തറുപത് വർഷം മുമ്പ് നാട്ടുകാരനായ രാമുകാര്യാട്ടിന്റെ ചെമ്മീൻ സിനിമയുടെ ഷൂട്ടിങ് അരക്കിലോമീറ്ററപ്പുറത്തുള്ള ബീച്ചിൽ നടന്നപ്പോഴത്തെ കാര്യമാണ് പാറുവമ്മ പറയുന്നത്.എന്നിട്ടും വിശ്വാസം

വരുന്നില്ലെങ്കിൽ സാക്ഷാൽ ശ്രീനാരായണഗുരു നാട്ടിൽ വന്നകാര്യം വിശദീകരിക്കും.ദേശത്തെ ക്ഷേത്രത്തിലെ പ്രതിഷ്ഠക്ക് വന്നപ്പോൾ അമ്മയോടൊപ്പം പോയതും ഗുരുവിനെ അടുത്തു കണ്ടതുമെല്ലാം പറയും.ഗുരുവിന്റെ മുഖതേജസ്വിനെ വർണ്ണിക്കും.കുഞ്ഞിലേ കണ്ടതാണെങ്കിലും മനസ്സിലിപ്പോഴും നിറഞ്ഞുനിൽക്കുന്ന ഗുരുവിനെക്കുറിച്ചു എത്ര പറഞ്ഞാലും പാറുവമ്മക്ക് മതിയാവില്ല.

"ഇവർക്കാരുമില്ലേ ആവൊ..പാവം വയസ്സുക്കാലത്തും ഇങ്ങനെ കഷ്ട്ടപ്പെടുന്നു."

"വീട്ടിൽ എല്ലാരുണ്ട്..ആവുതൊള്ളോടത്തോളംകാലം പണിയെടുത്ത് ജീവിക്കണം.പറ്റെ വീഴുമ്പൊ അപ്പൊ നോക്കാ..അതിന് ഇടവരുത്തല്ലേന്നാണ് പ്രാർത്ഥന."

തന്നെപ്പറ്റി ചോദിക്കുന്നവരോട് അതാണ് പാറുവമ്മയുടെ മറുപടി.

"അമ്മയെന്തിനാ പണിക്ക് പോണേ..ആൾക്കാര് എന്നെയാണ് കുറ്റപ്പെടുത്തുന്നെ."

മകൻ അമ്മയോട് പലവട്ടം പറയുമ്പോഴും പാറുവമ്മക്ക് വ്യക്തമായ മറുപടിയുണ്ട്.

"വെറുതെയിരിക്കാൻ അമ്മയെക്കൊണ്ട് പറ്റില്ല മോനേ.നിന്റെയച്ചരൻ ഇല്ലാതായപ്പൊ ജീവിച്ചുപോയത് ഇതുകൊണ്ടാ..അത് മറക്കരുത്."

"ആ വീട്ടിലാരുല്ല്യല്ലോ..അവരൊക്കെ ഗൾഫിലല്ലേ..പിന്നെന്തിനാ ദിവസോം അടിച്ചു വൃത്തിയാക്കുന്നെ."

ആൾത്താമസമില്ലാത്ത തൊട്ടപ്പുറത്തെ വീടിന്റെ പരിസരമെല്ലാം വൃത്തിയാക്കുന്നത്കണ്ട് ചോദിച്ചുപോയതാണ്.

"അവരെപ്പഴാ വരാന്നറിയില്ല്യാലോ..വരുമ്പൊ വൃത്ത്യായി കെടക്കണം.എന്നെയേല്പിച്ചിട്ട് പോയതല്ലേ..പൈസേം തന്നിട്ടുണ്ട്."

അതാണ് പാറുവമ്മ.ജോലിയിലും സംസാരത്തിലും കളങ്കം തൊട്ടുതീണ്ടാത്ത പ്രകൃതം.

ഈ മഹാമാരിക്കാലത്ത് മാസ്ക്ക് വെക്കാതെ റോഡിലൂടെ കൂസലില്ലാതെ നടന്നുവരുന്ന പാറുവമ്മക്കരുകിൽ ഒരിയ്ക്കൽ പോലീസ് വണ്ടി ചവുട്ടിനിർത്തി.അതൊന്നും ശ്രദ്ധിക്കാതെ നടന്നുനീങ്ങുന്ന പാറുവമ്മക്കൊപ്പമെത്തിയ പോലീസുകാരൻ അവരെ തടഞ്ഞുനിർത്തി ചോദ്യം തുടങ്ങി.

"മാസ്ക് വെക്കണമെന്നറിഞ്ഞൂടെ നിങ്ങക്ക്."

"ആ കുന്ത്രാണ്ടം വച്ചാല് ശാസംകിട്ട്ണില്ല്യ

മോനേ..അതോണ്ടാ.മാത്രല്ലാ ഞാനാരുടേം അടുത്തേക്കൊന്നും പോണില്ലല്ലാ"

പല്ലില്ലാത്ത മോണകാട്ടി ചിരിച്ചുകൊണ്ടുള്ള പാറുവമ്മയുടെ മറുപടികേട്ട് പോലീസിന്റെ മനസ്സലിഞ്ഞു കുറച്ചു മാസ്ക്കെടുത്ത് അവരുടെ കയ്യിൽ കൊടുത്തു.

"ആരുടെയെങ്കിലും അടുത്തേക്ക് ചെല്ലുമ്പൊ അമ്മ മാസ്ക്ക് വെയ്ക്കാൻ മറക്കരുത്."

പാറുവമ്മ പിന്നെയും ചിരിച്ചപ്പോൾ പോലീസും ആ ചിരിയിൽ പങ്കുചേർന്നു.അതിനുശേഷം പോലീസ് പാറുവമ്മയെ റോഡിൽവച്ചു കാണുമ്പോൾ അടുത്തുവന്നു കുശലംചോദിക്കും.എന്തെങ്കിലും സഹായം വേണമെങ്കിൽ മടിക്കാതെ പറയണമെന്ന് ഓർമ്മപ്പെടുത്തും.

വീടുകളിലെ മുറ്റമടിയെല്ലാംകഴിഞ്ഞു പോകുംവഴിയിലെ കിട്ടാവുന്ന പൂവ് പൊട്ടിച്ചെടുത്ത് കുഞ്ഞിസഞ്ചിയിലാക്കി ഭദ്രമായികൊണ്ടുപോകുന്നത് പാറുവമ്മയുടെ പതിവാണ്.

വീടിനടുത്തുള്ള അമ്പലത്തിലേക്കാണ് പൂവ്.ഈ വയസ്സുകാലത്തും പാറുവമ്മ മുടങ്ങാതെയത് ചെയ്ത്പോരുന്നു.

ഒരിയ്ക്കൽ നടന്നുവരുമ്പോൾ പാറുവമ്മ കൈയ്യെത്താക്കൊമ്പിലെ പൂവ് പൊട്ടിക്കുവാനുള്ള ശ്രമത്തിൽ കഷ്ട്ടപ്പെടുന്നത് കണ്ട് വേഗത്തിൽ നടന്നു സഹായിക്കാമെന്ന് കരുതിച്ചെന്നു.

പാറുവമ്മ കൈയുയർത്തി എന്തൊക്കെയോ പറയുന്നുണ്ട്.

"എന്നെ കഷ്ട്ടപ്പെടുത്താൻ തന്നെയാ ഉദ്ദേശം ല്ലേ..നിനക്കൊന്ന് കുനിഞ്ഞുതന്നാലെന്താ നിന്റെ വളയൂരിപോവോ."

"പാറുവമ്മ ആരോടാ വർത്താനം പറയണത്."

"വെറുതേ ഓരോന്ന് പറയാ മോനേ."

പാറുവമ്മ കാറ്റിനോടും ചെടികളോടും കിളികളോടും ചിലനേരം സ്വയം തന്നോടുത്തന്നെ സംസാരിക്കും..കലഹിക്കും.എന്നിരുന്നാലും ആരോടും ഒരു പരാതിയും പറഞ്ഞിട്ടില്ല.

"എന്നും പാറുവമ്മ കൊണ്ടുച്ചെല്ലുന്ന പൂവുകൊണ്ടാണോ പൂജ."

പൂവ് പൊട്ടിക്കുവാൻ സഹായിക്കുന്നതിനിടയിൽ ചോദിച്ചു.

"ഞാനിത് കൊണ്ടുവരുന്നതും കാത്തിരിക്ക്യാവും എന്നിട്ടേ പൂജ തൊടങ്ങു.പണ്ടൊരിയ്ക്കല് എനിക്ക് വയ്യാണ്ടായി കെടപ്പായി...പൊള്ളണ പനി.അന്ന് പൊറത്തെറങ്ങാതെ മൂടിപ്പൊതച്ചു കെടന്നു.അന്നാണെങ്കിൽ എന്നുമില്ലാത്തപോലെ വെളുപ്പിനേത്തുടങ്ങി ഭയങ്കര മഴേം കാറ്റും..പോരാത്തേന് ഇടിവെട്ടും.ഞാൻ മാത്രല്ല ഒരുത്തരും പൊറത്തെറങ്ങിയില്ല..അന്ന് പൂജേം മുടങ്ങി.അപ്പൊ മനസിലായില്ലേ കാര്യം."

ആ ക്ഷേത്രവും അവിടത്തെ ദേവിയും പാറുവമ്മയുടെ ജീവിതത്തിന്റെയൊരു ഭാഗമാണെന്ന് സംസാരത്തിൽ ബോധ്യപ്പെട്ടു.

"പാറുവമ്മ ഈ ചെയ്യുന്നതിനൊക്കെ ദൈവംതരും."

എന്നുപറഞ്ഞതും അതിനുള്ള പാറുവമ്മയുടെ ഉത്തരം ഉടനെവന്നു.

"ഒന്നും വേണ്ട..ഞാനൊന്നും ഇതുവരേക്കും ആവശ്യപ്പെട്ടിട്ടില്ല..ഇനിയൊട്ട് ചോദിക്കേയില്ല.ദൈവങ്ങൾക്ക് എല്ലാം അറിയാലോ."

അവരുടെ വാക്കുകൾക്കുള്ളിൽ പലതും അടങ്ങിയിരിക്കുന്നുണ്ട്.അത് മനസിലാക്കുവാൻ പ്രയാസമുണ്ടായില്ല.എങ്കിലും ഒരു പരാതിയായി അതിനെ കാണുവാനും കഴിയില്ല.ഓരോ വാക്കുപോലും അത്രക്കും

കൃത്യതയോടെ പാറുവമ്മ പറയുന്നത് കേട്ട് ആശ്ചര്യപ്പെട്ടിട്ടുണ്ട്.

"എല്ലാം അറിയുന്ന ദൈവം കണ്ടറിഞ്ഞു ചെയ്യേണ്ടതല്ലേ."

അത് കേട്ടപ്പോൾ പാറുവമ്മ പതിവുപോലെ കുലുങ്ങി കുലുങ്ങി ചിരിച്ചു.അവസാനം ചിരിയെ ശോകച്ഛായയിൽ കൊണ്ടുനിർത്തി നെടുവീർപ്പിട്ടുകൊണ്ട് പറഞ്ഞു.

"കുഴീക്ക് പോവാനായി..ഈ തന്നത് തന്നെ ധാരാളം..ഇനി ആരേം ബുദ്ധിമുട്ടിക്ക്യാണ്ടങ്ങു പോയാ മത്യായിരുന്നു ."

****

സുനിൽ വേളേക്കാട്ട്

വലപ്പാട് പി.ഒ
തൃശ്ശൂർ
mob :7736099773

15

കാട്ടുമുല്ല

ഉച്ച ആകാറായപ്പോഴേക്കും അനിലും, മായയും അടിവാരത്തിൽ എത്തി.

ഇനിയുള്ള യാത്ര ചുരം കയറി ആണ്. രണ്ടു മണിക്കൂറോളം ഇനിയും വേണം അവിടെ എത്താൻ.

വണ്ടി ഒരു സൈഡിൽ പാർക്ക് ചെയ്തിട്ട് അനിൽ പറഞ്ഞു.

" മായേ.. ഇനി നമുക്ക് എന്തെങ്കിലും കഴിച്ചിട്ട് പോയാൽ മതി. "

" എന്തെങ്കിലും ചെറുതായിട്ട് കഴിക്കാം അനിയേട്ടാ.. വിശപ്പ് ഇല്ല.."

" ഇനി അങ്ങോട്ട് ചെല്ലുന്തോറും എന്തെങ്കിലും കഴിക്കാൻ കിട്ടാൻ പാടായിരിക്കും.. അല്ലെങ്കിൽ തന്നെ ഇപ്പോൾ ഈ യാത്രയുടെ വല്ല കാര്യവും ഉണ്ടോ മായേ.. എനിക്കിപ്പോഴും ഇതിലൊന്നും ഒരു വിശ്വാസവും തോന്നുന്നില്ല."

" സാരമില്ല അനിയേട്ടാ.. ഇത് കൂടെ മതി. എന്റെ ഒരു സമാധാനത്തിന്.. "

" നിന്നെ വിഷമിപ്പിക്കാൻ പറഞ്ഞതല്ല. ഇനിയും ഒരു കുഞ്ഞിന് വേണ്ടി.. കാണാത്ത ഡോക്ടർ മാരില്ല. ചെയ്യാത്ത വഴിപാടുകൾ ഇല്ല.എല്ലാം അവസാനിച്ചു കഴിഞ്ഞതാണ്...

അപ്പോൾ ആണ് നിന്റെ ഒരു "വനദേവതയും, കാട്ടുമുല്ലയും ".

എന്തൊക്കെയോ പിറുപിറുത്തുകൊണ്ട് അനിൽ അവിടെ കണ്ട ഒരു റെസ്റ്റോറന്റ് ലേക്ക് കയറി. പിന്നാലെ മായയും.

ഭക്ഷണം കഴിച്ച് വണ്ടി ചുരം കയറി തുടങ്ങിയപ്പോൾ അനിൽ പറഞ്ഞു

" മായേ.. നിന്റെ നേർച്ചയും, വഴിപാടും ഒക്കെ വേഗം കഴിച്ചിറങ്ങണം. ഇരുട്ടുന്നതിന് മുൻപ് മല ഇറങ്ങിയില്ലെങ്കിൽ വണ്ടി ഓടിക്കാൻ ബുദ്ധിമുട്ട് ആയിരിക്കും.. "

അവൾ ഒന്നും മിണ്ടിയില്ല...

നീണ്ട പതിനഞ്ചു കൊല്ലം..

ഒരു കുഞ്ഞിന് വേണ്ടി എത്ര കൊതിച്ചു. ഒടുവിൽ എല്ലാം മതിയാക്കി.

ഒരു കുഞ്ഞിനെ ദെത്തെടുക്കുന്ന കാര്യം അനിയേട്ടൻ പറഞ്ഞതാണ്. തനിക്കാണ് അത് സമ്മതം ഇല്ലാത്തത്.

ദെത്തെടുക്കുന്ന കുഞ്ഞിനെ സ്നേഹിക്കാൻ കഴിഞ്ഞില്ലെങ്കിലോ..

ഈ അടുത്താണ് മായയോട് ഒരു സുഹൃത്ത് പറഞ്ഞത്. മലമുകളിലെ ദേവിയെക്കുറിച്ച്..

ഒരു വനദേവത ആണ്. ആ ദേവിക്ക് അവിടെ നിന്ന് തന്നെ കിട്ടുന്ന കാട്ടുമുല്ല കൊണ്ടുള്ള മാലയിട്ട് പ്രാർത്ഥിച്ചാൽ കുഞ്ഞുങ്ങൾ ഉണ്ടാകും എന്ന്..

അന്ന് മുതൽ അവൾ അനിലിനെ ശല്യം ചെയ്യുന്നത് ആണ്. അവന് അത് ഒട്ടും വിശ്വാസം ആയിരുന്നില്ല.

വണ്ടി അപ്പോഴും പതിയെ ചുരം കയറുക ആയിരുന്നു.

കോടമഞ്ഞിൽ പുതഞ്ഞു കിടക്കുന്ന മലഞ്ചരുവുകൾ.

ഇളകിയാടുന്ന മരച്ചില്ലകളിൽ നിന്നുള്ള കല പില ശബ്ദങ്ങൾ..

ഇടയ്ക്കിടെ കടന്നു പോകുന്ന വാഹനങ്ങൾ..

ഏകദേശം സ്ഥലം എത്താറായപ്പോൾ അനിൽ മായയോട് പറഞ്ഞു.

" നമ്മൾ പറഞ്ഞ സ്ഥലം എത്താറായി. ഇപ്പോൾ തന്നെ മഞ്ഞിറങ്ങി തുടങ്ങി. എല്ലാം വേഗം കഴിച്ച് ഇറങ്ങാൻ നോക്കണം.. "

വണ്ടി പോകുന്നിടം വരെ ചെന്ന് അവിടെ ഒരിടത്തു ഒതുക്കിയിട്ടു. ഇരുവരും വണ്ടിയിൽ നിന്നിറങ്ങി.

അതിലെ പോയ ഒരാളോട് ചോദിച്ചു..

" ചേട്ടാ... ഈ വനദേവത ക്ഷേത്രം എവിടെ ആണ് "

" വരൂ.. ഞാൻ അങ്ങോട്ടാണ് പോകുന്നത്. ദാ... ഈ കുന്നിന്റെ ചെരുവിൽ തന്നെ ആണ് ക്ഷേത്രം.. "

അവർ ആ മനുഷ്യന്റെ പിന്നാലെ നടന്നു.

കുന്നിന്റെ ചെരുവിലായി ഒരു ചെറിയ ക്ഷേത്രം. വലിയ തിരക്കൊന്നും ഇല്ല. അടുത്ത് രണ്ടു മൂന്നു പെട്ടിക്കടകൾ.

എന്നാലും അന്തരീക്ഷം ആകെ ഒരു പ്രത്യേക ഭക്തി യിൽ മുങ്ങി നിൽക്കുന്നു.

" ഇതാണ് ക്ഷേത്രം. നിങ്ങൾ പട്ടണത്തിൽ നിന്ന് വരികയാണോ.. "

" അതേ ചേട്ടാ.. ഇവിടെ ഒരു മുല്ല മാല ഇടുന്ന വഴിപാട് ഇല്ലേ. അതിനുള്ള പൂവ്.. "

" ഈ ദേവിയുടെ ഇഷ്ട വഴിപാട് ആണത്. നിങ്ങൾക്ക് കുഞ്ഞുങ്ങൾ ഇല്ല അല്ലെ... വിഷമിക്കണ്ട ദേവിയോട് മനസുരുകി പ്രാർത്ഥിച്ച് മാല ചാർത്തു. ദേവി അനുഗ്രഹിക്കും..

ദാ... ആ കാണുന്ന പെൺകുട്ടിയുടെ അടുത്ത് മാല ഉണ്ട്.. "

ഇത്രയും പറഞ്ഞ് അയാൾ നടന്നു നീങ്ങി.

അവർ ആ പെൺകുട്ടിയുടെ അടുത്തെത്തി.

നന്നായി കറുത്ത് മെലിഞ്ഞ ഒരു പെൺകുട്ടി.

കൂടിയാൽ ഒരു ഇരുപത് വയസ്സ് തോന്നും.

മടിയിൽ ഒരു കുഞ്ഞ്..

അവർ ചെല്ലുമ്പോൾ അവൾ ആ കുഞ്ഞിന് പാല് കൊടുക്കുകയായിരുന്നു.

കുഞ്ഞിനെ മാറിൽ നിന്ന് മാറ്റി അവൾ ചോദിച്ചു.

" എന്നാ.. അമ്മ.. പൂവിനല്ലേ.. എത്ര വേണം പൂവ്.. "

മായ അതിശയത്തോടെ ആ കുഞ്ഞിനെ നോക്കി.

വെളുത്തു തുടുത്ത ഒരു ഓമനക്കുഞ്ഞ്.മുല്ല മുട്ട് പോലെ രണ്ടു മൂന്നു കുഞ്ഞിപ്പല്ലുകൾ കാട്ടി ആ കുഞ്ഞ് മായയെ നോക്കി ഒന്ന് ചിരിച്ചു.

അവൾക്കൊന്ന് ആ കുഞ്ഞിനെ എടുക്കാൻ തോന്നിപ്പോയി.

" അമ്മാ... പൂവ് എത്ര വേണം "

അവൾ പെട്ടെന്ന് പൂവ് നോക്കി..

ഇതാണ് "കാട്ടുമുല്ല, "

പ്രത്യകിച്ച് സാധാരണ മുല്ലപ്പൂക്കളുമായി വലിയ വിത്യാസം ഒന്നുമില്ല. അല്പം നീളം കൂടുതൽ ഉണ്ട്.

പൂവും വാങ്ങി തിരിച്ചു നടക്കുമ്പോഴും അവളുടെ മനസ്സിൽ ആ കുഞ്ഞു മുഖം ആയിരുന്നു.

ക്ഷേത്രത്തിൽ ഇരുന്നു പ്രാർത്ഥിച്ച് തുടങ്ങിയപ്പോൾ മുതൽ അവർക്ക് ഉള്ളിൽ ഒരു തണുപ്പ് അനുഭവപ്പെട്ടു.

രണ്ടു പേരും നന്നായി പ്രാർത്ഥിച്ചു മാല ചാർത്തി തിരിച്ചിറങ്ങുമ്പോൾ അനിൽ പറഞ്ഞു.

" മായേ.. ഈ ദേവിക്ക് എന്തോ ഒരു ശ

ക്തി ഉള്ളത് പോലെ.. "

അവൾ അതൊന്നും കേൾക്കുന്നുണ്ടായിരുന്നില്ല. അവളുടെ കണ്ണുകൾ ആ പെൺകുട്ടിയെയും, കുഞ്ഞിനേയും തിരയുകയായിരുന്നു.

പക്ഷേ അവരപ്പോൾ അവിടെ എങ്ങും ഉണ്ടായില്ല.

കാറിൽ കയറി തിരിച്ചുള്ള യാത്രയിൽ അനിലിന്റെ മനസ്സ് ശാന്തമായിരുന്നു. എല്ലാം ശരിയാകും എന്ന ഒരു വിശ്വാസം

അവനും തോന്നിത്തുടങ്ങി.

വണ്ടി പയ്യെ ഒരു കുഴിയിൽ ഒന്ന് ചാടി..ഒന്ന് ഇളകി.

പെട്ടെന്ന്... ഒരു കുഞ്ഞിന്റെ കരച്ചിൽ...

അവർ പരസ്പരം നോക്കി..

അതേ... വണ്ടിയിൽ നിന്ന് തന്നെ ആണ് കരച്ചിൽ..

വണ്ടി ഒതുക്കി നിർത്തി അവര് ചാടി ഇറങ്ങി ചെന്ന് ബാക്ക് ഡോർ തുറന്നു..

അവിടെ.. സീറ്റിന് താഴെ..

തുണിയിൽ പൊതിഞ്ഞ്.. ആ.. കുഞ്ഞ്..

ഉറക്കത്തിൽ നിന്നെണീറ്റ് കരയുന്നു..

അവനരികിൽ...അപ്പോഴും വാടാതെ ഒരു കെട്ടു പൂക്കൾ..കാട്ടുമുല്ലപ്പൂക്കൾ..

ശുഭം.

****

സുജ ലാലു

ചെറായി, എറണാകുളം ജില്ല.

16

കാലത്തിന്റെ മറുപടി.

നിലവിളിക്കുന്ന ശബ്ദത്തിൽ ഫോണിൽ ആരോടൊ അമ്മ സംസാരിക്കുന്നുണ്ടായിരുന്നു.

ഓൺലൈൻ ക്ലാസ്സ് അവസാനിപ്പിച്ചു കൊണ്ട് എഴുന്നേൽക്കുമ്പോൾ വളരെ ആശങ്കയോടെ അമ്മ കാത്ത് നിൽക്കുന്നു.. കണ്ണുകളൊക്കെ നിറഞ്ഞിട്ടുണ്ട്.

എന്താ അമ്മേ...ആരായിരുന്നു വിളിച്ചത്?

രാവുണ്ണിയമ്മാവന്റെ എളേ മോൻ സുകു ആശുപത്രിയിലാണ്. ഇച്ചിരെ സീരിയസ് ആണത്രെ. ഊർദ്ധം വലിക്കുന്നു.. “

"ആരാ അറിയിച്ചത്. “.

"ദിനേശൻ... മോളെ.. നമുക്കൊന്നു അത്രടം വരെ പോണ്ടേ..”

അവൾ അമ്മയുടെ മുഖത്തേക്ക് ആഴത്തിൽ നോക്കി. അവൾ എന്തെങ്കിലും പറയുമെന്ന് അമ്മ പ്രതീക്ഷിച്ചിട്ടുണ്ടാവും

"വേണോങ്കിൽ പോയി കാണാം.. അമ്മ വസ്ത്രം മാറി വന്നോളു..”

അമ്മയുടെ മനസ്സ് നിർമ്മലമാണ്. ആരോടും പരിഭവമില്ല. താനായിട്ടു ഇനി ഒന്നും കുത്തിപറയേം വേണ്ട.

സുകുവേട്ടനേ ചെന്നു കാണണമെന്ന് ഒട്ടും തന്നെ ആഗ്രഹമില്ല... ഹൃദയത്തിൽ പോലും അങ്ങനെയൊരു പേരില്ല.

അമ്മയുടെ കാര്യം അങ്ങനെയല്ല...സ്വന്തം മകനെ പോലെയായിരുന്നു സുകുവേട്ടൻ.

അമ്മയുടെ കസിനാണ് രാവുണ്ണിയമ്മാവൻ.... ഒരേ പുരയിടത്തിൽ തന്നെയായിരുന്നു രാവുണ്ണിയമ്മാവനും ഭാര്യ സുധാമ്മായിയും പണ്ട് താമസിച്ചിരുന്നത്. അവർക്ക് രണ്ടു ആണ്മക്കൾ..

രണ്ടു വീടുകൾ തമ്മിൽ വേർതിരിവുകളില്ലായിരുന്നു...

അമ്മയ്ക്കു സുധാമ്മായി സ്വന്തം ചേച്ചിയെ പോലെ തന്നെ.. രാവുണ്ണിയമ്മാവനു ജാതകമെഴുത്തും ജോതിഷവുമൊക്കെ വശമായിരുന്നു.

.. വരുമാനം കുറവ്. സുധാമ്മായി അമ്മയോട് എപ്പോഴും പണം കടം മേടിക്കാറുണ്ടു. തിരിച്ചുകൊടുക്കലുണ്ടാകില്ല. അമ്മ ചോദിക്കാറും ഇല്ല. ആൺമക്കൾ രണ്ടു പേരും നന്നായി പഠിക്കും.

പലപ്പോഴും അവർക്ക് പ്രാതൽ കൊടുക്കുന്നതു അമ്മയാണ്.. മൂത്തയാൾ ദിനേശേട്ടൻ.. . ആള് ശാന്തനാണ്. അധികം സംസാരമില്ല. നേരെ വിപരീതസ്വഭാവമാണ് സുകുവേട്ടന്.

ഒച്ചയും ബഹളവും വികൃതിയും. എം എ ക്കു പഠിക്കുന്ന ദിനേശേട്ടൻ എന്നും നടന്നാണ് കോളേജിൽ പോകുന്നത്. പക്ഷേ സുകുവേട്ടൻ ബസ്സിലേ പോകൂ. അമ്മയാണ് ദിവസവും എസ് ടി കൊടുക്കുന്നതു...അതിരന്നു വാങ്ങാൻ സുകുവേട്ടന് ഒരു മടിയുമില്ല. സുധാമ്മായി അമ്മയോട് മിക്കപ്പോഴും പറയും. " വിനോദിനിയെ പഠിപ്പിക്കണംട്ടോ.. ഇപ്പോക്കെ പഠിപ്പും ജോലിയും ഉള്ള കുട്ട്യോൾക്കാ നാട്ടില് വിലയൊള്ളത്..ഞാൻ എടുത്തോളാം എന്റെ വിനു മോളെ..

എന്റെ ദിനേശന് ഇവള് ചേരും..” അവർ വരുമ്പോൾ എന്നും സ്നേഹത്തോടെ തഴുകുകയും എന്റെ മോള് തന്നെ എന്നു കൊഞ്ചിക്കുകയും ചെയ്യാറുണ്ട്. അമ്മ മറുത്തൊന്നും പറയാറില്ല.

ദിനേശേട്ടന് കോളേജിൽ മലയാളം അദ്ധ്യാപകനായി ജോലി കിട്ടിയതോടെ സുധാമ്മായിക്ക് സന്തോഷമായി. അൽപസ്വൽപ്പം ജാഡയൊക്കേയായി.

രണ്ടു വര്ഷം കഴിഞ്ഞപ്പോൾ സുകുവേട്ടന് ഐടി കമ്പനിയിൽ നല്ല ജോലി കിട്ടി.ബാംഗ്ലൂരിലേക്ക് പോയി,..അതോടെ അവർ ആ വീട് വിറ്റു സുധാമ്മായിയുടെ തൽപര്യത്തിൽ നഗരത്തിലേക്ക് ചേക്കേറുകയും ചെയ്തു... അന്ന് പത്താം ക്ളാസ്സിൽ പഠിക്കുകയാണ്.

രണ്ടു ചേട്ടൻമാരോടും തനിക്ക് സ്നേഹമായിരുന്നു.

ദിനേശേട്ടൻ വരാറില്ലെങ്കിലും സുകുവേട്ടൻ ഇടക്കിടക്ക് വീട്ടിൽ കയറി വരും.

അമ്മയ്ക്ക് സുകുവേട്ടനെ വലിയ കാര്യമാണ്. വന്നാൽ ഉടൻ ഭക്ഷണം കൊടുക്കും.പൊക്കറ്റ് മണിയും കൊടുക്കും. ആ സ്വാതന്ത്ര്യത്തിൽ ചിലപ്പോൾ തന്റെ മുറിയിലൊക്കെ കയറി വരും. എപ്പോ വന്നാലും നീ വരുന്നോടി സിനിമയ്ക്ക് എന്നു ചോദിക്കും.

അമ്മയുണ്ടെങ്കിൽ ഞാൻ റെഡിയാ.. "എന്നു നിഷ്കളങ്കമായി പറയും.

ഏയ് അമ്മേന്തിനാ.. ഞാനൊരാൾ മതിയല്ലോ.. നീ വാ. “

"ഏയ്.. ഞാനില്ല. അങ്ങിനെ ഒഴിയും. "പലപ്പോഴും അങ്ങിനെ വിളിക്കും.താൻ താൽപ്പര്യം കാണിച്ചിട്ടും ഇല്ല..അതിൽ കൂടുതൽ ആ ക്ഷണത്തിന് അർത്ഥം തിരയാനൊന്നും പോയിട്ടില്ല.

കുട്ടികാലം മുതലേ കാണുന്ന ആളല്ലെ. അഞ്ചാറു വയസ്സിന് മൂത്തത്....അന്ന്

പഠിത്തം അല്ലാതെ മറ്റൊന്നും മനസ്സിലില്ല. ചിലപ്പോൾ സുകുവേട്ടൻ ചില സിനിമകളിലെ കഥകൾ പറയും. അതിലെ മോശം രംഗങ്ങളെക്കുറിച്ചൊക്കെ വർണ്ണിക്കും...ചില വർണ്ണനകൾ മനപൂർവം പറയുന്നതു പോലെ..-

അസ്വാഭാവികമായി പലപ്പോഴും തോന്നി. അതിരുകൾ ലംഘിക്കുന്നതായി അനുഭവപ്പെട്ടപ്പോൾ സുകുവേട്ടനെ കാണുമ്പോൾ മാറിക്കളയും. ഒരിക്കൽ അമ്മയും അച്ഛനും ഇല്ലാത്തപ്പോൾ ആൾ പതുങ്ങിപ്പതുങ്ങി വന്നു കയറിപ്പിടിക്കുകയും ചെയ്തു.

കായികമായി കുറച്ചു പരിശീലനമൊക്കെ സ്കൂളിൽ നിന്നും കിട്ടിയിരുന്നത് കൊണ്ട് കുതറി പുറത്തു ചാടി.. സുകുവേട്ടന്റെ ചെറുവിരലൊടിഞ്ഞു എന്നാ കേട്ടത്.

"ഇറങ്ങിക്കൊ ഇവിടന്ന്... ഇനി ഇവിടെ വന്നാൽ തന്റെ കാലും കൈയ്യും തല്ലിയൊടിക്കും ഞാൻ, പൊയ്ക്കോണം." തീരെ ദാക്ഷിണ്യമില്ലാതെ പറഞ്ഞു.

" നീയൊക്കെ ആരാടീ - മോളെ...." ചീത്ത വിളിച്ച് കൊണ്ടാണ് സുകുവേട്ടൻ ഓടി പ്പോയത്. സത്യത്തിൽ ഷോക്കായിപ്പോയി. സുകുവേട്ടന്റെ മറ്റൊരു മുഖം.

അച്ഛനും അമ്മയും വന്നപ്പോൾ വിവരങ്ങൾ മറച്ചു വച്ചില്ല.. അച്ഛൻ അമ്മയെ വഴക്കു പറഞ്ഞു.

"നീ ഒരുത്തി യാണ് അവനൊക്കെ ഈ വീട്ടിൽ സ്വാതന്ത്രം കൊടുത്തത്... അവന്റെയൊരു കോഴിനോട്ടം..."

"സുധേച്ചിക്കു വിനോദിനിയെ വലിയ ഇഷ്ടമാണ്, "

"എന്നു വച്ച്.. "അച്ഛൻ അലറി,

"ഇനി ഇത് വച്ച് ഒരു വഴക്കുണ്ടാക്കണ്ട, " അമ്മ കരഞ്ഞു പറഞ്ഞു...

അച്ഛൻ വിട്ടില്ല. സുകുവേട്ടനെ ശകാരിച്ചു. വീട്ടുകാർ തമ്മിൽ പിണങ്ങി.

പക്ഷേ സുധാമ്മായി നാട് മുഴുവൻ പറഞ്ഞു നടന്നു. അവരുടെ സുകു മോനേ അമ്മയും മോളും കൂടി വശീകരിക്കാൻ നോക്കി എന്നു.

മോളെപ്പോലെ ഇഷ്ടമാണ് എന്നു പറഞ്ഞ നാവ് കൊണ്ട് സ്വഭാവദൂഷ്യം പറഞ്ഞു പരത്തി.

കുറെനാൾ കഴിഞ്ഞു അവർ വീടും മാറി.

അതൊന്നും മനസ്സിനെ മരവിപ്പിച്ചില്ല. പഠിത്തത്തിലായിരുന്നു ശ്രദ്ധ.

അഞ്ചു വർഷം .. പഠിച്ച കോളേജിൽ തന്നെ ജോലി... നല്ലൊരു കവയിത്രി എന്ന പേര്.

സാഹിത്യലോകത്ത് നിന്നു ധാരാളം പെൺ ആൺ സുഹൃത്തുക്കൾ.. പഠിപ്പിക്കുന്ന വിദ്യാർഥികളുടെ ആദരം. നല്ല വരുമാനം..

അച്ഛന്റെ മരണം മാത്രമാണു പെടുന്നനെയുള്ള ഒരു വേദനയായുള്ളുകലക്കിയത്.

വേർപാടിന്റെ ദുഖം. ഒറ്റപ്പെടലിന്റെ ഏകാന്തത. അനുഭവിച്ചു.

അതും കടന്നു പോയി... വളരെ വേഗം..

ഇടയ്ക്കൊക്കെ ഇവിടെയുള്ള മറ്റ് ബന്ധുക്കളെ സന്ദർശിക്കാൻ വരുന്ന സുധാമ്മായി സ്വഭാവദൂഷ്യത്തിന്റെ ഓർമ്മപ്പെടുത്തലായി ഒന്നു രണ്ടു വിവാഹാലോചനകൾ തെറ്റിച്ചു കളഞ്ഞു...

ഇനി ആലോചനയൊന്നും വേണ്ടാമ്മേ.. കുറച്ചു കഴിയട്ടെ... അമ്മയോട് കടുപ്പിച്ചു പറഞ്ഞു.

അമ്മ അനുസരണയുള്ള മകളായി.

വർഷങ്ങൾ മൂന്നാല് വീണ്ടും ഓടിപ്പോയി.

ദിനെശേട്ടനും സുകുവേട്ടനും വിവാഹിതരായി എന്നറിഞ്ഞു. അത്ര മാത്രം.

ഗേറ്റ് തുറന്നു കാർ പുറത്തെടുത്തപ്പോഴേക്കും അമ്മ വീട് പൂട്ടി വന്നു,

"അവനെ ഞാൻ സ്വന്തം മകനെ പ്പോലെയാണ് കരുതിയിരുന്നത് ..അവൻ എന്റെ കുഞ്ഞിനോട് വേണ്ടതീനം കാണിച്ചു. അവന്റെ അമ്മയാവട്ടെ എന്റെ കുഞ്ഞിനു വരുന്ന വിവാഹാലോചനകൾ മുടക്കി, എന്നാലും മരണക്കിടക്കയിൽ എന്നെ കാണണമെന്ന് അവൻ ആവശ്യപ്പെട്ടപ്പോൾ .... " ആരോടെന്നില്ലാതെ അമ്മ സമാധാനം പറഞ്ഞു. അമ്മയുടെ ശരികൾ.

അതിനു മറുപടി പറഞ്ഞില്ല..

ഹോസ്പിറ്റലിൽ മുറിക്കു പുറത്തു ദിനേശേട്ടൻ നിൽക്കുന്നുണ്ടായിരുന്നു. സുധാമ്മായി

പുറത്തെ ഇടനാഴിയിൽ കസേരയിൽ

തളർന്നിരിക്കുന്നു. അവർ അമ്മയെ കണ്ടു.

അവർക്ക് വാക്കുകളില്ലായിരുന്നു. ഒരു പക്ഷേ അമ്മ വരുമെന്നു കരുതിയിട്ടുണ്ടാവില്ല.

അച്ഛൻ മരിച്ചപ്പോൾ ഒന്നു വരികയോ അമ്മയെ ആശ്വാസിപ്പിക്കുകയോ ചെയ്യാത്ത സ്ത്രീയാണ്. അമ്മ മുറിക്കകത്തേക്ക് കയറിപ്പോയി. പുറത്തു തന്നെ നിന്നു. ദിനേശേട്ടൻ അടുത്തു വന്നു പറഞ്ഞു...

"ക്യാൻസർ ആയിരുന്നു... ഇനി ഒന്നും ചെയ്യാനില്ല."

ങുഹും. ഒന്നു മൂളി..

"സുകുവേട്ടന്റെ ഫാമിലി "

"അവൾ വന്നില്ല. അവർ തമ്മിൽ എന്തോ പ്രശ്നങ്ങൾ .."

വീണ്ടും മൗനം.

സുധാമ്മായി കണ്ണീരിനിടയിലും ഭൂതക്കണ്ണാടിയിൽ കൂടി നോക്കുന്നപോലെ സ്കാൻ ചെയ്യുന്നുണ്ടു.

അവരെ ശ്രദ്ധിച്ചേ ഇല്ല.

അമ്മ മുറിയിൽ നിന്നു ഇറങ്ങി വന്നു. നനഞ്ഞ കവിൾത്തടങ്ങൾ..കലങ്ങിയ കണ്ണുകൾ.

വാ. പോകാം. അമ്മ മൃദുവായി പറഞ്ഞു.

അമ്മ യുടെ പിറകെ നടന്നു. താഴെ പാർക്കിങ് എരിയായിൽ കാറിൽ കയറുന്നതിന് മുന്പെ ദിനേശേട്ടന്റെ വിളി വന്നു.

"അവൻ പോയി. "മൊബൈലിൽ നോക്കി ഒരു നിമിഷം നിന്നു.

അമ്മ കാറിൽ കയറി ഇരുന്നു കഴിഞ്ഞു.

"പോകാം മോളെ.. നമ്മൾ ശരിയായ നേരത്ത് തന്നെയാ വന്നതു. അവന്റെ കണ്ണുകൾ നിറഞ്ഞിരുന്നു, കൈയ്യും കാലും വളഞ്ഞു നിവർത്താനാവാതെ ഇരിക്കുന്നു. ശരിക്കും നല്ല വേദന അവൻ അനുഭവിച്ചിരിക്കുന്നു. എന്റെ കൈയ്യിൽ പിടിച്ചു എന്റെ കണ്ണിലേക്ക് ഒന്നു നോക്കി. " അമ്മ സാരിതുമ്പു കൊണ്ട് മിഴികൾ ഒപ്പി.. തന്റെ

പഴയ വാക്കുകൾ ഓർമ്മയിൽ.." ഇനിയിവിടെ വന്നാൽ തന്റെ കൈയ്യും കാലും തല്ലിയൊടിക്കും..പൊയ്ക്കോണം""

ദീർഘമായി നിശ്വസിച്ചു. കാലം മറുപടി പറയുന്നു.

"നിനക്കു അവനോടു ദേഷ്യമുണ്ടോ ? " അമ്മ മെല്ലെ തിരക്കി.

"ഇല്ല. "

ഡ്രൈവിങ്ങിൽ മാത്രം ശ്രദ്ധിച്ച് വണ്ടിയോടിച്ചു.

****

Sheela Luiz

DRA 14, kannampilly road.
Pachalam p o.
Cochin 682012. Mobile 8281248807

17

നന്മ മരങ്ങൾ പൂക്കുമ്പോൾ

"മിനിക്കുട്ടീ, എന്തെടുക്കുവാ, ബാത്ത് റൂമിൽ കയറിയിട്ട് ഒത്തിരി സമയമായല്ലോ! ഒന്ന് വേഗം വാ പെണ്ണ്ണേ..... "

ഓഹ്, " കഴിഞ്ഞു ദാ വരുന്നമ്മേ ''പാവം കുളിമുറിയ്ക്ക് പുറത്ത് എത്ര സമയമായി കാത്ത് നിൽക്കുന്നു, അമ്മയുടെ ഒരു കഷ്ടപ്പാട്, ഏറെ സങ്കടമുണ്ട്, എന്തു ചെയ്യാം! ദൈവം തന്നെ ജനിപ്പിച്ചതേ രണ്ടു കാലും തളർന്നവളായിട്ടല്ലേ! ഇരുപത്തിമൂന്ന് വർഷമായി അമ്മതന്നെ ചുമക്കുകയല്ലേ? അടുപ്പിൽ വച്ച് മീൻ കറി കരിഞ്ഞു പോകാതിരിക്കാനുള്ള തത്രപ്പാടിലാണമ്മ, തൻ്റെ കുളി കഴിഞ്ഞ് വസ്ത്രം മാറ്റി വീൽ ചെയറിൽ ഇരുത്തിയിട്ടു വേണം അമ്മയ്ക്ക് മറ്റു ജോലികൾ ചെയ്യാൻ, പാവം, പ്രായത്തേക്കാൾ അവശയായി - അപ്പൂപ്പൻ താടികൾ കൂട്ടം ചേർന്ന പോലെ തലയാകെ വെള്ളി നൂലുകൾ, ചുക്കിച്ചുളിഞ്ഞ് എല്ലോ ട് ചേർന് തൊലി, ഏതോ പൊത്തിൽ നിന്ന് എത്തി നോക്കുന്ന പോലെ കണ്ണുകൾ, ഈശ്വരാ എന്തിനീ പരീക്ഷണം.....

നനുത്ത ഓർമ്മത്തൂവൽ മാത്രമായിരുന്നെങ്കിലുംതൻ്റെ അഞ്ചാം വയസ്സിൽ അച്ഛൻ മരിച്ചതോടെ താനും അമ്മയും മാത്രമായി, സ്കൂളിലേയ്ക്ക് തന്നെ തോളത്തിരുത്തി കൊണ്ടു

പോകുമ്പോൾ പലരും ചോദിക്കുമായിരുന്നു "രാധേച്ചീ ഒരു ഓട്ടോ വിളിച്ചൂടെ " തുച്ഛമായ പെൻഷൻ കൊണ്ടു മാത്രം ജീവിക്കുന്ന അമ്മ, പതുക്കെ ഒന്ന് മന്ദഹസിക്കും. പിന്നീടങ്ങോട്ട് സഹതാപത്തിൻറെ നോട്ടങ്ങൾ, ആശ്വാസവചനങ്ങൾ ഏഴാം വയസ്സിൽ ഒന്നാം ക്ലാസ്സിലെ ടീച്ചർ തന്നെ ഒരു പാട് സഹായിച്ചെങ്കിലും രണ്ടാം തരത്തിലായതോടെ എല്ലാത്തിനും സഹായം വേണ്ട താൻ അധികപ്പറ്റായി, എല്ലാരുടേയും മുറുമുറുപ്പ് ,അവസാനം ടീച്ചർ തന്നെ പറഞ്ഞു "രാധേച്ചീ ഇനിപമില്ലാട്ടോ ബാത്ത് റൂമിലൊക്കെ കൊണ്ടു പോകൽ ഒരു പാടാ"സ്കൂളിൽ പോക്ക് അങ്ങിനെ അവസാനിച്ചെങ്കിലും ദൈവദൂതികയെപ്പോലെ ഒരു നാൾ തൻറെ ഒന്നാം ക്ലാസ്സിലെ ടീച്ചർ വീട്ടിലെത്തി "മിനിക്കുട്ടീ " എന്ന വിളിയും മധുര പലഹാരവുമായി ''.. അതൊരു തുടക്കമായിരുന്നു. പിന്നീട് പത്താം ക്ലാസ്സ് വരെ തന്നെ വീട്ടിലിരുത്തി പഠിപ്പിച്ചു: ' പരീക്ഷയെഴുതാൻ കൊണ്ടുപോയി, അംഗ പരിമിത സർട്ടിഫിക്കറ്റ്, പെൻഷൻ എല്ലാം തരപ്പെടുത്തി, ഇടയ്ക്കിടെ വീട്ടിലിരുന്ന് തുന്നാനും, വരയക്കാനും, കമ്പിളി നൂലും എല്ലാം എത്തിച്ചു തന്നു. വർഷങ്ങൾ കടന്നു പോകെ അമ്മ ഒരു ദിനം നെഞ്ചുവേദന കൊണ്ടു പുളയുന്നതു കണ്ട് കാറിക്കരഞ്ഞു, ഓടിയെത്തിയവർ ആശുപത്രിയിൽ കൊണ്ടുപോയി, പരിശോധനയിൽ ഹാർട്ട് വീക്ക് ആണെന്നും വലിയ രണ്ട് ബ്ലോക്കുകൾ ഉണ്ടെന്നും അറിഞ്ഞു. പിന്നീട് എല്ലാം ഈശ്വരന് വിട്ടുകൊടുത്തുകൊണ്ടുള്ള ജീവിതം.ഇതിനിടയിൽ ദൈവത്തിൻറെ പ്രതിരൂപമായി എൻറെ ടീച്ചർ, കിട്ടാവുന്ന സഹായങ്ങൾ നേടി ഓടിക്കളി, കഴുക്കോലു തകർന്ന് നിലംപൊത്താറായ വീട് പുതുക്കിപ്പണിതു കക്കൂസ് റൂമിനോട് ചേർത്ത് നിർമ്മിച്ചു.

ദൈവം പ്രതിനിധിയായി അയച്ച പോലെ ഇന്നും ടീച്ചർഞങ്ങളോടൊപ്പമുണ്ട്. "മോളെ ചോറ് ആറിത്തണുത്തു "എന്താ ഇത്ര ഓർത്ത് കൂട്ടുന്നേ "? അമ്മയുടെ ചോദ്യം വീണ്ടും തന്നെ ഓർമ്മകളിൽ നിന്നുണർത്തി.

****

ഷൈലജ സീന

തൃശൂർ ജില്ലയിലെ വെള്ളാങ്ങല്ലൂർ താമസം
റിസോർസ് അദ്ധ്യാപികയാണ്.

18

ദിവസക്കൂലിക്കാരന്റെ കുടുംബ ബഡ്ജറ്റ്

നേരം പരുപരാ വെളുത്തു വരുന്നേയുള്ളു. വെളുപ്പിനേ തുടങ്ങിയ മഴയാണ്. ഇപ്പോൾ ഒന്നു തോർന്നിട്ടുണ്ടു്. ഗേറ്റുതുറക്കാനായി വെളിയിലേയ്ക്കിറങ്ങിയതാ. അപ്പോഴാ വേലു വെട്ടുകത്തിയും തോളിലിട്ടു പോകുന്നു.

"എന്താ വേലൂ ഇത്ര രാവിലെ ? മഴയല്ലേ തെങ്ങുകേററം പറ്റില്ലല്ലോ, വഴുക്കില്ലേ ? "

"എന്റെ സാറേ തൊഴിലുറപ്പിനു പോവാ, ഇച്ചിരി ദൂരെയാ ? കഴിഞ്ഞു വരുമ്പോൾ കത്തി കണ്ടാൽ ആരെങ്കിലും തെങ്ങേക്കേറാൻ വിളിക്കും. തോർച്ചയായാൽ കേറാം. ഒന്നുമങ്ങട് കൂട്ടിയാൽ കൂടണില്ല. പിള്ളേരെ പഠിപ്പിക്കേണ്ടേ "

"ഉം നീ തിരിച്ചു പോകുമ്പോൾ ഇതിലേ വാ.അല്ലെങ്കിൽ സമയം കിട്ടുമ്പോൾ "

"എന്താ സാറേ തേങ്ങയിടാനാണോ? ഞാൻ തോർച്ച നോക്കി വരാം " അയാൾ വേഗം നടന്നുനീങ്ങി.

പാവം, മൂന്നാ മക്കൾ. നന്നായി പഠിക്കുന്ന കുട്ടികളാ. ആവുന്നിടത്തോളം പഠിപ്പിക്കണമെന്നാ വേലൂന്. നിവൃത്തിയുണ്ടായിട്ടല്ല, മക്കൾ തങ്ങളേപ്പോലെയാവരുതെന്നമോഹം.

മാധവൻ നായർ താഴ് ഗേറ്റിൽ തന്നെ പൂട്ടിയിട്ടിട്ട് അകത്തു കയറി താക്കോൽ മേശപ്പുറത്തു വച്ചു.

പിന്നെ സ്വയം കാപ്പിയിട്ടു കുടിച്ചു. ഭാര്യയ്ക്ക് ചില ചെറിയ അസുഖങ്ങളൊക്കെ ഉള്ളതിനാൽ ഉറക്കം ശരിക്കങ്ങട് കിട്ടില്ല. ഇടയ്ക്ക് കാലിന്റെ മസിൽ ഉരുണ്ടു കേറും. പക്ഷെ വേദന സഹിച്ച് പതുക്കെ എഴുന്നേറ്റു തിരുമ്മിക്കൊണ്ടിരിക്കും.

എന്റെ ഉറക്കം കളയേണ്ടന്നവൾ കരുതും. സത്യത്തിൽ ചിലപ്പോഴേ ഞാനറിയാറു പോലുമുള്ളു. അവൾ പതുക്കെ എഴുന്നേറ്റു വരുമ്പോൾ ഏഴുമണിയാകും.

പുറത്ത് ബെല്ലടിക്കുന്ന ശബ്ദം. "ഓ പേപ്പർ ആവും. " ഈയിടെയായിട്ട് രാവിലെ നല്ല വാർത്തയൊന്നുമില്ല. കോവിഡ് മരണം, തട്ടിക്കൊണ്ടു പോവൽ, ഒളിച്ചോട്ടം, പീഢനം എന്നു വേണ്ട സകല കൊള്ളരുതായ്മകളും ചേർത്തുവായിക്കാവുന്ന പത്രങ്ങൾ .

പത്രവുമായി സോഫയിൽ ഇരുന്നിട്ട് "എടിയേ, കമലേ എഴുന്നേറേ. നേരം ഉച്ചയായി ".

അയാൾ പത്രത്തിൽ കണ്ണോടിച്ചു.

കാര്യമായൊന്നും വായിക്കുവാനില്ല. പുറം പേജുകളിൽ തന്നെ പരസ്യങ്ങളാണ്. പിന്നെ കുറേ അപകടങ്ങൾ, ഇടയ്ക്ക് രണ്ടു പീഢനം, മയക്ക്മരുന്ന് പിടിച്ചത് എന്നു വേണ്ട സകല വിശേഷങ്ങളുമുണ്ട്. ചരമക്കോളത്തിൽ

ചെറുപ്പക്കാരുടെ പടമാണധികം. ആധിയാണ് ഓർക്കുമ്പോൾ. നാട്ടുവാർത്തകളിലും ഇതൊക്കെത്തന്നെ.

നമ്മുടെ നാടിന്റെ പോക്ക് എങ്ങോട്ടാണാവോ?

"കമലേ നീയിങ്ങുവന്നേ, ഒരു കാര്യം പറയട്ടെ ".

" വരുന്നു മധുവേട്ടാ, കുടിയ്ക്കാനുള്ള വെള്ളം തിളയ്ക്കാറായി, വാങ്ങി വച്ചിട്ടു വരാം ".

അയാൾ പേപ്പർ മടക്കി ടീപ്പോയിയിൽ വച്ചു.നാട്ടിൽ പണിയുണ്ട്. ചെയ്യുവാനും ആളുണ്ടു്. തൊഴിലുറപ്പുകാർ.

ചിലർക്കത് പറയുന്നതു തന്നെ കുറച്ചിലാണ് പട്ടിണിയായാലും പണിക്ക് പോവില്ല. വെള്ളക്കോളർ ജോലിമതി. അതു കിട്ടിയാലോ, പണിയെടുക്കാതെ എങ്ങനെ ശമ്പളം വാങ്ങാമെന്നാ ചിന്ത. കഷ്ടപ്പെട്ട് ജോലി ചെയ്യുന്നവരെ കണ്ടാൽ അവർക്കു പുച്ഛവും. നല്ല പഠിപ്പുണ്ടായിട്ടും നാട്ടിൽ ജോലി കിട്ടാതായപ്പോൾ മക്കൾ വിദേശത്തു പോയി. എന്തു ചെയ്യാം അവരുടെ ഭാവിയും നോക്കണ്ടേ? പണ്ട് പഠിച്ചാൽ ജോലി കിട്ടുമായിരുന്നു. അതിൽ ഏറ്റവും നല്ലതും അദ്ധ്യാപക ജോലിയായിരുന്നു. മുഷിച്ചിൽ തോന്നില്ല. മാത്രമല്ല വീട്ടിലെ കാര്യങ്ങൾ നോക്കുവാനുള്ള സമയവും കിട്ടും. അദ്ധ്യാപകർ നല്ല കുടുംബനാഥനുമായിരിക്കും.

"എന്താ വിളിച്ചത് ". "എടീ രാവിലെ ഗേറ്റ് തുറക്കാനിറങ്ങിയപ്പോൾ നമ്മുടെ വേലൂനെ കണ്ടു. മക്കളെ പഠിപ്പിക്കാനുള്ള നെട്ടോട്ടത്തിലാ ".

"ഹും രാധയും പറഞ്ഞിരുന്നു ഇക്കാര്യം. പണിയുണ്ട് പക്ഷെ കൊറോണക്കാലമായതിനാൽ പല വീട്ടുകാരും അടുപ്പിക്കുന്നില്ലത്രേ. നാലു വീട്ടിൽ അടിക്കാനും തുടയ്ക്കാനും പോയിരുന്നതാ. ഇപ്പോൾ ഒരു വീടേയുള്ളൂ. അവർക്കറിയില്ലല്ലോ പാവങ്ങളുടെ കാര്യം. "

"ഞാനാ വേലൂനോട് ഒന്നിവിടെ വരാൻ പറഞ്ഞിട്ടുണ്ട്. അവൻ കരുതി തെങ്ങുകേറാനാണെന്ന്. തോർച്ച നോക്കി വരാമെന്ന് പറഞ്ഞു. "

"എങ്കിലിന്നു വരില്ല, നല്ല മഴയല്ലേ. കഴിഞ്ഞ തവണ രാധ വന്നപ്പോൾ

ഞാൻ അഞ്ഞൂറു രൂപ കൈയിൽ വച്ചു കൊടുത്തു. വേണ്ടന്നവൾ പറഞ്ഞതാ. ഇരിക്കട്ടേന്നു പറഞ്ഞപ്പോൾ വാങ്ങി. രണ്ടു ദിവസത്തെ കാര്യം നടക്കുമല്ലോ. "

" ഞാനുമതാ ചിന്തിച്ചത്. ഇത്തിരിക്കാശ് അവനു കൊടുക്കാം. നമ്മുടെ പെൻഷൻ നമ്മുക്കു ധാരാളം. അവരും ജീവിക്കട്ടടീ. കൺമുമ്പിലുള്ളവർക്കു വേണം കൊടുക്കുവാൻ. തിരിച്ചൊന്നും പ്രതീക്ഷിച്ചല്ലെങ്കിലും അവർ നന്നായി ജീവിക്കുന്നതു കാണുമ്പോൾ ഒരു സുഖമല്ലേ? സ്കൂളൊക്കെ തുറക്കാൻ പോകുന്നത്രേ. എല്ലാറ്റിനും പണം വേണ്ടേ ".

"നിങ്ങൾ പറഞ്ഞത് ശരിയാ, നാമെന്താ ചാവുമ്പോൾ ഇതൊക്കെ കൊണ്ടു പോകാൻ പറ്റില്ലല്ലോ. വന്ന പോലെ തന്നെ തിരിച്ചു പോകണം. ആകെയൊരു വ്യത്യാസമുള്ളത് ഒരു കോടി മുണ്ടു കൂടി ഉണ്ടാകുമെന്നുമാത്രം. "

അവരിൽ നിന്ന് ഒരു നെടുവീർപ്പുതിർന്നു. നന്മ ചെയ്താൽ ഫലം അടുത്ത തലമുറയ്ക്കു കിട്ടും. മാത്രമല്ല അവരറിഞ്ഞാൽ അവർക്കും സഹായ മനസ്ഥിതിയുണ്ടാകും.

നാട്ടിൽ കൂലിപ്പണിക്കാരുടെ കാര്യം മഹാ കഷ്ടമാണ്. വൈകുന്നേരമാകുമ്പോൾ മദ്യക്കുപ്പി വാങ്ങുന്നവരുടെ കുടുംബത്തേ പറ്റിയോർക്കുമ്പോൾ കഷ്ടമെന്നേ പറയേണ്ടൂ. അവരെ സഹായിക്കുവാനും ആർക്കും തോന്നില്ല. അനുഭവിക്കുന്നത് കുടുംബാങ്ങളും.

ഉള്ളവർക്ക് ദൈവം വാരിക്കോരി നൽകും. അത്താഴപട്ടിണിക്കാർക്ക് എന്നും അധോഗതി. വല്ല ലോണുമെടുത്ത് കാര്യങ്ങൾ നടത്താമെന്നു വിചാരിച്ചാൽ, നടന്നു നടന്ന് ചെരുപ്പു തേയുന്നതല്ലാതെ ഫലമൊന്നും ഉണ്ടാവില്ല. കടം തരുന്നവന് ഈടു കൊടുക്കുവാൻ അവന്റെ കൈയിൽ കാര്യമായൊന്നും ഉണ്ടാവില്ല. താമസിക്കുന്നതു പോലും വാടകവീട്ടിലാവും. ഈശ്വരന്റെ ഓരോ വികൃതിയേ!

രണ്ടു ദിവസം കഴിഞ്ഞപ്പോൾ വേലു വന്നു. ആകെ നാലഞ്ചു തെങ്ങേയുള്ളൂ. അവൻ അതിന്റെ ചുവട്ടിൽ ചെന്ന് മേലോട്ടു നോക്കി. സ്വന്തം പ്രയത്നത്താൽ വാങ്ങിയ പുരയിടമാ. കുടുംബ വിഹിതമെല്ലാം സഹോദരങ്ങൾക്ക്

കൊടുത്തു. ഇപ്പോൾ സ്വസ്ഥം.

" തേങ്ങയുണ്ടോടാ "

"ഉണ്ട് സാറേ" അവൻ തോർത്തുമുണ്ടു ത്ലാപ്പാക്കി കയറി തേങ്ങയിട്ടു. കൊതുമ്പും പഴുത്ത ഓലയും വെട്ടിയിട്ടു. അതെല്ലാം അവനുള്ളതാ. ഓല കൊണ്ടുപോയാൽ ചൂല് ആക്കി കൊണ്ടുവരും. ഒരു ചൂലിന് 50 രൂപാ കൊടുക്കും. രാധയുടെ പണിയാണത്. അടുത്തുള്ളവർ അവളോടാണ് ചൂലുവാങ്ങുക.

നാളികേരമിട്ട ശേഷം ഒരെണ്ണം അവൻ കത്തിയിൽ കൊത്തിവച്ചു. " വേലൂ നീ രണ്ടെണ്ണം കൂടിയെടുത്തോളൂ "

"വേണ്ട സാറേ വീട്ടീ കിടപ്പുണ്ടു്, ഇങ്ങനെ ഓരോന്നു കിട്ടൂലോ "

ആർത്തിയില്ലാത്തൊരു മനുഷ്യൻ, മാധവൻ നായരോർത്തു.

"വേലൂ നിന്റെ മക്കൾക്ക് നല്ല മാർക്കൊക്കെയുണ്ടോ. "

" ഉണ്ട്, മൂത്തവൾക്ക് എല്ലാം എ പ്ളസാ, രണ്ടാമത്തെ ചെക്കൻ ഒമ്പതിലേക്കായി. ഇത്തിരി ഒഴപ്പാ എന്നാലും പഠിക്കും, ഇളയതു പിന്നെ അഞ്ചിലായല്ലേയുള്ളൂ. എന്നേക്കൊണ്ട് പാങ്ങുള്ളതു വരെ പഠിപ്പിക്കും. അതു കഴിഞ്ഞാൽ അവർ സ്വയം വഴി കണ്ടെത്തട്ടെ. ദിവസക്കൂലിക്കാരന്റെ കുടുബ ബഡ്ജറ്റ് എപ്പോഴും താഴേയ്ക്കാ സാറേ." അവന്റെ കണ്ണു നിറഞ്ഞു. മുണ്ടിന്റെ കോന്തല കൊണ്ടവൻ കണ്ണുതുടച്ചു.

"ഞാൻ മാത്രമല്ല, ഇങ്ങനെ കഷ്ടപ്പെടുന്നവർ ഒരുപാടുണ്ട്. സഹായിക്കാൻ ആരുമില്ല. തൊഴിലുറപ്പിനു പോയാൽ പൈസ കിട്ടുന്നത് വല്ലപ്പോഴുമാ. അതു ദിവസവും തന്നിരുന്നെങ്കിൽ ഉപകാരമായേനെ. ഓരോ സർക്കാരും വോട്ടു ചോദിക്കുമ്പോൾ അതു തരാം ഇതു തരാമെന്നൊക്കെ പറയും. ജയിക്കുന്നവരും തോൽക്കുന്നവരും പിന്നെ തിരിഞ്ഞു നോക്കുന്നത് 5 കൊല്ലം കഴിഞ്ഞാവും. കോരനെപ്പോഴും കുമ്പിളിൽ തന്നെ കഞ്ഞി. "

പണിയുണ്ട്, പണിയെടുക്കുവാൻ ഇവരൊക്കെ തയ്യാറുമാ.

ഈ കൊറോണ വന്നേ പിന്നെ ഒരു വീട്ടുകാരും അടുപ്പിക്കില്ലാ. എല്ലാവർക്കും ഭയമാ. പലരും ഇങ്ങനെ പറയുന്നത് കേട്ടിട്ടുണ്ടു്.

" വേലു സമാധാനിക്ക് , നിന്നേപ്പോലെ ഒരുപാടു പേർ കഷ്ടപ്പെടുന്നുണ്ട്. നമ്മൾ പ്രയത്നിക്കുക. ഒരിക്കൽ ഈശ്വരൻ കണ്ണു തുറക്കും. മക്കൾ പഠിച്ചു ജോലി കിട്ടിയാൽ നിന്റെ കഷ്ടപ്പാടൊക്കെ മാറും.

ഇവിടെ പണിക്കു വന്നിരുന്ന ഗീതേ നിനക്കറിയില്ലേ? മക്കൾക്ക് ജോലി കിട്ടിയതിൽ പിന്നെ അവൾ വീട്ടുപണി നിർത്തി. മക്കൾ അവളെ നന്നായി നോക്കുന്നു. "

നീയവിടെ നില്ല് എന്നു പറഞ്ഞിട്ട് മാധവൻ നായർ അകത്തു പോയി ഒരു കവറുമായി വന്നു. " "ഇത് വച്ചോ, കടമായിട്ടല്ല, നിനക്ക് എന്റെ ഒരു സഹായമാ. സ്കൂൾ തുറക്കുകയല്ലേ ആവശ്യം വരും. പോരാതെ വന്നാൽ ചോദിച്ചോളൂ " രണ്ടു കൈയും നീട്ടി അവനതു വാങ്ങി.

വീണ്ടും മുണ്ടിന്റെ കോന്തല കൊണ്ട് കണ്ണുതുടച്ചു. അപ്പോഴാണോർത്തത് തെങ്ങുകേറിയതിന്റെ കൂലി കൊടുത്തില്ലല്ലോന്ന്.

"കമലേ, നീയാ ഷർട്ടിന്റെ പോക്കറ്റീന്ന് 200 രൂപയിങ്ങെടുത്തേ".

വേലുവിനപ്പോൾ പൊട്ടിക്കരയാനാണ് തോന്നിയത്. അവൻ മുണ്ടു് വായിൽ പൊത്തി വിങ്ങിക്കരഞ്ഞു.

കാലം മായ്ക്കാത്ത സങ്കടമുണ്ടോ? വേലുവിനേപ്പോലുള്ളവരുടെ വേദനയും ഒരിക്കൽ മാറും.

****

വിജയ മേനോൻ

Sreevilasom, EMS Lane
Ayyanthole, Thrissur - 680003
9447696190

19

ഉയിരൊഴിഞ്ഞവർ

നീഹാരം പൊഴിയുന്ന മാർകഴിയിലെ
കുളിരുപടർന്ന പ്രഭാതമാണല്ലൊ
ഭൂരിഭാഗമുള്ള ജനങ്ങളും മൂടിപുതച്ച്
ചുരുണ്ടുകൂടി കിടക്കുകയായിരിക്കും,,,
നരസിംഹമൂർത്തി ക്ഷേത്രത്തിൽ
നിന്ന് ഒഴുകി വരുന്ന ഭക്തിഗാനം
കാതുകളിലേക്കെത്തുമ്പോൾ മറിയം
തള്ളക്ക് ചുരുണ്ടുകൂടി കിടക്കുവാൻ സാധിക്കുമോ,,,
വെളുപ്പാൻക്കാലത്ത് എഴുന്നേൽക്കുന്നത് ശീലിച്ചിട്ട് എത്രയോ വർഷങ്ങളായി ,,,,
തിമിരം തിന്ന കണ്ണുകളെ അല്പമെങ്കിലും
സംരക്ഷിച്ചുകൊണ്ടിരുന്ന കൺപീലിക
ളിൽ മൂടിയിരിക്കുന്ന പഴുപ്പിനെ മുഷി
ഞ്ഞുനാറി കിടന്നിരുന്ന തുണിയുടെ
തുണ്ടെടുത്ത് വെള്ളം മുക്കി തുടച്ചു,
ദിവസവും രാവിലെ അങ്ങിനെ ചെയ്താ
ലേ കണ്ണുതുറക്കുവാനായി കഴിയുമായിരു
ന്നുള്ളു, കഴിഞ്ഞ ചിങ്ങമാസത്തിൽ മറിയം
തള്ളക്ക് വയസ്സ് എഴുപത്തിമൂന്നുകഴി

ഞ്ഞിരുന്നു,,,,

അഴിഞ്ഞു മാറി കിടന്നിരുന്ന ഉടുമുണ്ട് നേരെയുടുത്ത് തന്റെ പല്ലുകളെ പോലെ

തന്നെ ഇളകിയാടുന്ന കട്ടിലിൽ നിന്ന്

മറിയംതള്ള ആയാസപ്പെട്ട് എഴുന്നേറ്റു,,,

,,,,,,,,,,,,,,,,,,,

കാൽമുട്ടിനു താഴെ കണങ്കാലുവരെയു

ള്ള ഭാഗങ്ങളിൽ ശല്ക്കങ്ങൾ ഉയർന്നുനിൽ

ക്കുന്നിടത്ത് ചൊറിച്ചിൽ ശക്തമായിരി

ക്കുന്നു,,, അല്ലെങ്കിലും തണുപ്പുകാലമാ

യാൽ ഈ ചൊറിച്ചിൽ കൂടുതലാവുന്നത് പതിവാ,,,,കൈനഖങ്ങൾ കൊണ്ട് ചൊറി

ഞ്ഞപ്പോൾ നല്ല സുഖമായിരുന്നു ഇപ്പോഴോ,

ഹോ,,,, എന്ത് നീറ്റൽ, കൈവെള്ളയിൽ

അല്പം തുപ്പെലെടുത്ത് നീറ്റലുള്ള ഭാഗത്ത് തേച്ചുപിടിപ്പിച്ച് വറീതുമാപ്പിള നെല്ലു കുത്തു കമ്പനിയുടെ അരികിലുള്ള പഴയ മരച്ചക്കു പുരയുടെ ഇടിഞ്ഞു വീണ അവശിഷ്ടങ്ങ

ൾക്കു മുകളിലിരുന്നു,,,

മറിയംതള്ളയുടെ വിറയാർന്ന കൈകൾ

ഓട്ടുമൊന്തയിലെ കട്ടൻചായയെ തുളു

മ്പുവാൻ അനുവദിക്കുമ്പോൾ വറീതു

മാപ്പിളക്ക് കുടിക്കാൻ കിട്ടുന്നത് മുക്കാൽ

മൊന്ത ചായ മാത്രമാകുന്നു[വറീതുമാപ്പിള

യുടെ കണക്ക് രാവിലെ ഒരു മൊന്ത കട്ടൻ

ചായാണ്],,, എന്തു ചെയ്യാം പ്രിയതമയുടെ കൈവിറയൽ ഇപ്പോൾ കൂടി കൊണ്ടേ

യിരിയ്ക്കുകയല്ലേ,,,,

വറീതുമാപ്പിളയുടെ അപ്പൻ ലോനപ്പൻ

വലിയാലുക്കൽ ദേശത്തെ പ്രമാണി

യായിരുന്നു,,, ആ പ്രദേശത്തെ പെൺകുട്ടി

കളുടെ കല്യാണ ആവശ്യങ്ങൾ, മരണങ്ങൾ, തുടങ്ങി പണത്തിന് ബുദ്ധിമുട്ടുവരുന്ന എല്ലാ വിഷയങ്ങൾക്കുമുള്ള ഏക പരിഹാരം

ലോനപ്പൻ തന്നെയായിരുന്നു,,,

പിന്നെ ലോനപ്പൻ പണം കൊടുക്കുമ്പോൾ ചെറിയൊരു കാര്യംകൂടെ ചെയ്യുമായിരുന്നു,,

പണം വാങ്ങിക്കുന്നവരുടെ വസ്തുവിന്റെ പ്രമാണം വാങ്ങി അത് തന്റെ പെട്ടിയിൽ

ഭദ്രമായി വെക്കും. പിന്നീട് പ്രമാണം തിരിച്ചു

കൊടുക്കേണ്ട കാര്യം ലോനപ്പന് അധികം ഉണ്ടാകുമായിരുന്നില്ല,,,, കാരണം അന്നു

കളിൽ വാങ്ങിയ പണം തിരിച്ചുകൊടുക്കു

വാൻ പ്രാപ്തിയുള്ളവർ വളരെ കുറവാ

യിരുന്നു,,,

അപ്പനിൽ നിന്ന് ഒരേയൊരു മകനായ വറീതിലേക്ക് സ്വത്തുക്കളെല്ലാം വന്നു ചേർന്നപ്പോൾ കിരിടം വെക്കാത്ത രാജാ

വായി അയാൾ മാറുകയായിരുന്നു. മറിയ

വുമായുള്ള വറീതിന്റെ ജീവിതത്തിൽ

അഞ്ച് ആൺ മക്കൾക്ക് ജന്മം കൊടുക്കു

വാൻ സാധിച്ചതിൽ അദ്ദേഹത്തിന് വലിയ

അഭിമാനം തോന്നിയിരുന്നു,,,

മുതിർന്നു വന്നിരുന്നുകൊണ്ടിരുന്ന ഓരോ

മക്കളും സ്വന്തം സുഖ സൗകര്യങ്ങളുടെ മേച്ചിൽപ്പുറങ്ങളിൽ മേഞ്ഞു നടക്കുമ്പോൾ മക്കളിലേക്കുള്ള നിയന്ത്രണ ചരട് വറീതു

മാപ്പിളയുടെ കൈയ്യിൽ നിന്ന് അറ്റുപോയി

രുന്നു,മക്കളുടെ പേരിൽ കൊടുത്തിരുന്ന

വസ്തുക്കളുടെ ഓരോ ഭാഗവും വിറ്റുതു

ലച്ചുകൊണ്ടേയിരുന്ന മക്കൾ അവസാനം

വിഹിതം വയ്ക്കാതെ കിടന്നിരുന്ന ഭൂമി

ക്ക് വേണ്ടി തമ്മിൽ കലഹവും അടിയും കേസുമായി, ആർക്കും ഒന്നും ചെയ്യാൻ

പറ്റാത്ത തരത്തിലുമായി,,,

പലയിടങ്ങളിലായി ചേക്കേറിയ നാലു

മക്കളോ തൊട്ടടുത്ത താമസക്കാരനായ താഴെയുള്ള മകൻ ജോസുകുട്ടിയോ

അപ്പനേയും അമ്മയേയും ഒന്ന് തിരിഞ്ഞു നോക്കുവാൻ പോലും തയ്യാറായിരുന്നില്ല,,,

ദിവസവും കുറേസമയം ഏറെ കൊതി

യോടെ മറിയം തള്ള തിമിരം തിന്നു കൊണ്ടിരിക്കുന്ന കണ്ണുകളേയെറിഞ്ഞ്

മകന്റെ വീടിന്റെ മതിലിനുമിപ്പുറം നിൽ

ക്കുന്നത് പതിവാണ്. മറിയംതള്ള നോക്കി

നിൽക്കുന്നത് ചെറുമകൻ ജെബിനെ

കാണുവാൻ മാത്രമാണ്. ജെബിൻ അമ്മ

യുടെയും അപ്പന്റെയും കണ്ണുമാറുന്ന

സമയത്ത് വല്യമ്മച്ചിക്ക് മധുരമുള്ള

എന്തെങ്കിലും പലഹാരം മതിലിനിപ്പുറ

ത്തേക്ക് എറിഞ്ഞു കൊടുക്കുക പതിവാ

ണ്,വറീതുമാപ്പിള എത്തിനോക്കിനിൽക്കുന്ന

മറിയംതള്ളയോട് വഴക്കടിക്കുമെങ്കിലും

ചെറുക്കനെ കാണാനും മധുരം നുണയാ

നും മാപ്പിളക്കും ഇഷ്ടം തന്നെയായിരുന്നു,,

,,,,,,,,,,,,,,,,,

അന്യം നിന്നു പോയിയെന്നു പറയപ്പെടുന്ന നരസിംഹ ക്ഷേത്രവും പറമ്പും ലോനപ്പൻ കയ്യേറിയതാണെന്നും,,, അന്ന്

കയ്യേറിയ

താണെന്ന കാരണം പറഞ്ഞ് വറീതുമാപ്പിള

താമസിക്കുന്ന പഴയ നെല്ലു കുത്ത് കമ്പനി

യുടെ അടുത്തുള്ള വസ്തു കയ്യേറി ചില സംഘടനകൾ അമ്പലം നിർമ്മിച്ചപ്പോഴും എതിർക്കുവാനായി അവിടെ ആരും ഉണ്ടാ

യിരിന്നില്ല,,,

,,,,,,,,,,,,,,,,,,,,

പറമ്പിൽ നിന്ന് ലഭിക്കുന്ന ചക്കയും മാങ്ങ

യും അടക്കയും തേങ്ങയും മറ്റ് കാർഷിക വിളകളും കാര്യക്കാരൻ രാമന്റെ മേൽനോ

ട്ടത്തിൽ കുഞ്ഞുകുഞ്ഞു സായ്വിന് കൈമാറുകയാണ് പതിവ്,,, കുഞ്ഞുകു

ഞ്ഞുസായ്വ് കൊടുക്കുന്ന പണം രാമൻ നിത്യോപയോഗ വസ്തുക്കളും മരുന്നും

വാങ്ങി വറീതുമാപ്പിളയുടെ വീട്ടിലെത്തി

ക്കും,,,

,,,,,,,,,,,,,,,,,,,,,,,

മറിയംതള്ള ഒരുദിവസം ആവും വിധ

ത്തിലൊരു മീൻകറി ഉണ്ടാക്കിയെടുത്താൽ

അത് പല പ്രാവശ്യങ്ങളായി ചൂടാക്കി

അഞ്ചും ആറും ദിവസവും അവർ കഴി

ക്കാറുണ്ട്,,, ഏറെയായി കറി പഴകുമ്പോൾ ചിലപ്പോൾ മീൻ കറിയിരിക്കുന്ന മൺച്ചട്ടി

യുടെ അരികുകളിലേക്ക് മീൻകറിയിൽ

നിന്ന് ചെറിയ പുഴുക്കൾ അരിച്ചു മുകളി

ലേക്ക് കയറാറുണ്ട് അതൊന്നും മറിയം തള്ളയുടെ തിമിരം ബാധിച്ചുകൊണ്ടിരുന്ന കണ്ണുകൾക്ക് കാണുവാൻ കഴിഞ്ഞിരുന്നുമില്ല. കറി കഴിക്കുവാനെടുക്കുന്ന

സമയങ്ങളിൽ

കുറച്ചു വെള്ളമെടുത്ത് കറിച്ചട്ടിയുടെ

ഓരത്ത് അരപ്പു പറ്റിയിരിക്കുന്ന ഭാഗം

കഴുകി കറിയിലേക്കു തന്നെ ഒഴിക്കുമ്പോൾ പുഴുക്കളും കറിയുടെ കൂടെ ചേരുമായിരുന്നു.

അങ്ങിനെയൊക്കെതന്നെയാണ് അവരു

ടെ മറ്റ് ആഹാരരീതികളും. അവർക്ക് ഇങ്ങനെയുള്ള പഴയ ആഹാരങ്ങൾ കഴി

ച്ചിട്ട് പ്രത്യേകമായി എന്തെങ്കിലും അസുഖ

ങ്ങൾ വന്നതായി അറിവുകളൊന്നുമില്ല,,,,

അന്നും പതിവുപോലെ വറീതുമാപ്പിള തണുപ്പകറ്റാൻ ഇളം വെയിലേറ്റ് പഴയ

മരച്ചക്കുപുരയുടെ അവശിഷ്ടങ്ങളുടെ

മുകളിലുരുന്നു ഇടക്കിടെ തലയുയർത്തി

കട്ടൻ ചായനിറഞ്ഞ മൊന്തയുടെ വരവി

നായി നോക്കിയിരുന്നു,,,,, മിനിറ്റുകൾ മണിക്കൂറിലേക്ക് ഓടിക്കയറിയപ്പോൾ

വറീതുമാപ്പിളയുടെ ശബ്ദം കടുത്തു,,,,

എടീ,,,,,, മറിയോ,,,,, നീയ്,,,,,ചത്താ,,,,,

പല പ്രാവശ്യം വിളിച്ചിട്ടും മറിയംതള്ള

വിളികേട്ടില്ല,,, ഒരു പ്രാവശ്യം വിളിച്ച് രണ്ടാമതൊന്നു വിളിക്കുമ്പോഴേക്കും

ദേ,,,,,വരണ് മൻഷ്യാ,,,യെന്ന്പറയണതാ

ണല്ലോ എന്തു പറ്റി അവൾക്ക്,,,, വറീതുമാപ്പിളയുടെ നെഞ്ചകം ഉടുക്കടി

യിൽ നിന്ന് പെരുമ്പറയടിയിലേക്ക്

മാറിക്കൊണ്ടിരുന്നു,,,,,

വറീതുമാപ്പിള പയ്യേ എണീറ്റ് മറിയത്തള്ള

യുടെ അടുത്തുചെന്ന് വീണ്ടും വിളിച്ചു,,,,

എടിയേ,,, എടിയേയെന്ന്,,,,,

ഒരു ഭാഗത്തേക്ക് ചെരിഞ്ഞു കിടന്നിരുന്ന മറിയംതള്ളയിൽ നിന്ന് അപ്പോഴും മറുപടി

യൊന്നും ലഭിച്ചിരുന്നില്ല,,, മുക്കാൽ ഭാഗം

ശക്തിയും എന്നേയറ്റുപോയ വിറക്കുന്ന

കൈകളാൽ മറിയത്തള്ളയെ മലർത്തി കിട

ത്തിയപ്പോൾ വറീതുമാപ്പിളക്കൊരു കാര്യം

ബോധ്യമായി തന്റെ പ്രിയതമ ശരീരം തളർ

ന്നവളായി മാറിയെന്ന്,,,,

ഇതുവരെയില്ലാത്ത തരത്തിലുള്ള ഒരു

കാറ്റ് പറമ്പിലെ വൃക്ഷതലപ്പുകളെ ഉല

ക്കുന്നു, പെട്ടെന്നായിരുന്നു വറീതുമാപ്പിള

യുടെ മനസുപോലെ അന്തരീക്ഷം മൂടിക്കെട്ടിയത്,,, കാലത്തിന്റെ കണക്കു പുസ്തകങ്ങളിലെ എഴുത്തുകളെ മാനിക്കാ

ത്ത മഴയിപ്പോൾ തകർത്തു പെയ്യുന്നു,,,

വറീതുമാപ്പിളയുടെ മനക്കടൽ കലുഷി

തമാകുന്നു,,,, ഉയർന്ന വികാര തിരമാല

കൾ മനസ്സിന്റെ ഭിത്തികളിൽ ആഞ്ഞടി

ക്കുന്നു,,,

ഏറെയേറെയായുള്ള വികാര പെയ്ത്തു

കൾക്കുമപ്പുറം വറീതുമാപ്പിളയുടെ മനക്ക

ടലിലെ തിരയിപ്പോൾ ശാന്തമായിരിക്കുന്നു,,,,

ഇപ്പോൾ ശക്തമായ ഒരു തീരുമാനത്തി

ന്റെ ചെമ്പുകമ്പികൾ മറിയംതള്ളയുടെ

കാൽ പെരുവിരലിലും സ്വന്തം കാൽ പെരുവിരലിലും മുറുകെ ചുറ്റികൊണ്ട്

വറീതുമാപ്പിള കമ്പിയുടെ മറ്റേയറ്റം വൈ

ദ്യുതി പ്രവഹിക്കുന്ന തുളയിലേക്ക് കൊ

ടുത്ത് ഒരു വടിയെടുത്ത് സ്വിച്ചിടുവാനായി തയ്യാറായി,,,,മറിയംതള്ളയുടെ അടു

ത്തേക്ക് അവസാനമായി അണഞ്ഞു

കിടന്നു കൊണ്ട് തന്റെ പ്രിയതമയുടെ കണ്ണുകളിലേക്ക് വറീത് മാപ്പിള നനവാർന്ന മിഴികളാലെ നോക്കി,ആ സമയം മറിയം തള്ളയുടെ നിറഞ്ഞ കണ്ണുകളിൽ മനസ്സി

ന്റെ ഭാഷയായിരുന്നു മിന്നിമറിഞ്ഞുകൊ

ണ്ടിരുന്നത്,,,,അവരുടെ കണ്ണുകൾ പറ

ഞ്ഞിരുന്നത് നിങ്ങൾ എന്നെകൊന്നോള്ളൂ

നിങ്ങളെന്തിനാണ് ഈകടും കൈ ചെയ്യു

ന്നത് ഇനിയും നിങ്ങൾക്ക് ജീവിച്ചുകൂടെ,,

,,,,,,,,,,,,,,,,,,,,,,,

പിറ്റേദിവസം പ്രഭാതം വറീതുമാപ്പിളയുടെ

കാര്യക്കാരനായ രാമനിൽ നിന്ന് നാട്ടുകാര

റിഞ്ഞത് സുഖമൊട്ടുമില്ലാത്ത വാർത്തയായി

രുന്നു വിശേഷമറിഞ്ഞ ജനങ്ങൾ പഴയ നെല്ലു

കുത്തുകമ്പനിയുടെയടുത്തേക്ക് തിടുക്ക

ത്താൽ പോകുമ്പോൾ മറ്റൊരു കാഴ്ച്ചകൂടെ കണ്ടിരിന്നു. നെല്ലുകുത്തുകമ്പനിക്ക് മുന്നിൽ നിന്നിരുന്ന വൈദ്യതിപോസ്റ്റിന്റെ മുകളിലെ

കമ്പികളിൽ രണ്ടു വവ്വാലുകൾ വൈദ്യുതാ

ഘാതമേറ്റ് ചത്ത് തൂങ്ങി കിടന്നിരുന്നു.

ഒരു വവ്വാലിന്റെ ചിറക് മറ്റേ വവ്വാലിന്റെ ചിറ

കുമായി കൂടി ചേർന്ന നിലയിലായിരുന്നു

തൂങ്ങി കിടന്നിരുന്നത്,,,,'

****

ജ്യോതി പ്രഭാകരൻ

ജ്യോതിഷ് പാറയ്ക്കൽ
ശ്രീവർദ്ധനം
V N R - A- 51
കുരിശുമുട്ടം പേയാട് തിരുവനന്തപുരം
PIN - 695573

20

ദൈവത്തിന്റെ കയ്യൊപ്പ്

"സണ്ണിച്ചായ...... സണ്ണിച്ചായ... ഇതെന്തൊരു ഉറക്കമാ. സമയം എത്രയായെന്ന് അറിയാമോ?. ഒരു കാര്യത്തെ കുറിച്ചും ഓർമ്മയില്ലാതെ കിടന്നുറങ്ങുന്നത് കണ്ടില്ലേ. അതെങ്ങനെയാ ഉത്തരവാദിത്വമെന്നു പറയുന്നത് പണ്ടുമില്ല ഇപ്പോഴുമില്ല. എല്ലാത്തിനും പുറകെ നടന്നു തുള്ളാൻ ഞാൻ ഒരുത്തി ഇവിടെയുണ്ടല്ലോ". കുളികഴിഞ്ഞ് ബാത്റൂമിൽ നിന്ന് ഇറങ്ങി വന്ന ആൻസി കണ്ടത് മൂടിപ്പുതച്ച് കിടന്നുറങ്ങുന്നു സണ്ണിയാണ്. " നിങ്ങൾ എഴുന്നേൽക്കുന്നു ണ്ടോ മനുഷ്യ..... ആൻസിയുടെ ശബ്ദം ഒന്നുകൂടി കനത്തു കൊണ്ടാവാം സണ്ണി മുഖത്തെ പുതപ്പുമാറ്റി. ഉറക്കം മുറിഞ്ഞ ദേഷ്യത്തിൽ കണ്ണുകൾ ഞെരടി കൊണ്ട് അയാൾ ഭാര്യയെ നോക്കി.

" എന്നതാ ടീ... രാവിലെ കിടന്നു തൊള്ള തുറക്കുന്നത്. ഒന്ന് സമാധാനത്തോടെ മനുഷ്യനെ ഉറങ്ങാൻ സമ്മതിക്കുകേല. എവിടെ പോകാനാ... രാവിലെ കുളിച്ചൊരുങ്ങി നിൽക്കുന്നേ?. "

ഉറക്കം പോയ തിന്റെ പരിഭവം സണ്ണിച്ചന്റെ വാക്കുകളിൽ പ്രകടമായി.

" ഇന്നല്ലേ സ്നേഹ ഭവനത്തിൽ നമ്മൾ ചെല്ലാമെന്നു പറഞ്ഞത് . സേവ്യർ അച്ചരൻ രാവിലെ തന്നെ രണ്ടു

പ്രാവശ്യം വിളിച്ചു. നമ്മൾ ചെന്നിട്ട് വേണം നിയമപരമായ കാര്യങ്ങൾ ഒക്കെ ശരിയാക്കിയിട്ട് ഇന്നുതന്നെ അച്ചനു തിരുവനന്തപുരത്തേക്ക് തിരിച്ചു പോകാൻ . രാത്രി രണ്ടെണ്ണം വീശിയാൽ നിങ്ങൾക്ക് എല്ലാ വിഷമങ്ങളും മറന്നു സുഖമായി കിടന്നു റങ്ങാമല്ലോ. എന്റെ വിഷമങ്ങളെക്കുറിച്ചും, പ്രയാസങ്ങളെക്കുറിച്ചും നിങ്ങൾക്ക് അറിയേണ്ട കാര്യമില്ലല്ലോ". അവസാന വാചകം പറയുമ്പോൾ ആൻസിയുടെ വാക്കുകൾ ഇടറി. ആൻസി പറഞ്ഞത് കേട്ടില്ലെന്ന് നടിച്ചു കൊണ്ട് അയാൾ പുതപ്പിൽ നിന്നും മുക്തനായി സിറ്റൗട്ടിലേക്ക് നടന്നു. മേശപ്പുറത്തു കിടന്ന പത്രമെടുത്ത് വെറുതെ നിവർത്തി നോക്കിയെങ്കിലും ഒന്നും വായിക്കാൻ അയാൾക്ക് തോന്നിയില്ല. ജീവിതത്തിൽ ഇന്നേവരെ ആൻസിയോട് തനിക്ക് നീതിപുലർത്താൻ കഴിഞ്ഞിട്ടില്ലെന്ന് അയാൾക്ക് തോന്നി. കഴിഞ്ഞ അഞ്ചുവർഷവും അവൾ തന്നോടൊപ്പം ഉണ്ടായിരുന്നു. ഭാര്യ എന്ന രീതിയിൽ ഒരിക്കലും അവളെ തനിക്ക് സ്നേഹിക്കാൻ കഴിഞ്ഞിട്ടില്ല. അവളുടെ സ്വപ്നങ്ങൾക്കും, പ്രതീക്ഷകൾക്കും താൻ ഒരു വിലയും നൽകിയില്ല. അതൊരിക്കലും മനപൂർവ്വം ആയിരുന്നില്ല. കാരണം ഒരാളെ ഹൃദയത്തിൽ പ്രതിഷ്ഠിച്ചു കൊണ്ട് ഭാര്യയായി മറ്റൊരു പെൺകുട്ടിയെ സ്നേഹിക്കാൻ തനിക്ക് കഴിയുമായിരുന്നില്ല.

ജീവിതത്തിൽ മദ്യം ഇല്ലാത്ത ഒരു ദിവസത്തെ കുറിച്ച് ചിന്തിക്കാൻ കഴിയുമായിരുന്നില്ല. തന്റെ സ്വപ്നങ്ങൾ എല്ലാം പാടെ തകർത്തെറിഞ്ഞത് ഡെയ്സി ആയിരുന്നു. ഒരിക്കൽ തന്റെ മാത്രമാകുമെന്നും , തന്റെ കുഞ്ഞുങ്ങളുടെ അമ്മയാകുമെന്നും വിശ്വസിച്ച പെൺകുട്ടി....

പള്ളിയും പ്രാർത്ഥനയും മാത്രമായിരുന്നു അവളുടെ ലോകം. എല്ലാ ഞായറാഴ്ചയും ആദ്യ കുർബാനയ്ക്ക് എത്തുന്ന സത്യവിശ്വാസി.

പള്ളിയിലെ കോയറിൽ അവളുടെ മധുര സ്വരം എല്ലാ വിശ്വാസികൾക്കും ഇഷ്ടമായിരുന്നു. തലയിൽ വെള്ള ഷാള് ചൂടി ഇടയ്ക്ക് കണ്ണുകൾ മെല്ലെ അടച്ചും, തുറന്നും ലയിച്ചു പാടുന്ന അവൾ എപ്പോഴാണ് തന്റെ ഹൃദയത്തിന്റെ വാതായനങ്ങൾ തുറന്നുകൊണ്ട് കയറിവന്നത്.

വല്ലപ്പോഴും അമ്മച്ചിയുടെ നിർബന്ധം സഹിക്കാൻ കഴിയാതെ വരുമ്പോൾ പള്ളിയിൽ പോയിരുന്ന താൻ അവളെ കണ്ടതിനുശേഷം സ്ഥിരം വിശ്വാസിയായി മാറി പള്ളിയിലെ പെരുന്നാൾ ദിവസമാണ് . താൻ അവളോട് ആദ്യമായി തന്റെ പ്രണയം തുറന്നു പറഞ്ഞത്. വർണ്ണ വിളക്കുകളുടെ യും ബാൻഡ് വാദ്യങ്ങളുടെ ഇടയിലും അവളുടെ കവിളുകൾ നാണത്താൽ ചുമക്കുകയും, ചുണ്ടിൽ പുഞ്ചിരി വിരിയുന്നതും ചെയ്തു.

തങ്ങളുടെ പ്രണയം പള്ളിയിലെ കപ്യാര് വഴി വീട്ടിൽ എത്തിച്ചേർന്നു. കപ്യാര് ജോർജ്ജ് കുഞ്ഞാപ്പി നാട്ടിൽ അറിയപ്പെടുന്ന ന്യൂസ് പേപ്പർ ആണ്. ഇടവകയിലെ കുടുംബങ്ങളിലെ നല്ല കാര്യങ്ങളും, അവിഹിതങ്ങളുമെല്ലാം കപ്യാർക്കറിയാം. അതിനു വേണ്ട പ്രചാരം കൊടുക്കുന്നതും അയാൾ തന്നെയാണ്. അതിലൊരു ആത്മസംതൃപ്തി അയാൾ അനുഭവിച്ചിരുന്നു.

സംഭവം വീട്ടിൽ അറിഞ്ഞപ്പോൾ തന്നെ പ്രശ്നമായി. അപ്പനും അമ്മയും ഒരുപോലെ വാളെടുത്തു തന്റെ നേരെ ചാടി. യാതൊരു കാരണവശാലും ഇത് നടക്കില്ല. കാരണം അപ്പൻ നാട്ടിൽ അറിയപ്പെടുന്നത് ഒരു പ്ലാന്റ്റ ണ്. ഏക്കറുകണക്കിന് റബർ തോട്ടം, പോരാത്തതിന് ഇടുക്കിയിൽഏലവും കാപ്പിയും ഇതിന്റെ എല്ലാം ഏക അവകാശി താനാണ്. തന്നെയുമല്ല മതം മാറി ക്രിസ്ത്യാനിയായ അന്നമ്മയുടെ മകളെ തന്റെ അപ്പനും അമ്മയും മരുമകളായി അംഗീകരിക്കുകയില്ല. തങ്ങളുടെ

പ്രണയം വിവരം നാട്ടിലാകെ പരന്നു . ഇടവകയിലെ ചില സത്യക്രിസ്ത്യാനികൾ, മതം മാറി വന്നവളെ കോടിക്കണക്കിന് രൂപയുടെ സ്വത്തിന് അവകാശി ആകണോ മത്തായിച്ചാ... എന്ന് മുനവെച്ചു ചോദിച്ചപ്പോൾ അതിന്റെ പ്രതിഫലനം എല്ലാദിവസവും രാത്രികളിൽ ഞങ്ങളുടെ വീടിനെ ശബ്ദ മുഖരിതമാക്കി.

ഒരു രീതിയിലും ഞാൻ വഴങ്ങുന്നില്ലെന്ന് കണ്ടപ്പോൾ അപ്പൻ ഒരു സജഷൻ മുന്നോട്ടുവെച്ചു. നിനക്ക് ഇഷ്ടമുള്ളവരെ വിവാഹം കഴിക്കാം. പക്ഷേ അത് അപ്പൻ സമ്പാദിച്ച പണം കൊണ്ട് ആവരുത്. അപ്പന്റെ സംസാരത്തിന് മറുപടിയായിട്ടാണ് താൻ ഗൾഫിനു പോകാൻ തീരുമാനിച്ചത്. പോകുന്നതിനെ തലേന്ന് താൻ ഡെയ്സിയെപോയി കണ്ടു കാര്യങ്ങൾ പറഞ്ഞു. അവർക്ക് വളരെ സന്തോഷമായി. ഒപ്പംതന്നെ പിരിഞ്ഞിരിക്കുന്നതിലുള്ള വിഷമവും. അവൾ വേദനയോടെ തന്നെ കെട്ടിപ്പിടിച്ചു കരഞ്ഞു.

ഗൾഫിലെ ജോലി പ്രയാസമേറിയ തായിരുന്നുവെങ്കിലും, തന്റെ സ്വപ്ന സാക്ഷാത്കാരത്തിന് വേണ്ടി എല്ലാം സഹിക്കാൻ തയ്യാറായിരുന്നു. രാവിലെയും വൈകിട്ടും ഡെയ്സിയെ വിളിക്കും. അവളുടെ ചിരിയും വർത്തമാനങ്ങളും തന്റെ എല്ലാ വിഷമങ്ങളും ഇല്ലാതാക്കി. ഒരു വേള പെട്ടെന്ന് അവളുടെ ഫോൺ വിളികൾ നിലച്ചു. തിരിച്ചു വിളിച്ചാൽ ഔട്ട് ഓഫ് കവറേജ് ആണ്. പിന്നീട് ഒരു കൂട്ടുകാരൻ വഴിയാണറിഞ്ഞത്. ഡെയ്സിയുടെ അമ്മ മരിച്ചു ഒരാഴ്ച കഴിഞ്ഞപ്പോൾ, നാട്ടിൽ വന്നു താമസിച്ചിരുന്ന ഒരു റബർ വെട്ടുകാരൻ നോടൊപ്പം അവൾ ഒളിച്ചോടി പോയെന്ന്....ആ വാർത്ത എല്ലാ രീതിയിലും തന്നെ തകർത്തു കളഞ്ഞു. അത് തന്നെ ഒരു സ്ഥിരം മദ്യപാനി ആക്കി മാറ്റി.

ഒടുവിൽ അമ്മയുടെയും അച്ചനെയും മറ്റ് ബന്ധുക്കളുടെയും നിർബന്ധത്തിനു വഴങ്ങിയാണ്

ആൻസിയെ താൻ വിവാഹം കഴിച്ചത്. ആദ്യമൊക്കെ ആൻസിയെ ഭാര്യയെ ന്ന നിലയിൽ തനിക്ക് ഉൾക്കൊള്ളാൻ കഴിയുമായിരുന്നില്ല. പിന്നീട് എപ്പോഴോ അവളുടെ സ്നേഹത്തിനു മുൻപിൽ താൻ കീഴടങ്ങുകയായിരുന്നു. ഒടുവിൽ എല്ലാം മറന്ന് സ്നേഹിച്ചു തുടങ്ങിയപ്പോഴാണ് വൈദ്യശാസ്ത്രം വിധിയെഴുതിയത്. ആൻസിക്ക് ഒരിക്കലും ഒരു അമ്മയാകാൻ കഴിയില്ല. രണ്ട് തലമുറകൾ അനുഭവിച്ചാലും തീരാത്ത സ്വത്തുക്കൾക്ക് അവകാശി ഇല്ലാതെ വരുന്ന അവസ്ഥ ഒഴിവാക്കാൻ താൻ ഒഴിഞ്ഞു തരാം എന്ന് അവൾ പലവട്ടം തന്റെ നെഞ്ചിൽ തല ചേർത്തുവെച്ച് കരഞ്ഞു പറഞ്ഞിട്ടുണ്ട്.

ഒരു ധ്യാനകേന്ദ്രത്തിൽ വച്ചാണ് ഫാദർ സേവ്യർ അറയ്ക്കലിനെ പരിചയപ്പെടുന്നത്. തങ്ങളുടെ കാര്യങ്ങളൊക്കെ അറിഞ്ഞപ്പോൾ അച്ചനാണ് പറഞ്ഞത്. തന്റെ നിയന്ത്രണത്തിലുള്ള ഓർഫനേജിൽ നിന്നും ഒരു കുഞ്ഞിനെ ദത്തെടുക്കാൻ.

ഓ..... അത് ശരി. ഉറക്കം കഴിഞ്ഞു വന്നു സിറ്റൗട്ടിൽ ഇരുന്നു സ്വപ്നം കാണു വാ. ദാ... തോർത്ത്. പെട്ടെന്ന് കുളിച്ച് റെഡിയായി വാ. ഞാൻ കാപ്പി എടുത്തു വച്ചിട്ടുണ്ട് ഇപ്പോൾ തന്നെ ഒത്തിരി ലേറ്റായി.

സ്നേഹഭവനത്തിന്റെ മുൻപിൽ ഞങ്ങളുടെ കാർ നിന്നപ്പോൾ, ഞങ്ങളെയും കാത്ത് ഫാദർ സേവ്യർ അറക്കൽ മുറ്റത്തെ പൂന്തോട്ടത്തിൽ നിൽക്കുകയായിരുന്നു. കാര്യങ്ങൾ പരസ്പരം നേരത്തെ അറിയാവുന്നതുകൊണ്ട് നിയമപരമായ നടപടികൾ വളരെ എളുപ്പത്തിൽലായി. എയ്ഞ്ചൽ എന്ന സുന്ദരിക്കുട്ടിയെ അവർക്ക് കൈമാറുമ്പോൾ ഒരു പുണ്യ പ്രവർത്തി ചെയ്ത തൃപ്തി അച്ചന്റെ മുഖത്തുണ്ടായിരുന്നു. കുട്ടിയേയും കൊണ്ട് സണ്ണിയും ആൻസിയും സ്നേഹ ഭവനത്തിന്റെ ഗേറ്റിനു മുൻപിലുള്ള കുരിശടിക്ക് മുൻപിലൂടെ

കടന്നുപോയപ്പോൾ ആ വൈദികൻ അറിഞ്ഞിരുന്നില്ല,

വർഷങ്ങൾക്ക് മുമ്പ് പണക്കാരനായ ഒരു പ്ലാന്റ് റുടെ കുടുംബത്തിന്റെ അഭിമാനം രക്ഷിക്കുന്നതിനു വേണ്ടി, അയാളുടെ ഭീഷണിക്ക് വഴങ്ങി നിറവയറുമായി നാടുവിടേണ്ടിവന്ന ഒരു പെൺകുട്ടി, പ്രസവത്തിനുശേഷം തന്റെ കുഞ്ഞിനെ ഗത്യന്തരമില്ലാതെ സ്നേഹ ഭവനത്തിന്റെ കുരിശടിയിലെ തിരുരൂപത്തിന് മുൻപിൽ കിടത്തിയിട്ട് പോയി മരണത്തിന് കീഴടങ്ങിയ കഥ.......

****

അനീഷ് പെരിങ്ങാല

ചെങ്ങന്നൂർ

ആലപ്പുഴ

mob : 97449 12680

21

പുനർജ്ജന്മം

കൊയ്ത്ത് കഴിഞ്ഞ പാടത്ത് കുട്ടികൾ പന്ത് കളിക്കുന്നു , തീറ്റി തേടി ഇറങ്ങിയ പറവകൾ ഒരോന്നായി കൂടണയാൻ തുടങ്ങി , അങ്ങ് അകലെ കാണാം അസ്ഥമയത്തിന് കാത്തിരിക്കുന്ന ചുവന്ന സൂര്യനെ , മേഘങ്ങളും അരുണന് കൂട്ടെന്നപ്പോലെ ചുവന്നിരിക്കുന്നു... പാടത്തിനക്കരയുള്ള ക്ഷേത്രത്തിലെ മൈക്കിൽ നിന്നും വരുന്ന ഭക്തിഗാനങ്ങൾ വലുതായല്ലങ്കിലും കേൾക്കാം ,

വീടിന്റെ പടിപ്പുരപ്പടിയിൽ പാടത്തിന്റെ വിദൂരതയിലേക്ക് കണ്ണും നട്ടിരിക്കുന്ന സാവിത്രിയുടെ കണ്ണുകളിൽ കൂട്ടിന് ഈറനും വന്നെത്തി.....

6 മാസം കഴിഞ്ഞു , ഉണ്ണിയേട്ടൻ ഞങ്ങളെ വിട്ട് പോയിട്ട് ...

അമ്മേ ... അമ്മേ ... വിളക്ക് വെക്കണ്ടേ അപ്പൂപ്പൻ ചോദിച്ചു...എന്തു ചെയ്യുവാന്ന്..അമ്മേ ...

ഉണ്ണികുട്ടന്റെ തോളിൽ തട്ടിയുള്ള വിളി കേട്ടപ്പഴാണ് സാവിത്രി ചിന്തകളിൽ നിന്നും ഉണർന്നത്...

എന്താ അമ്മേ കരയണത് ... അച്ചനേ കുറിച്ചോർത്താണോ , അമ്മക്ക് ഞാനില്ലേ .. കരയണ്ടാ..ട്ടോ ....ഉണ്ണികുട്ടൻ പഠിച്ച് വലിയ ആളായി

അച്ഛേരനേപ്പോലെ പട്ടാളക്കാരനാകും..എന്നിട്ട് അച്ഛരനേ വെടിവെച്ച എല്ല ദുഷ്ടൻമാരേയും മോനും വെടി വെക്കും...

ഉണ്ണിക്കുട്ടന്റെ സംസാരം കേട്ടനേരം സാവിത്രി നിയന്ത്രണം വിട്ട് പൊട്ടിക്കരഞ്ഞു പോയി ഉണ്ണിയെ കെട്ടിപ്പിടിച്ച് ...

സാവിത്രി നീ എന്തെടുക്കുവാ ... അവിടെ നേരം വൈകി വിളക്ക് വെക്കണ്ടേ ... ചാരു കസേരയിൽ കിടന്നുള്ള അച്ഛരൻ ചോദ്യം കേട്ട് സങ്കടം ഉള്ളിലൊതുക്കി സാവിത്രി പറഞ്ഞു, ദാ വരുന്നു...

മകനെയും കൂട്ടി കിണിറിൻ കരയിലെത്തി കൈകാലുകൾ കഴുകി മുഖം തുടച്ച് സാവിത്രി ഉമ്മറത്തേക്ക് എത്തി ,

കുട്ടി നീ ആരേയാ കാത്തിരിക്കുന്നേ, എന്നും ഉണ്ടല്ലോ ഈ ഇരിപ്പ്, പോയവരോ പോയി അതോർത്ത് നീ ഇങ്ങനെ തുടങ്ങിയാലോ ... പോയി വിളക്ക് വെക്ക് ,

ഉള്ളിലെ പൂജാമുറിയിൽ കയറി ദീപം തെളിയിച്ചു വിളക്കുമായി അവൾ പുറത്തേക്ക് വന്നു...

ഉണ്ണിക്കുട്ടനെ മടിയിൽ ഇരുത്തി നാമജപം തുടങ്ങി... രാമ രാമ പാഹിമാം , രാമ പാദം ചേരണം മുകുന്ദ രാമ പാഹിമാം...

ഈ സമയം മുറ്റത്തേക്ക് ഒരു വാഹനം വന്നു നിർത്തി, വാഹനത്തിൽ നിന്നും രണ്ടു പോർ പുറത്തിറങ്ങി ,

ആരാ എന്ത് വേണം, എന്താ ഈ നേരം വൈകിയ സമയത്ത്, അച്ഛരന്റെ ചോദ്യത്തിന് വന്നവരിൽ ഒരാൾ മറുപടി നൽകി

ഞാൻ രാജൻ സക്കറിയാ വില്ലേജ് ഓഫീസർ ആണ് , ഇത് ലോക്കൽ പോലീസ് ഉദ്യോഗസ്ഥൻ ആണ് ,

ഞങ്ങൾ വന്നത് ഒരു കാര്യം തിരക്കാനാണ്...

ഇത് ഉണ്ണികൃഷ്ണന്റെ വീടല്ലേ ..? രാജ്യസേവനത്തിൽ ഇരിക്കെ ...

അതേ ... അവരെ മുഴുവിപ്പിക്കും മുമ്പേ സാവിത്രി ഇടയിൽ കയറി പറഞ്ഞു... നിങ്ങൾ കയറി ഇരിക്കണം സാർ ,

വേണ്ടാ.. പോയിട്ട് ജോലി അൽപ്പം കൂടുതൽ ഉണ്ട് , ഉണ്ണിക്കൃഷ്ണന്റെ ഭാര്യ സാവിത്രി ആണോ ...?

അതേ എന്താ സാർ ...

നാളെ തിരിച്ചറിയൽ രേഖകളുമായി കൃത്യം 9 മണിക്ക് തന്നെ വില്ലേജിൽ ഓഫീസിൽ എത്തണം , ബാക്കി കാര്യങ്ങൾ അവിടെ വന്നു കഴിഞ്ഞാൽ പറയാം... ശരി ഞങ്ങൾ ഇറങ്ങുന്നു..

ശരി സാർ എത്തിക്കൊള്ളാം...

അപ്പോൾ പറഞ്ഞ പോലെ . നാളെ രാവിലെ ഞങ്ങൾ ഇറങ്ങുന്നു ഇത്രയും പറഞ്ഞ് തിരിഞ്ഞ് നടക്കുന്ന സമയം കൂടെ വന്ന പോലീസുകാരനോട് ഓഫീസർ തിരക്കി പുലർച്ചേ 3 മണിക്ക് തന്നെ എത്തും അല്ലേ ഉറപ്പാണോ ..

അവർ വാഹത്തിൽ കയറി തിരിച്ചുപ്പോയി...

എന്തിനാച്ചാ ചെല്ലാൻ പറഞ്ഞേ നാളെ ...

സർക്കാറിന്ന് വല്ലതും തരാനാകും , നീ കേട്ടില്ലേ അന്ന് മരിച്ച എല്ലാർക്കും 5 ലക്ഷം തരുമെന്ന് പറഞ്ഞത്... അതിനാവും ഉറപ്പാണ്...

ഒന്നും മിണ്ടാതെ സാവിത്രി മുറിയിലേക്ക് നടന്നു... ഷെൽഫിലെ ഉണ്ണിയുടെ ചിത്രം കൈകളിൽ എടുത്തു കട്ടിലിൽ കിടന്നു...

ചിത്രത്തേ നോക്കി അവൾ മെല്ലെ പറഞ്ഞു തുടങ്ങി...

അറിഞ്ഞില്ലേ ഏട്ടന്റെ ജീവന്റെ വില തരാൻ വിളിക്കാനാളു വന്നു.. എത്ര തന്നാലാ എട്ടാ എനിക്ക് നിങ്ങൾക്ക് പകരമാകുന്നേ... എന്തിനാ എട്ടാ എന്നേ തനിച്ചാക്കി ഇത്രയും നേരത്തേ പോയത് , എത്ര സ്വപനങ്ങളാ നമ്മൾ ഒന്നിച്ചു കണ്ടത്...

കണ്ണു നീരിന്റെ ഉപ്പ് രസത്തിൽ അവൾ ഗദ്ഗദപ്പെട്ടു...

ഉണ്ണിയുടെ ഫോട്ടോ മാറോട് ചേർത്ത് കണ്ണുകൾ അടച്ച് അവൾ പഴയ ഓർമ്മയിലേക്ക് ഊളിയിട്ടു...

ചോവ്വാദോഷക്കാരിയായ മുറപ്പെണ്ണിനെ കെട്ടണ്ടാന്നുള്ള വീട്ടുകാരുടെ എതിർപ്പ് അവഗണിച്ച് തന്റെ കഴുത്തിൽ താലി കെട്ടി, ഒരായുസ്സിൽ നൽകാവുന്ന സ്നേഹം 4 വർഷത്തേ ദാമ്പത്ത്യത്തിൽ നൽകി , അതിർത്ഥിയിൽ വനയോര മേഖലയിൽ രാത്രി പെട്രോളിംഗിനിടെ കുഴി ബോംമ്പ് പൊട്ടി വാഹനത്തിലെ എല്ലാരും മരിച്ചു... ആ കൂട്ടത്തിൽ തന്റെ ജീവന്റെ ജീവനും പോയി എന്നാ വിവരമാണ് ഒടുവിൽ കിട്ടിയത് , തിരിച്ചറിയാൻ പറ്റാത്ത ച്ചിന്നി ചിതറിയ കുറച്ച് മാംസകഷ്ണങ്ങൾ മാത്രമേ ഉണ്ടായിരുന്നൊള്ളൂ... അവസാനമായി ഒരു നോക്ക് കാണാൻ കൂടി ഒന്നും കിട്ടിയില്ല...

എല്ലാത്തിനും കാരണം എന്റെ ചോവ്വാദോഷമാണ് എന്ന് പറഞ്ഞ് ഉണ്ണിയേട്ടന്റെ അമ്മ പടിയിറക്കിവിട്ട നേരം അച്ഛൻ എന്റെ ഒപ്പം ഇറങ്ങി , അച്ഛന്റെ തറവാട് സ്വത്തായ ഈ വീട്ടിലേക്ക് കൂട്ടി കൊണ്ട് വന്നു...

ഓർമ്മകളിൽ നിന്ന് ഉണർന്ന് സാവിത്രി അച്ഛനും , മകനും അത്താഴം നൽകി തന്റെ ഉണ്ണിയേട്ടന്റെ ഓർമ്മകളിൽ ഉറങ്ങി..

പുലർച്ചേ കൃത്യം സമയത്ത് തന്നെ സാവിത്രി വില്ലേജ് ഓഫീസിലേക്ക് എത്തി , സാവിത്രിയെ കണ്ടതും ഓഫീസർ അറിയിച്ചു

നമ്മൾക്ക് ഒരിടം വരെ പോകാനുണ്ട് , പട്ടണത്തിലെ മിലട്ടറിയുടെ ഓഫീസിലേക്കാണ് , വരൂ വാഹനത്തിൽ കയറൂ...

അവരുടെ യാത്രാ മദ്ധ്യേ അവൾ തിരക്കി എന്താണ് സാർ ,

അത് എനിക്ക് പറയാനുള്ള പെർമിഷൻ ഇല്ല പട്ടാളത്തിന്റെ ഒരോ ചിട്ടകളെ ...

പെട്ടന്ന് ബെല്ലടിച്ച ഫോൺ എടുത്ത് ഓഫീസർ , ഹലോ സാർ പറയു .. ഓ ശരി ആയിക്കോട്ടേ എന്നാൽ അങ്ങനെ തന്നെ.. ഫോൺ പോക്കറ്റിൽ വെച്ച് ഡ്രൈവറോടായി പറഞ്ഞു ഡോ വണ്ടി മിലട്ടറി ഹോസ്പ്പിറ്റലിലേക്ക് വിടൂ..

ഒന്നും മനസിലാകാതെ സാവിത്രി വാഹനത്തിൽ ഇരുന്നു ,

ഹോസ്പ്പിറ്റലിൽ എത്തി പുറത്തിറങ്ങിയ നേരം അവരെ കാത്ത് കുറച്ച് മിലട്ടറി ഉദ്യോഗസ്ഥർ നിൽപ്പുണ്ടായിരുന്നു , സാവിത്രിയുടെ തിരിച്ചറിയൽ രേഖകൾ പരിശോദിച്ച് അവരെ ഉള്ളിലേക്ക് ക്ഷണിച്ചു...

ഉള്ളിലേക്ക് പോകും വഴി ഒരു പട്ടാള ഉദ്യോഗസ്ഥൻ സാവിത്രിയോടായി പറഞ്ഞു..

അന്ന് നടന്ന സ്ഫോടനത്തിൽ എല്ലാരും മരിച്ചെന്നാ ഞങ്ങൾ കരുതിയത് , എന്നാൽ തെറിച്ച് വീണ ഇദ്ദേഹത്തേ വനവാസികളായ ആൾക്കാരാണ് ഞങ്ങൾക്ക് കൈമാറിയത്, സ്ഫോടനത്തിൽ മുഖം വികൃതമായിരുന്നു , കൂടാതെ ബോധവും നഷ്ട്ടപ്പെട്ടിരുന്നു , ദിവസങ്ങൾക്ക് മുമ്പാണ് ഇദ്ദേഹത്തിന് സുബോധം കിട്ടയത് ആ സമയം തൊട്ട് സാവിത്രി എന്ന് മാത്രമേ പറയുന്നൊള്ളൂ , കൂട്ടത്തൽ 4 മലയാളികൾ അന്ന് ഉണ്ടായിരുന്നു എങ്കിലും സാവിത്രി എന്ന പേരുമായി ബന്ധമുള്ളത് ഉണ്ണികൃഷ്ണനാണ് ഞങ്ങൾ രേഖകൾ പരിശോദിച്ചപ്പോൾ മനസിലായത്,

ഇപ്പോൾ അദ്ദേഹം ഇവിടെ icu ൽ ആണ് ഉള്ളത് നിങ്ങൾ ഒന്ന് തിരിച്ചറിയുവാണേൽ ഇത്രയും പറഞ്ഞതും സാവിത്രി icu ലക്ഷ്യമാക്കി ഓടി ...

icu വിലേക്ക് ഓടി കയറിയ സാവിത്രി ഒരു നിമിഷം അനങ്ങാൻ പറ്റാതെ നിന്നു ... ഒരു കാലു നഷ്ട്ടപ്പെട്ട വികൃതനായ ഒരാൾ കട്ടിലിൽ ചാരി ഇരിക്കുന്നു...

രണ്ടു പേരും പരസ്പരം ഒന്നു നോക്കി , സാവിത്രിക്ക് കഴിയുന്നില്ല ഇത് തന്റെ ഉണ്ണിയേട്ടൻ ആണോ എന്ന്

തിരിച്ചറിയാൻ ...

തന്നെ തിരിച്ചറിയാൻ സാവിത്രിക്കാവില്ലാന്ന് മനസ്സിലായ ഉണ്ണി സാവിത്രിയുടെ നേരേ രണ്ടു കൈകളും ഉയർത്തി അവർക്ക് മാത്രം അറിയാവുന്ന തരത്തിൽ ക്ഷണിച്ചു...

തന്റെ ജീവന്റെ ജീവനെ തിരിച്ചറിഞ്ഞ ആ നിമിഷം ഒട്ടും അമാന്തിക്കാതെ സാവിത്രി ഓടിയെത്തി ഉണ്ണിയെ വാരിപ്പുണർന്ന് മുത്തങ്ങൾ കൊണ്ട് മൂടി....തനിക്ക് നഷ്ട്ടപ്പെട്ട ഉണ്ണിയേട്ടന്റെ പുനർജന്മത്തിൽ അവൾ ആകെ അമ്പരന്നിരിക്കുന്നു...

അവരുടെ സ്നേഹപ്രകടനം കണ്ട ഉദ്ദ്യോഗസ്ഥരുടെ കണ്ണുകളിലും ഈറനണിഞ്ഞു ...

അതിൽ ഒരു ഉദ്ദ്യോഗസ്ഥൻ അറിയിച്ചു മകനേയും അച്ചരനേയും കൂട്ടിക്കൊണ്ടുവരാൻ ലോക്കൽ സ്റ്റേഷനിൽ അറിയിച്ചിട്ടുണ്ട് , പിന്നെ ഇദ്ദേഹത്തിന് അധികം സംസാരിക്കാൻ കഴിയില്ല , അതുപോലെ കാല് ...

വേണ്ട സാർ ഒന്നും പറയണ്ടാ ഞാൻ നോക്കി കൊള്ളാം എല്ലാം ഇനി , ജീവനോടെ തിരികെ തന്നില്ലേ എനിക്ക് അത് മതി നിങ്ങളെ എല്ലാവരേയും ഈശ്വരൻ അനുഗ്രഹിക്കും....

ഉണ്ണിക്കൃഷ്ണനെ സ്വന്തം മാറിലേക്ക് ശിരസ്സ് താഴ്ത്തി വെച്ച് തലോടി കൊണ്ട് സാവിത്രി പറഞ്ഞു...

ഉണ്ണിയെ തിരികെ തന്ന ഈശ്വരന് ഒരായിരം നന്ദി പറഞ്ഞ് ഉണ്ണിയുടെ കണ്ണിലേക്ക് നോക്കി ചെറു പുഞ്ചിരിയോടെ നെറ്റിയിൽ മുത്തം നൽകി സാവിത്രി..

****

പ്രശാന്ത് ചെറിയനാട്

പ്രശാന്ത് കുമാർ
ചെറിയനാട്
ചെങ്ങന്നൂർ
ആലപ്പുഴ
mob : +966 55 632 6694

22

പാപങ്ങളുടെ പ്രളയം

"മഴ തുടർച്ചയായി പെയ്യാൻ തുടങ്ങിയിട്ട് ഇന്നേക്ക് നാല് ദിവസമാകുന്നു.

പുഴകളും, കിണറുകളും നിറഞ്ഞുകവിഞ്ഞു. പലയിടങ്ങളിലും ഗതാഗതം തടസ്സപ്പെട്ടു. ഈ മഴയിങ്ങനെ തുടർന്നാൽ ഒരു

പ്രളയത്തിനുള്ളസാധ്യത തള്ളിക്കളയാൻ കഴി

യില്ല, "

ഗായത്രിപിറുപിറുത്തു കൊണ്ട് പുറത്തേക്ക് നോക്കി.

"തന്റെ ഓഫീസ് മുറിയിൽ നിന്നുള്ള പുറം കാഴ്ചകൾ

ജനൽ ചില്ലുകളിൽ പതിഞ്ഞു പടർന്ന മഴത്തുള്ളികൾ

മറച്ചിരിക്കുന്നു ".

വനിതാ ജയിലിന്റെ സൂപ്രണ്ടന്റായി

ചുമതലയേറ്റിട്ട് ഒരു

മാസം തികയുന്നതേ

യുള്ളൂ. താനിവിടെ ചാർജ്ജെടുക്കാൻ വന്നപ്പോഴും അകമ്പടിയായി മഴയുണ്ടായിരിന്നു.ഗായത്രി ഓർത്തു.

ശക്തമായ കാറ്റേറ്റ് പാതിതുറന്നുകിടന്നിരുന്ന ജനൽ പാളികൾ ആടിയുലഞ്ഞു. മഴയുടെ ശക്തി

കൂടി കൂടി വരുകയാണ്...

തന്റെ മുറിയിലേക്ക് കടന്നു വന്ന വാർഡന്റെ മുഖത്തും ആശങ്ക നിഴലിച്ചിരിക്കുന്നത് ഗായത്രി തിരിച്ചറിഞ്ഞു.

"ഈ മഴ, എല്ലാം നശിപ്പിക്കും.. 2018 - ലെ പ്രളയം വീണ്ടും ആവർത്തിക്കും. ഇപ്രാവിശ്യവും ഷട്ടറുകൾ തുറക്കാൻ

സാധ്യതയുണ്ട്. അന്നും ഡാമിന്റെ ഷട്ടറുകൾ തുറന്നതാണ്. വീട്ടിലാണേൽ കുട്ടികൾ ഒറ്റയ്ക്കാണ് .." അവർ ആരോടെന്നില്ലാതെ പിറുപിറുക്കുന്നത് ഗായത്രിക്ക് കേൾക്കാമായിരുന്നു.

"മാഡം ... മാഡമൊന്ന് ഹെഡ്ഓഫീ

സിലേയ്ക്ക് വിളിക്ക

ണം. ഇവിടത്തെ അവസ്ഥ പറയണം.

ഒരു പ്രളയമുണ്ടായാൽ ഇവിടെയുള്ള

ജയിൽവാസികളെ മാറ്റേണ്ടി വരും. "

അവർക്കുള്ള മറുപടിയായി ഗായത്രി ഒന്നുമൂളി . അതുകേട്ടിട്ടുള്ള പ്രതികരണംപോലെ വാർഡൻ മുറി വിട്ടുപോയി.

ഗായത്രി ഹെഡ് ഓഫിസിലേക്ക് ബന്ധപ്പെടാൻ ശ്രമിച്ചുവെങ്കിലും "നെറ്റ്വർക്ക് ബിസി " എന്നറിയിപ്പ് മറുതലയ്ക്കൽനിന്ന് കേട്ടുകൊണ്ടേയിരിന്നു.

ഗായത്രി വെള്ളം തളം കെട്ടിക്കിടക്കുന്ന നിശബ്ദത തിങ്ങിയ സെല്ലുകൾ നിറഞ്ഞ ഇടനാഴിയിലൂടെ നടന്നു.

സെൽ നമ്പർ പതിനേഴിന്റെ മുന്നിലെത്തിയപ്പോൾ ഗായത്രിയുടെ നടത്തം നിന്നു.

"ദിവ്യാ ... "

ഗായത്രി വിളിച്ചു. വീണ്ടും , ആ വിളി ആവർത്തിച്ചത് കൊണ്ടാകാം, ഒരു

സ്ത്രീ രൂപം അഴികൾക്ക് പുറകിലായി തെളിഞ്ഞുവന്നു. ആ

കണ്ണുകളിൽ വേദനയുടെയും കുറ്റബോധത്തിന്റെയും പ്രളയം ഗായത്രി കണ്ടു.

"മാഡം, എന്റെ കുഞ്ഞിനെ ഞാൻ കൊല്ലുമ്പോഴും ഇത്

പോലെ നശിച്ച മഴയായിരുന്നു. നിർത്താതെ പെയ്യുന്ന മഴ. എന്നെ ഒന്ന് ചേർത്ത് പിടി

ക്കാൻ ആരെങ്കിലും

ഉണ്ടായിരുന്നെങ്കിൽ

ഞാനെന്റെ കുഞ്ഞിനെ കൊല്ലില്ലായിരുന്നു. "

അവളുടെ ശബ്ദം നിലക്കാതെ പെയ്യുന്ന മഴയുടെ താളത്തിലലിഞ്ഞ്

ഇല്ലാതെയായി. ഗായത്രിയുടെ മനസ്സിലും വേദനയുടെ പ്രളയമുണ്ടായി.

ഒന്നുചേർത്ത് പിടിക്കാൻ ആഗ്രഹിക്കുന്ന മനസ്സ് എല്ലാവരിലുമുണ്ട്. മിക്കകേസുകൾ പരിശോധിച്ചാലും അത് തന്നെയാണ് സാക്ഷ്യപ്പെടുത്തു

ന്നത്.

"ദിവ്യ.. ഓഫീസ് റൂമിലേക്ക് വരൂ .. ഞാനവിടെയുണ്ടാകും. ചിലതൊക്കെ ചോദിക്കാനുണ്ട്. "

ഗായത്രി തിരിഞ്ഞ് നടന്നു.

പത്ത് മിനിട്ടിനുള്ളിൽ ദിവ്യ ആ മുറിയിലേക്ക് പരിഭ്രമത്തോടെ കടന്നുവന്നു.

"ദിവ്യ ഇരിക്കൂ "

" വേണ്ട മാഡം ഞാൻ ഇവിടെ നിൽക്കാം. "

" ഔപചാരികത വേണ്ട. താൻ ഇരിക്കൂ. "

ഗായത്രിയുടെ മുഴക്കമുള്ള

ശബ്ദത്തെ അവളനുസരിച്ചു.

ഗായത്രിയുടെ കണ്ണുകൾ ദിവ്യയുടെ കണ്ണുകളിൽ കൂടി

കടന്നുപോയി. പാവം

കുട്ടി, ജയിൽ വേഷത്തിലും അവൾ സുന്ദരിയാണ്. പുറത്തെ മഴയുടെ താളത്തിന് തീവ്രത

കൂടിവന്നു. പെട്ടെന്നുണ്ടായ ഇടിയുടെ ശബ്ദം ദിവ്യയെ ഭയപ്പെടുത്തി. അവൾ രണ്ട് ചെവിയും ഇറുകേപൊത്തി.

"മേഡം ഭയമാണെനിക്ക്. ഈ ശബ്ദം, ശബ്ദങ്ങൾ പലപ്പോഴും എന്നെ

ഭയപ്പെടുത്തിയിരു

ന്നു. എന്റെ മോളുടെ

കരച്ചിലും .."

ഗായത്രി ദിവ്യയുടെ കൈകളിൽ

മുറുകെ പിടിച്ചു.

"എന്തിനാ ദിവ്യ... നീ കുഞ്ഞിനെ കൊന്നത്? "

ദിവ്യയുടെ കണ്ണുകളിൽ കണ്ണുനീരിന്റെ പ്രളയം ഗായത്രി പ്രതീക്ഷിച്ചിരുന്നെങ്കിലും. പക്ഷേ ... അവ നിശ്ചലങ്ങളായിരുന്നു.

"സുന്ദരിയായിരുന്നു

എന്റെ പൊന്നുമോൾ. അടിയും തൊഴിയും

മാത്രമല്ലല്ലോ ഗാർഹിക പീഡന

ത്തിൽപ്പെടുന്നത്. അവഗണനയുടെയും ഒറ്റപ്പെടലിന്റെയും, ലൈംഗിക പീഡനത്തിന്റെയും ദിനങ്ങൾ .

മൂക്കറ്റം മദ്യപിച്ചാണ് ആദ്യരാത്രിയിൽ പോലും അയാൾ മുറിയിലേക്ക് വന്നത്. പിന്നെപ്പിന്നെ അത് സ്ഥിരം കാഴചകളായി.പുള്ളിക്കാരൻ കളരി പഠിച്ചിട്ടുണ്ട്. എന്നുകരുതി അതെല്ലാം പ്രയോഗിക്കേണ്ട ഒരു ഉപകരണമായി ഞാൻ മാറി. അതിനിടയിലെപ്പോഴോവാണ്, ഞാനൊരമ്മയാകാൻ പോകുന്നുവെന്ന സത്യം ഞാനറി

യുന്നത്. "

അപ്രതീക്ഷിതമായ ഗർഭമാണ് എന്റെ മകൾ. പെൺ

കുഞ്ഞായതിന്റെ പേരിൽ കേൾക്കേണ്ടിവന്ന കുത്തുവാക്കുകൾ ചെറുതായിരുന്നില്ല. അമ്മായിയമ്മയെക്കാൾ അമ്മാവനാണ് മുന്നിൽ നിന്നത്.

"വന്ന് കയറേണ്ട താമസം

കുഞ്ഞായി, ഇനി ഒരാളെ കൂടി പോറ്റേണ്ട വക എന്റെ മകൻ കണ്ടെത്തണം "

ഇങ്ങനെ നീണ്ട് പോയി കുറ്റപ്പെടു

ത്തലുകൾ.

"കുട്ടികളെ എനിക്ക് വല്യ ഇഷ്ടായിരിന്നു

മാഡം. ഞാൻ എട്ടാം ക്ലാസ്സിൽ പഠിക്കു

മ്പോൾ എന്റെ കെമിസ്ട്രി ബുക്കിന്

പുറകിൽ കുട്ടികളുടെ ചിത്രങ്ങൾ വെട്ടി ഒട്ടിച്ചിരുന്നു. അതുകണ്ട് ടീച്ചർ തമാശ രൂപേണ

പറഞ്ഞത് ഇന്നും ഓർക്കുന്നു. 'കുട്ടിക

ളെ അത്രക്കിഷ്ടമാ

ണേൽ വീട്ടിൽ പറയു നേരത്തെ കെട്ടിച്ച് വിടാൻ '. ആ തമാശ ക്ലാസ്സിൽ ചിരി പടർ

ത്തി.അത്രക്കിഷ്ടമായിരുന്നു എനിക്ക് കുട്ടികളെ.അദ്ദേഹ

ത്തിന്റെ ആദ്യവിവാഹത്തിൽ ഒരാൺകു

ട്ടിയുണ്ട് അവനെ നോക്കിയിരുന്നത് ഞാനായിരുന്നു. 'ദിവ്യമ്മാ' എന്നാണ് അവനെന്നെ വിളിച്ചിരു

ന്നത്. "

പറഞ്ഞ് നിർത്തി.

അവളുടെ മാറിട

ങ്ങൾ ഉയർന്നു താണു.

"ഒരു എൽ.പി സ്കൂൾ അദ്ധ്യാപികയെങ്കിലും എനിക്കാ

കാൻ കഴിയുമായിരി

ന്നു. എനിക്കൊപ്പം നിൽക്കാൻ എന്റെ ഭർത്താവ് എങ്കിലും ഉണ്ടായിരുന്നുവെങ്കിൽ! പക്ഷേ ... ആരുമുണ്ടായില്ല, ഒന്നും

ആയില്ല ഞാൻ. എനിക്കാരുമില്ല എന്റെ അച്ഛൻ മാത്രമാ എനിക്കുള്ളത്. ഞാൻ ബി എ.ഡിന് പഠിക്കുമ്പോഴാണ് അമ്മ മരിക്കുന്നത്.

അമ്മയുടെ ചികിത്സാചെലവുകൾ കാരണം എന്റെ പഠനം മുടങ്ങി. എങ്കിലും ടീച്ചേഴ്സിന്റ

സഹായത്തോടെയാണ് ഞാൻ പഠനം പൂർത്തിയാക്കി.

ഒറ്റപ്പെടലിന്റെ വേദന അമ്മയുടെ മരണത്തോടെ തുടങ്ങി.ഗർഭാവസ്ഥയിലും, പ്രസവശേഷം കിട്ടേണ്ട ഒരു സംരക്ഷണവും എനിക്ക് കിട്ടിയിരുന്നില്ല. അമ്മയില്ലാത്തതിനാൽ ഹോസ്പിറ്റലിൽ നിന്ന് ഭർത്താവിന്റെ വീട്ടിലേക്കാണ് എന്നെ കൂട്ടികൊണ്ട് പോയത്

പ്രസവിച്ച് കിടക്കുന്നതിന് ഒരു മുറി പോലും എനിക്കായി അവിടെ ഒരുക്കിയിരുന്നില്ല. അവഗണന

യുടെ അങ്ങേയറ്റം ആയിരുന്നു എനിക്കാദിനങ്ങൾ. പെൺകുഞ്ഞായതിനാൽ, അവൾ ഒന്നുറക്കെ കരഞ്ഞാൽ ' സമ്മതിക്കില്ല' എന്ന് തുടങ്ങിയ ശകാരങ്ങൾ. ഇതെല്ലാം കേട്ടിട്ടും എനിക്കായി ഒന്നും സംസാരിക്കാത്ത ഭർത്താവ്.ഒക്കെ എന്നെ ഭ്രാന്ത് പിടിപ്പിച്ചിരുന്നു. ഞാൻ പലപ്പോഴായി പറഞ്ഞിരുന്നു മാഡം എന്റെ ഭർത്താവിനോട് എനിക്ക് സഹായത്തിനായി ഒരാളെയെങ്കിലും ഏർപ്പാടാക്കാൻ, എന്റെ ഉറക്കമില്ലായ് യെക്കുറിച്ച് ...പക്ഷേ,ആരും അത് കേട്ടതായി ഭാവിച്ചില്ല. ഞാനിന്നും ഓർക്കു

ന്നു ആ ദിവസം. അന്നും മഴ പെയ്ത് കൊണ്ടേയിരിന്നു.. മോൾ നിർത്താതെ കരഞ്ഞുകൊണ്ടിരിന്നു. തലേ ദിവസവും അവൾ നന്നായി കരഞ്ഞിരുന്നു.

ഒന്ന് മാറിയെടുക്കാൻ പോലും ആരും ഇല്ലാതെ ഞാൻ രാത്രിയെ പകലാക്കി.

മോളുടെ കരച്ചിൽ

നിന്നതേയില്ല, കുറ്റപ്പെടുത്തലുക

ളും.. അവളെയും കൊന്ന് ഞാനും മരിക്കാനാണ് തീരുമാനിച്ചത്. പക്ഷേ തലയിണയൊന്നമർത്തി എന്റെ മകളുടെ മുഖത്ത്.പിന്നവൾ കരഞ്ഞില്ല അത് എന്നെ ഭയപ്പെടുത്തി.

ഞാൻ വീട്ടുകാരെ വിളിച്ച് വരുത്തി.

നടന്ന തൊക്കെ പറഞ്ഞു. മോളെ ആശുപത്രിയിൽ കൊണ്ട് പോയി. അവിടെത്തുമ്പോഴേക്കും എന്റെ കുഞ്ഞ്.."

അവളുടെ കണ്ണു കൾ പ്രളയങ്ങളായി മഴയുടെ ശബ്ദത്തി

ലലിഞ്ഞു. കരയട്ടെ പാപത്തിന്റെ കണ്ണീർ പ്രളയം പെയ്തൊഴിയട്ടെ ഗായത്രി അവളെ തടഞ്ഞില്ല.

"ദിവ്യപൊയ്ക്കൊള്ളു. "

ഇടറുന്ന പാദങ്ങളോ

ടെ ദിവ്യ നടന്നു നീങ്ങുന്നത് ഗായത്രി നോക്കിയിരിന്നു.

"ദുഃഖത്തിന്റെയും, വേദനയുടെയും, കുറ്റബോധത്തിന്റെയും , പാപവും പേറി ജീവിക്കുന്ന കുറെജന്മങ്ങൾ . ഈ ജയിലിനുള്ളിൽ മാത്രമല്ല

പല വീടുകൾക്കുള്ളിലുമുണ്ട്. അവരുടെ

കണ്ണീരും, നിശ്വാസങ്ങളും ഈ ഭൂമിയിൽ തളം കെട്ടിനിന്ന് ഒരിക്കലത് പ്രളയമാകും. ഈ ഭൂമിയെ തന്നെ വിഴുങ്ങും.. "

മഴ പെയ്ത് കൊണ്ടേ

യിരിന്നു. മഴ, ഭൂമിയുടെ നനവിനായി പ്രകൃതി യുടെ കനിവാണ്. പെയ്യട്ടെ

പെയ്തൊഴിയട്ടെ...

****

ശാലിനി നെടുമങ്ങാട്

ശിവ ഭദ്രം, കരിപ്പൂര്
നെടുമങ്ങാട്. പി.ഒ
തിരുവനന്തപുരം.

23

ഭൂമിയെന്ന പക്ഷി കൂട്

വിദേശത്ത് ജോലി ചെയ്യുന്ന മോളുടെ നിരന്തരമായ നിർബ്ബന്ധത്തെ തുടർന്നാണ് സേവ്യർ മാഷും - ഭാര്യയും ആദ്യമായി ഒരു വിദേശയാത്രയ്ക്കൊരുങ്ങിയത്.റിട്ടയർമെൻ്റിനു ശേഷമുള്ള കാലം സ്വന്തം ഭവനത്തിൽ വിശ്രമജീവിതത്തിൽ കഴിയാമെന്നു കരുതിയിരിക്കുമ്പോഴായിരുന്നു ആകസ്മികമായ ആ യാത്ര'

കാനഡയിലെ ടൊറോൻ്റോയിൽ നേഴ്സായി പതിനാറ് വർഷങ്ങളായി ജോലി ചെയ്ത് കുടുംബസമേതം ജീവിക്കുന്ന മോളുടെ സ്നേഹപൂർവ്വമായ ആവശ്യം മാഷിന് നിരസിക്കാൻ കഴിഞ്ഞില്ല.

വിമാന താവളത്തിൽ മോൾ-ഭർത്താവും - കുട്ടികളുമൊത്ത് അപ്പച്ചനെയും - അമ്മച്ചിയേയും സ്വീകരിക്കാൻ എത്തിയിരുന്നു.

ഫ്ലാറ്റിലെത്തിയപ്പോഴെ അമ്മയുടെ ജിജ്ഞാസാ ഭരിതമായ ചോദ്യം "മോളെ നമ്മുടെ നാട്ടുകാരോക്കെ ഇവിടെയുണ്ടോ ?" - മോളുടെ മറുപടി പെട്ടെന്നായിരുന്നു.

"കൊള്ളാം. നല്ല ചോദ്യം. ഈ ലോകത്ത് മനുഷ്യരു

താമസിക്കുന്ന സ്ഥലങ്ങൾ എവിടെയൊക്കെ ഉണ്ടോ അവിടെയെല്ലാം മലയാളികളുമുണ്ട്."

നമ്മുടെ കേരളത്തിലെ മിക്കവാറും എല്ലാ സ്ഥലങ്ങളിലെയും ആളുകൾ വിവിധ ജോലികളുമായി ഈ പട്ടണത്തിലും പരിസരത്തുമുണ്ട്."

സേവ്യർ മാഷിൻ്റെ മുഖത്തേക്ക് ഒരു കുസൃതി ചിരിയോടെ നോക്കി കൊണ്ട് മോൾ പറഞ്ഞു "അപ്പച്ചനായി ഞാനൊരു സസ്പെൻസ് കരുതിവച്ചിട്ടുണ്ട്. ഇവിടെ നിന്ന് അധികദൂരത്തല്ലാതെ അപ്പച്ചനു ഏറ്റവും വേണ്ടപ്പെട്ട ഒരാൾ താമസിക്കുന്നുണ്ട്. അവിടെ നമുക്കിന്നു തന്നെ പോകാം"

ആരായിരിക്കും ഈ കാനഡായിൽ തനിക്ക് ഏറ്റവും വേണ്ടപ്പെട്ടയാൾ. എത്ര ആലോചിച്ചിട്ടും ആളിനെ കുറിച്ച് ഒരു ഊഹവും മാഷിൻ്റെ മനസ്സിൽ തെളിഞ്ഞു വന്നില്ല'

ഭക്ഷണവും - വിശ്രമവും കഴിഞ്ഞ് വൈകുന്നേരമായപ്പോൾ കുടുബസമേതം എല്ലാവരും ചേർന്ന് മാഷിന് വേണ്ടപ്പെട്ടയാളെ കാണാൻ യാത്രയായി.

നഗരത്തിൽ നിന്ന് അര മണിക്കൂർ കാറിൽ യാത്ര ചെയ്ത് നഗരപരിസരത്തുള്ള ശാന്തസുന്ദരമായ ഒരു പ്രദേശത്ത് ഒരു മനോഹര ഭവനത്തിനു മുന്നിൽ അവർ യാത്ര അവസാനിപ്പിച്ചു.

മോൾ പറഞ്ഞു " ഈ വിട് എൻ്റെ ഭർത്താവിൻ്റെ കൂടെ ഐ.റ്റി. കമ്പനിയിൽ ജോലി ചെയ്യുന്ന വയനാടുകാരനായ ബെന്നി എന്നയാളുടെ വീടാണ് 'അവർ നമ്മളെ പ്രതീക്ഷിച്ച് കാത്തിരിക്കുകയാണ്."

എഴുപത് വർഷങ്ങൾക്ക് മുൻപ് മീനച്ചിൽ താലൂക്കിൽ നിന്ന് വയനാട്ടിലേക്ക് കുടിയേറിയ ആളാണ് ബെന്നിയുടെ അപ്പച്ചൻ.ഇപ്പോൾ തൊണ്ണൂറ്റി രണ്ട് വയസുണ്ട്. എങ്കിലും ആരോഗ്യ വാൻ' പ്രത്യേകിച്ച് അസുഖങ്ങളൊന്നുമില്ല.'സ്നേഹസമ്പന്നനായ നല്ലൊരു

അപ്പച്ചൻ.

ഒരു ഉൾവിളി പോലെ സേവ്യർ മാഷിന് പെട്ടന്ന് ആളിനെ പിടികിട്ടി. അദ്ദേഹം സന്തോഷത്തോടെ മോളുടെ തോളിൽ തട്ടികൊണ്ടു പറഞ്ഞു.

"അമ്പ ടീ .. കുസൃതിക്കാരീ.എനിക്കാളെ പിടികിട്ടില്ലെന്ന് നീ വിചാരിച്ചോ ?'' '..

ഇത് വയനാട്ടിലെ നമ്മുടെ അവറാച്ചായൻ്റെ വീടല്ലേ? മകൻ കാനഡയിലാണന്ന് ഒരിക്കൽ ഫോൺ ചെയ്തപ്പോൾ എന്നോടു പറഞ്ഞിരുന്നു.എന്നാൽ ഞാനത് മറന്നു പോയി "

മാഷിൻ്റെ ഒരു അകന്ന ബന്ധുവായിരുന്നു അവറാച്ചൻ'

1950-കാലഘട്ടത്തിൽ അവരുടെ നാട്ടിൽ നിന്ന് വയനാട്ടിലേക്കു പോയ ആദ്യ കുടിയേറ്റക്കാരൻ.

സാമാന്യം നല്ല സാമ്പത്തിക സൗകര്യമുണ്ടായിരുന്ന കുടുംബത്തിലെ അംഗ മായിരുന്നു അവറാച്ചൻ'

അദ്ദേഹത്തിൻ്റെ ജീവിതത്തിനു വഴിത്തിരിവുണ്ടാക്കിയത് ചെറുപ്പത്തിലെ ഉള്ള പ്രേമവിവാഹമായിരുന്നു. അയൽപക്കത്തു

ഉളസാമ്പത്തിക സ്ഥിതി കുറവായ കുടുംബത്തിലെ പെൺകുട്ടിയുമായി അദ്ദേഹം പ്രണയത്തിലായി. വീട്ടുകാരുടെ എതിർപ്പിനെ വകവയ്ക്കാതെ തൻ്റെ പ്രണയിനിയെ വിവാഹം ചെയ്തു.അതോടെ കുടുംബത്തിൽ നിന്നു പുറത്തായി.തോറ്റു കൊടുക്കുവാൻ അവറാച്ചൻ തയ്യാറല്ലായിരുന്നു.

ഭാര്യയെ അവളുടെ വീട്ടിലാക്കിയിട്ട് അവരുടെ സ്വർണ്ണാഭരണങ്ങൾ വിറ്റുകിട്ടിയ തുകയും മറ്റു പലരോടും ചെറിയ വായ്പകളായി സംഘടിപ്പിച്ച കേവലം രണ്ടായിരം രൂപയുമായി വയനാട്ടിലുള്ള കുടിയേറ്റകൃഷിക്കാരനായ തൻ്റെ സ്നേഹിതൻ്റെ ക്ഷണപ്രകാരം പുതിയൊരു ജീവിതം സ്വപ്നം കണ്ടു കൊണ്ട് അവറാച്ചൻ യാത്രയായി.

പുതിയ തലമുറയിൽ പെട്ടവർക്ക് അത്ഭുതം തോന്നുന്നതായിരുന്നു അവറാച്ചൻ്റെ വയനാടൻ യാത്ര'

ഒരു ഇരുമ്പു ട്രെങ്ക് പെട്ടിയിൽ അത്യാവശ്യത്തിനുള്ള വസ്ത്രങ്ങളും - പണവുമായി കോഴിക്കോട് ട്രെയിൻ ഇറങ്ങിയ അവറാച്ചൻ കയ്യിലുള്ള പണം പരമാവധി നഷ്ടപെടാതിരിക്കുവാൻ താമരശ്ശേരി ചുരം നടന്ന് കയറി രണ്ടു ദിവസം കൊണ്ട് വയനാട്ടിലെ തൻ്റെ സുഹൃത്തിൻ്റെ അടുത്തെത്തി.

വനത്തിനു സമീപമുള്ള പട്ടയമില്ലാത്ത മൂന്നേക്കർ ഭൂമി വാങ്ങി അവിടെയൊരു കുടിൽ കെട്ടി കൃഷി പണികൾ ആരംഭിച്ച അദ്ദേഹം രണ്ടു വർഷങ്ങൾക്കു ശേഷമാണ് സ്വന്തം നാട്ടിലെത്തി ഭാര്യയെ വയനാട്ടിലെക്കു കൊണ്ടു പോകുന്നത്.

വയനാട്ടിലെ അക്കാലത്തുള്ള കഠിനമായ പ്രകൃതിയോടും -വന്യമൃഗങ്ങളോടും - മലമ്പനിയോടും പൊരുതിയുള്ള അദ്ദേഹത്തിൻ്റെ ആദ്യകാല ജീവിതം അസാമാന്യ സാഹസികവും - തികഞ്ഞ ഇച്ഛാശക്തിയാൽ പ്രേരിതവുമായിരുന്നു.

ഏതുവിധേനയും കഷ്ടപ്പെട്ട് പണമുണ്ടാക്കി തന്നെ തിരസ്കരിച്ച കുടുംബത്തിൻ്റെ മുന്നിൽ തല ഉയർത്തി നിൽക്കണമെന്ന ദൃഢനിശ്ചയത്തിനു വിധേയമായിരുന്നു അദ്ദേഹത്തിൻ്റെ പിൽക്കാല ജീവിതം.

പതിനഞ്ച് വർഷത്തെ കഠിന പ്രയത്നത്തിലൂടെ വയനാടൻ മണ്ണിൽ അഭിമാനകരമായി ജീവിക്കാനുള്ള സാമ്പത്തിക സ്ഥിതി അദ്ദേഹം കൈവരിച്ചു.

ആ കാലത്തിനിടയിൽ രണ്ടാൺ മക്കളും - ഒരു പെൺകുട്ടിയുമുണ്ടായി.

അവസാനമായി അവറാച്ചനെ നേരിൽ കണ്ട സംഭവം മാഷിൻ്റെ മനസ്സിലൂടെ മിന്നി മറഞ്ഞു പോയി.

പത്ത് വർഷങ്ങൾക്കു മുൻപ് വയനാട്ടിൽ ഒരു ബന്ധുവിൻ്റെ വിവാഹത്തിൽ പങ്കെടുക്കുവാൻ എത്തിയപ്പോഴായിരുന്നു അത്. വിവാഹ തലേന്ന് കല്യാണ വീട്ടിൽ ബന്ധു ജനങ്ങൾ ഒത്തുകൂടിയപ്പോൾ അവരിൽ പ്രധാന വ്യക്തി അവറാച്ചനായിരുന്നു. അക്കാലം കൊണ്ട് അദ്ദേഹം ആ പ്രദേശത്തെ ഒരു പ്രമാണിയായി വളർന്നിരുന്നു.

കല്യാണ വീട്ടിലെതലേ ദിവസത്തെ ചടങ്ങുകൾ കഴിഞ്ഞ് കുടിയേറ്റത്തിൻ്റെ ആദ്യകാലത്തെ കഷ്ടതയും - വേദനയും നിറഞ്ഞ അനുഭവങ്ങൾ തൻ്റെ സ്വതസിദ്ധമായ നർമ്മഭാവത്തോടെ അവറാച്ചൻ പറഞ്ഞു കേട്ടത് സേവ്യർ മാഷ് ഓർത്തു.

''അപ്പച്ചെനെന്താ ചിന്തിച്ചിരിക്കുന്നത് കാറിൽ നിന്ന് ഇറങ്ങ് "

എന്ന മോളുടെ വാക്കുകളാണ് സേവ്യർ മാഷിനെ പഴയ കാല ഓർമ്മകളിൽ നിന്ന് പെട്ടന്ന് വിമുക്തനാക്കിയത്.

റോഡിൽ കാർ നിർത്തിയ ഭാഗത്തുനിന്ന് കുറച്ച് ഉയർന്ന സ്ഥലത്തായി വിശാലമായ ഒരു പൂന്തോട്ടത്തിനു നടുവിൽ സ്ഥിതി ചെയ്യുന്ന വീടിൻ്റെ പൂമുഖത്തു തന്നെ അവറാച്ചൻ്റെ മകൻ ബെന്നിയും ഭാര്യയും അതിഥികളെ സ്വീകരിക്കുവാൻ കാത്തു നിന്നിരുന്നു.

സ്വീകരണമുറിയി

ൽ കയറി ഇരുന്നപ്പോൾ തന്നെ അവറാച്ചൻ തൻ്റെ മുറിയിൽ നിന്നിറങ്ങി സന്തോഷത്താൽ പ്രകാശിതമായ മുഖവുമായി അവരുടെ അടുത്തെത്തി. പ്രായാധിക്യത്തിൻ്റെ കാര്യമായ അവശതകളൊന്നും അദ്ദേഹത്തിൻ്റെ ചലനങ്ങളിൽ ഇല്ലായിരുന്നു.പഞ്ഞി പോലെ നരച്ചു വെളുത്ത മുടിയും താടി മീശയും കാണാൻ ഒരു പ്രത്യേക ദാർശനിക ചന്തമുണ്ടായിരുന്നു.

സേവ്യർ മാഷ് എണീറ്റ് കൂപ്പുകൈകളോടെ അവറാച്ചനെ സ്വീകരിച്ചു. അദ്ദേഹം മാഷിനെ കെട്ടിപ്പിടിച്ച് മൂർദ്ധാവിൽ ചുംബിച്ചു കൊണ്ട് ഗദ്ഗദ കണ്ഠനായി പറഞ്ഞു.

"സേവ്യ റെ- നിന്നെ ഈ ജീവിതത്തിൽ ഇനി ഒരിക്കലും കാണാൻ കഴിയുമെന്ന് കരുതിയതല്ല.കഴിഞ്ഞ കാല ജീവിതവും അതിൻ്റെ ബാക്കിപത്രങ്ങളായ എല്ലാം പിന്നിലുപേക്ഷിച്ചു കൊണ്ടാണ് ഞാനിങ്ങോട്ടു പോന്നത്. ഇനിയൊരു മടക്കയാത്രയില്ല. ഒരു മനുഷ്യന് സ്വന്തം ജീവിതത്തിൽ. അനുഭവിക്കാൻ കഴിയുന്നതിൻ്റെ പരമാവധി കഷ്ടതകളും - ദു:ഖങ്ങളും സന്തോഷവും ഈ തൊണ്ണൂറ്റി രണ്ട് വയസ്സിനുള്ളിൽ ഞാൻ അനുഭവിച്ചു കഴിഞ്ഞു.

ഇനി സ്വർഗ്ഗീയ പിതാവിൻ്റെ ഭവനത്തിലെക്കുള്ള യാത്രയ്ക്കായി കാത്തിരിക്കുകയാണ്.

അവറാച്ചായനെ പതുക്കെ തൊട്ടരികിൽ താനിരിക്കുന്ന സെറ്റിയിൽ തൻ്റെ സമീപത്തായി ഇരുത്തി കൊണ്ട് സേവ്യർ മാഷ് അൽപം നർമ്മഭാവത്തോടെ പറഞ്ഞു. " അവറാച്ചായൻ ഒരു സാധാരണ മനുഷ്യനല്ല. മനുഷ്യ ചരിത്രത്തിൽ അനുകരിക്കപ്പെടേണ്ട മാതൃകാ പുരുഷന്മാരായ വ്യക്തികളിൽ ഒരാളാണ്.

ഇതു വരെയുള്ള മനുഷ്യവംശ ചരിത്രം കുടിയേറ്റ ങ്ങളുടെ കൂടി ചരിത്രമാണ്.ജന വംശങ്ങളുടെ പിതാവ് എന്നറിയപ്പെടുന്ന അബ്രഹാംഇറാക്കിലെ മെസോപ്പൊട്ടാമിയയിൽ നിന്ന് ദൈവിക നിർദ്ദേശപ്രകാരം കാനാൻ ദേശത്തേക്കു കുടിയേറിയ ആളാണന്ന് ബൈബിൾ പറയുന്നു.

അവറാച്ചായൻ യൗവ്വനത്തിൻ്റെ ശോഭനമായ കാലത്ത് അവികസിതമായ വയനാട്ടിലേക്ക് കുടിയേറി കഠിന പരിശ്രമത്തിലൂടെ ഒരു നല്ല ജീവിതം പടുത്തുയർത്തി ' ഇപ്പോൾ വാർദ്ധക്യത്തിൻ്റെ ഈ നന്മ നിറഞ്ഞ കാലത്ത്

ഭൂമിയുടെ മറുവശമുള്ള ഈ കനേഡിയൻ മണ്ണിൽ മക്കളോടൊപ്പം വീണ്ടുമൊരു പുതിയ കുടിയേറ്റം.കഴിഞ്ഞിട്ടില്ല. നമ്മളാരും ഒരിക്കലും കണ്ടിട്ടില്ലാത്ത സ്വർഗ്ഗരാജ്യത്തിലെക്ക് ഇപ്പോൾ പുതിയൊരു കുടിയേറ്റത്തിനു പ്ലാൻ ചെയ്തു കൊണ്ടിരിക്കുന്നു.

മനുഷ്യവംശത്തിൻറെ അവസാനമില്ലാത്ത കുടിയേറ്റങ്ങളുടെ മഹത്വപൂർണ്ണമായ അദ്ധ്യായം വീണ്ടുമിവിടെ തുടരുന്നു അല്ലെ?" ജിജ്ഞാസയോടെ സേവ്യർ മാഷ് അവറാച്ചൻറെ മുഖത്തേക്കു നോക്കി.

അവറാച്ചൻ പിതൃനിർവിശേഷമായ വാത്സല്യത്തോടെ സേവ്യർ മാഷിനെ വലം കൈയ്യാൽ തൻറെയരികിലേക്ക് ചേർത്തുകൊണ്ടു പറഞ്ഞു. "സേവ്യ റെ എനിക്കറിയാം.നീ പണ്ടുമുതൽക്കെ ഭാവനാസമ്പന്നതയോടെ സംസാരിക്കുവാൻ മിടുക്കനാണ്. നിൻറെ വാക്കുകൾ എനിക്കേറെ ഇഷ്ടമായി. "

സേവ്യർ മാഷ് അൽപം ഗൗരവത്തോടെ ചോദിച്ചു. "ജനിച്ചു വളർന്ന നാടും - നമ്മുടെ ജനങ്ങളെയും വിട്ടിട്ട് ഈ വിദേശ മണ്ണിൽ വന്ന് മരിച്ചടക്കപ്പെടുവാൻ അവറാച്ചായന് ഒരു ദു:ഖവും തോന്നുന്നില്ലേ?"

അവറാച്ചൻ അൽപ നേരത്തേക്കു മൗനമായി എന്തോ ആലോചിച്ചു കൊണ്ടിരുന്നു. അതിനു ശേഷം അദ്ദേഹം പറഞ്ഞു. " സ്വന്ത നാട് -വിദേശനാട് - എന്നൊക്കെയുള്ള ഭേദചിന്തകൾക്കപ്പുറത്തേക്കു എൻറെ മനസ്സ് ഇപ്പോൾ വളർന്നിരിക്കുന്നു. ഈ 21-ാം നൂറ്റാണ്ടിൽ ദേശാന്തരങ്ങളടെ അതിരുകൾക്കും - മതിൽക്കെട്ടുകൾക്കും - സങ്കുചിതമായ ദേശീയതകൾക്കുമപ്പുറമായി "ഏകലോകം - അഥവാ "ഗ്ലോബൽ വില്ലേജ് " എന്ന യാഥാർത്ഥ്യത്തിലേക്ക് ലോകം മാറി കൊണ്ടിരിക്കുകയാണ്.അത് ശരിയായൊരു മാറ്റമാണ് 'മനുഷ്യവംശത്തിൻറെ വളർച്ചയുടെ മഹത്വപൂർണ്ണമായ ഒരു ഘട്ടമാണിത്.

നൂറ്റാണ്ടുകൾക്ക് മുമ്പ് വേദകാലഘട്ടത്തിൽ മുനിമാർ ഉദ്ഘോഷിച്ച

"യ ത്ര വിശ്വംഭവത്

ഏക നീ ഡം" - എന്ന യജുർവേദ മന്ത്രം'-

ലോകമൊരു പക്ഷി കൂടായി തീരട്ടെ എന്ന സങ്കൽപ്പവും ഇതുതന്നെയാണ്.

" ഒരു പക്ഷി കൂട്ടിൽ അമ്മ കിളിയും- കുഞ്ഞുങ്ങളും കഴിയുന്നതു പോലെ സ്നേഹമസൃണവും - വാത്സല്യപൂർണ്ണവും -കാരുണ്ണ്യ നിർഭരവുമായ ഒന്നായി ലോകം മാറണം."

ഭാരതത്തിൻ്റെ എക്കാലത്തെയും മഹാനായ കവി രബീന്ദ്രനാഥ ടാഗോർ തൻ്റെ വിശ്വഭാരതി എന്ന സർവ്വകലാശാല സ്ഥാപിച്ചുകൊണ്ട് ഉദ്ഘോഷിച്ചതും ഇതേ ആശയം തന്നെയാണ്.

. ക്രിസ്തു പറഞ്ഞ സ്വർഗ്ഗരാജ്യവും -മാർക്സ് പറഞ്ഞ_ "സഹോദരൻ്റെ വാക്കുകൾ സംഗീതം പോലെ ആസ്വദിക്കാൻ കഴിയുന്ന "മഹത്തായ കമ്മ്യൂണിസം" എന്ന ആദർശ ലോകവും വിഭാവനം ചെയ്യുന്നത് ഇതു തന്നെയാണ്.പിന്നെ ഞാനെന്തിന് ഈ കനേഡിയൻ മണ്ണിൽ വന്ന് മരിക്കുന്നതിൽ ആശങ്കപ്പെടണം' "

"ദേശീയത എന്ന് ഇക്കാലത്ത് സ്ഥാനത്തും - അസ്ഥാനത്തും പലരും ഉദ്ഘോഷിക്കുന്ന ആശയം തികച്ചും സങ്കുചിതമായ ഒരു ലോകത്തെ സൃഷ്ടിക്കുന്നതാണന്ന് സ്വന്തം അറിവിൻ്റെയും ചിന്തയുടെയും അടിസ്ഥാനത്തിൽ എനിക്കു മനസ്സിലാക്കാൻ കഴിഞ്ഞിട്ടുണ്ട്.

അതു കൊണ്ട് എൻ്റെ നിർദ്ദേശപ്രകാരം മകൻ്റെ മൂത്ത കുട്ടി ഈ നാട്ടിലെ പ്രശസ്തമായ ഒരു സർവ്വകലാശാലയിൽ പഠിക്കുന്ന പ്രധാന വിഷയം " സ്പേസ് സയൻസാണ് " - നാളെ ചന്ദ്രനിലോ - ചൊവ്വയിലൊ മറ്റ് ഏതെങ്കിലും

ഗ്രഹങ്ങളിലോ മനുഷ്യൻ ഒരു കോളനി നിർമ്മിച്ചാൽ അങ്ങോട്ടു കുടിയേറുന്ന കുടിയേറ്റക്കാരിൽ ഒരാൾ ഒരു പക്ഷെ എൻ്റെ പേരക്കുട്ടി ആകാനും സാദ്ധ്യതയുണ്ട്.

" എല്ലാദേശീയതകളേയും അതിലംഘിക്കുന്ന മഹത്തായ മാനവികതയായിരിക്കണം മനുഷ്യവംശത്തെ മുന്നോട്ടു നയിക്കുന്ന പ്രധാന ചാലകശക്തി എന്ന് ഞാൻ ഉറച്ചു വിശ്വസിക്കുന്നു."

ജീവിതാനുഭവങ്ങൾ കൊണ്ട് ജ്ഞാന വൃദ്ധനായി തീർന്ന ആ മഹാനുഭാവൻ്റെ മുന്നിൽ തലകുനിച്ചു കൊണ്ട് സേവ്യർ മാഷ് പറഞ്ഞു "ഞാൻ അങ്ങയുടെ ജ്ഞാനത്തിൻ്റെ മുന്നിൽ ആദരവോടെ നമിക്കുന്നു. എല്ലാ മംഗളങ്ങളും - നന്മയും ആശംസിക്കുന്നു"

അവറാച്ചായനെ കാണുവാനും സംസാരിക്കുവാനും കഴിഞ്ഞത് തൻ്റെ ജീവിതത്തിലെ അത്യപൂർവ്വവും - അനുഭൂതി ദായകവുമായ ഒരനുഭവമാണന്ന തിരിച്ചറിവോടെയാണ് സേവ്യർ മാഷ് ആഭവനത്തിൽ നിന്നും മടങ്ങി പോയത്.

- സമാപ്തം -

****

ദേവസ്യാ കാണക്കാരി

കോട്ടുതറ നായത്ത്.(H)
കാണക്കാരി. Po.
കോട്ടയം: 686632

24

മായാത്ത ഓർമ്മ

കാലം 1993 കാർമേഘങ്ങൾ അരങ്ങൊഴിഞ്ഞ നവംബർ മാസം . സ്ഥലം നഗരത്തിലെ അറിയപ്പെടുന്ന സർക്കാർ വിദ്യാലയം. അവിടെ ഏഴാം തരത്തിലാണ് ഉണ്ണി പഠിക്കുന്നത്. ബെൽ അടിച്ചതും കുട്ടികൾ എല്ലാവരും അവരവുടെ ക്ലാസ് മുറികളിലെ ഇരിപ്പിടങ്ങളിൽ സ്ഥാനം ഉറപ്പിച്ചു. ഉണ്ണിയുടെ ക്ലാസിൽ ഇന്നൊരു അന്വേഷണം നടക്കുകയാണ്. കുറച്ച് നാളുകളായി ക്ലാസിൽ നിന്നും മോഷണം പോകുന്ന പാഠപുസതകങ്ങളാണ് പ്രധാന വിഷയം. അതിനൊരു പരിഹാരം കാണുവാനായി ഏഴാം തരത്തിന്റെ ചുമതലയുള്ള ലില്ലി ടീച്ചർ ഒരു ഉപായം കണ്ടെത്തി. അതിന്ന് കുട്ടികൾക്കിടയിൽ പരീക്ഷിക്കുകയാണ്. ടീച്ചർ പറഞ്ഞ പ്രകാരം എല്ലാ കുട്ടികളും ഒരോ ഈർക്കിലുമായാണ് അന്നേ ദിവസം ക്ലാസിൽ വന്നത്. ടീച്ചർ എല്ലാവരും കൊണ്ടുവന്ന ഈർക്കിലുകൾ ശേഖരിച്ച്, അവ തുല്യ അളവിൽ ഒടിച്ച് ഒരോ കഷ്ണം വീതം ഓരോരുത്തർക്കായി നൽകി.

" ഇതിൽ എല്ലാം തുല്യ അളവാണ് നിങ്ങളുടെ കൂട്ടത്തിൽ പുസ്തകം മോഷ്ടിച്ച ആരെങ്കിലും ഉണ്ടെങ്കിൽ അയാളുടെ കൈവശമുള്ള ഈർക്കിൽ തുണ്ട് മാത്രം വലുതാകും "

ടീച്ചറുടെ വാക്കുകൾ കേട്ടതും ഉണ്ണിയും കൂട്ടുകാരും

മുഖാമുഖം നോക്കി. ചിലർ തങ്ങൾക്ക് കിട്ടിയത് വലുതാണെന്ന് പറഞ്ഞ് മാറ്റിയെടുത്തു , മറ്റു ചിലർ ടീച്ചർ കാണാതെ അല്പം ഒടിച്ചു കളഞ്ഞു. ഈർക്കിൽ പരീക്ഷണത്തിന്റെ അവസാനം ടീച്ചർ എല്ലാവരുടേയും ഈർക്കിൽ തുണ്ടുകൾ ശേഖരിച്ചെങ്കിലും നാനാത്വത്തിൽ ഏകത്വം പറഞ്ഞു നിൽക്കുന്ന പല അളവുകളിലെ ഈർക്കിൽ തുണ്ടുകളിൽനിന്നും കള്ളനെ മാത്രം , ടീച്ചർക്ക് കണ്ടെത്താൻ കഴിഞ്ഞില്ല. അങ്ങനെയിരിക്കെ ഒരു ദിവസം ഞെട്ടലോടെ ഉണ്ണിയും ആ സത്യം തിരിച്ചറിഞ്ഞു തന്റെ സോഷ്യൽ സയൻസിന്റെ പുസ്തകം കളവ് പോയിരിക്കുന്നു. വൈകുന്നേരം അച്ഛൻ പുസ്തകം പരിശോധിക്കുമ്പോൾ എന്തു പറയും.. ആലോചിച്ചപ്പോൾ അവന്റെ കണ്ണുകൾ നിറഞ്ഞു . അച്ഛന്റെ തുച്ഛമായ വരുമാനത്തിനൊപ്പം അമ്മ തയ്യൽ ജോലി ചെയ്ത് കഷ്ടപ്പാടിനിടയിലും പണം മിച്ചം വെച്ച് വാങ്ങിയ പുസ്തകങ്ങളാണ്. അച്ഛൻ കഴിഞ്ഞ ദിവസമാണ് അവയെല്ലാം ഉറയിട്ട് മനോഹരമാക്കി തന്നത്. അതിലൊന്നാണ് കാണാതെ പോയിരിക്കുന്നത്. എന്ത് ചെയ്യണമെന്നറിയാതെ ഉണ്ണി ചിന്തയിലാണ്ടു. അവസാനം അവനൊരു തീരുമാനത്തിലെത്തി. തന്റെ പുസ്തകം ആരോ മോഷ്ടിച്ചു.. പകരം, മറ്റാരുടേയെങ്കിലും പുസ്തകം മോഷ്ടിക്കുക.

അവൻ ക്ലാസ് മുറിയിൽ ആരും ഇല്ലാത്ത സമയം നോക്കി തന്റെ സഹപാഠിയുടെ പുസ്തകം എടുത്ത് അതിൽ അവന്റെ പേര് എഴുതി ഒട്ടിച്ചു. പക്ഷേ ഉണ്ണിയുടെ കഷ്ടകാലം . ലില്ലി ടീച്ചർ ഉണ്ണിയുടെ കള്ളത്തരം കൈയ്യോടെ പിടികൂടി. മാത്രവുമല്ല അന്നു വരെ സംഭവിച്ച മോഷണങ്ങൾ എല്ലാം ഉണ്ണിയുടെ പേരിൽ ചേർക്കുകയും ചെയ്തു. താനല്ല മറ്റു മോഷണങ്ങൾ ചെയ്തതെന്ന് അവൻ കരഞ്ഞ് പറഞ്ഞിട്ടും ലില്ലി ടീച്ചർ അവനെ വിദ്യാലയത്തിലെ കുറ്റാന്വേഷണ

വിദഗ്ധയായ വിനയ ടീച്ചർക്ക് കൈമാറി. വിനയ ടീച്ചർ ഉണ്ണിയെ കൊണ്ടുപോയത് ഒഴിഞ്ഞ ബെഞ്ചും മേശയുമെല്ലാം ഇട്ടിരിക്കുന്ന ഇരുണ്ട മുറിയിലേക്കാണ് വിനയ ടീച്ചറിന്റെ സഹായിയായി കുശനിക്കാരി ത്രേസ്യാ ചേടത്തിയും ഒരു പോലീസുകാരിയുടെ ഭാവത്തിൽ ചോദ്യങ്ങളുമായി അവിടെ വന്നെത്തി. നിരന്തരമായ ഭീഷണിക്കും , ചോദ്യങ്ങൾക്കും ഒടുവിൽ വിദ്യാലയത്തിലെ എല്ലാ കളവിനും ഉത്തരവാദി ഉണ്ണിയാണെന്ന് വിനയ ടീച്ചർ വിധിയെഴുതി. അവനെ അവർ കുട്ടികളുടെയും ടീച്ചർമാരുടേയും മുന്നിൽ കള്ളനെന്ന് മുദ്രകുത്തി. മോഷണങ്ങൾ തെളിയിച്ച വിനയ ടീച്ചറുടെ പ്രാഗല്ഭ്യത്തിന് വീണ്ടുമൊരു പൊൻതൂവൽകൂടി ചാർത്തപ്പെട്ടു. അധികം വൈകാതെ തന്നെ ലില്ലി ടീച്ചറുടെ അന്ത്യശാസനം ഉണ്ണിക്ക് ലഭിച്ചു. "വീട്ടിൽ നിന്നും രക്ഷകർത്താക്കൾ ആരെങ്കിലും വന്ന ശേഷം ഉണ്ണി ക്ലാസിൽ കയറിയാൽ മതി. " വീട്ടിലെ കഷ്ടപ്പാടുകൾ ഓർത്ത് ചെയ്തുപോയ ചെറിയൊരു തെറ്റ്.. അത് വലിയൊരു അപരാധമായി മുന്നിൽ നിന്ന് തന്നേ നോക്കി ചിരിക്കുന്നതായി ഉണ്ണിക്ക് തോന്നി. അവൻ അമ്മയോട് കാര്യങ്ങൾ അവതരിപ്പിച്ചു. ഏറെ വിഷമത്തോടെയാണെങ്കിലും ഉണ്ണിയുടെ അമ്മ ഓഫീസ് റൂമിൽ ചെന്ന് ലില്ലി ടീച്ചറെ കണ്ടു. അവർ തമ്മിൽ സംസാരിക്കുന്നത് ഉണ്ണി അകലേ നിന്നും കാണുന്നുണ്ടായിരുന്നു.. ഒപ്പം അമ്മ തന്റെ നിറയുന്ന കണ്ണുകൾ തുടക്കുന്നതും.... അന്നേരം അവൻ മനസ്സിൽ നിശ്ചയിച്ചു ഒരു നാൾ തന്റെ നിരപരാധിത്വം തന്നെയും തന്റെ അമ്മയേയും അപമാനിച്ച ടീച്ചർമാരുടെ മുന്നിൽതെളിയിക്കുമെന്ന് . അതിനായിരുന്നു പിന്നീടുള്ള അവന്റെ പരിശ്രമങ്ങളെല്ലാം. അന്നേരവും അവന്റെ മുന്നിലെ പ്രധാനവെല്ലുവിളി

"യഥാർത്ഥ കള്ളൻ ആരാണ് ?"

എന്നുള്ള ചോദ്യമായിരുന്നു. പക്ഷേ നിനച്ചിരിക്കാത്ത ഒരു ദിവസം മറ്റൊരു മോഷണം ഉണ്ണിയുടെ തലയിൽ കെട്ടിവെയ്ക്കുവാനുള്ള ശ്രമത്തിനിടയിൽ യഥാർത്ഥ കള്ളനായ അവന്റെ സഹപാഠിയെ ദൈവം ഉണ്ണിയുടെ മുന്നിൽ എത്തിച്ചു. അപ്പോഴേക്കും അവസാന വർഷ പരിക്ഷകഴിഞ്ഞ് വിദ്യാലയം അടച്ചിരുന്നു. പക്ഷെ ..പുതിയ അധ്യായന വർഷത്തിൽ ഉണ്ണിക്ക് തന്റെ നിരപരാധിത്വം തെളിയിക്കുവാൻ അവസരം നൽകാതെ അവന്റെ സുഹൃത്ത് പഠിത്തം നിർത്തി എവിടെയോ അപ്രത്യകഷനായി. അദ്യാപകരുടേയും സഹപാഠികളുടേയും പരിഹാസങ്ങളിൽനിന്നും മോചനം തേടി ഉണ്ണി അക്ഷരങ്ങളെ പ്രണയിച്ച് ആരുമറിയാതെ കഥകളും കവിതകളും എഴുതി തുടങ്ങി. 10-ാം തരം മോശമല്ലാത്ത മാർക്കോടെ ഉണ്ണി വിജയിച്ചു. അതോടെ 1997-ൽ ഉണ്ണിയുടെ വിദ്യാലയ കാലഘട്ടം അവസാനിച്ചു.

കാലം 2020

24 വർഷങ്ങൾക്കു ശേഷം തനിക്ക് തസ്കരപദം ചാർത്തി നൽകിയ ലില്ലി ടീച്ചറെ തന്റെ പൂർവ്വവിദ്ധ്യാർത്ഥി സംഗമത്തിൽ വെച്ച് ഉണ്ണി വീണ്ടും കണ്ടു. ജരാനരകൾ ബാധിച്ച് ഓർമ്മകൾ മങ്ങിയ ടീച്ചറെ കണ്ടപ്പോൾ അവന്റെ മനസ്സിൽ വർഷങ്ങളായി പുകഞ്ഞ്കൊണ്ടിരുന്ന ടീച്ചറോടുള്ള വെറുപ്പിന്റെ കനൽ അവരോടുള്ള സഹതാപമായി പരിണമിച്ചു..ഉണ്ണി ടീച്ചറുടെ അടുക്കൽ ചെന്ന് സ്വയം പരിചയപ്പെടുത്തി .

" ടീച്ചർ എന്നെ ഓർക്കുന്നുണ്ടോ ? ഞാൻ ഉണ്ണി . 7-ാം തരത്തിൽ ടീച്ചർ എന്നെ പഠിപ്പിച്ചിട്ടുണ്ട്. അന്ന് ഒരു പാഠപുസ്തകം എടുത്തതിന്റെ പേരിൽ ടീച്ചർ എന്നെ സ്കൂളിലെ കള്ളനെന്ന് വിളിച്ചിട്ടുണ്ട്. പക്ഷേ ഞാൻ അതെല്ലാം മറന്നുട്ടോ .. എങ്കിലും ടീച്ചറെ ..ഞാൻ ഒരു കാര്യം ചോദിച്ചോട്ടെ ? ശരിക്കും

അന്നത്തെ കളവുകളെല്ലാം ചെയ്തത് ഞാനായിരുന്നുവെന്ന് ടീച്ചറിന് ഉറപ്പുണ്ടായിരുന്നോ ?"

ഉണ്ണിയോട് എന്തു മറിപടി പറയണമെന്നറിയാതെ മൗനിയായി ഇരിക്കുന്ന ടീച്ചറെ നോക്കി പുഞ്ചിരിച്ചു കൊണ്ട് അവൻ തിരിഞ്ഞ് നടക്കുന്ന നേരം വേദിയിൽ പൂർവ്വവിദ്യാർത്ഥി സംഗമത്തിന്റെ യോഗ നടപടികൾ ആരംഭിച്ചിരുന്നു അതിലെ അനു:ശോചനത്തിൽ ആദ്യം പറഞ്ഞ പേര് കേട്ട് ഉണ്ണിയൊന്ന് ഞെട്ടി. അതെ അത് അവൻ തന്നെ. ചെയ്യാത്ത ഒരു പിടി തെറ്റുകൾക്ക് തന്നെ കള്ളനാക്കി മാറ്റിയ പഴയ കൂട്ടുകാരൻ . എത്ര ശ്രമിച്ചിട്ടും മറക്കാൻ കഴിയാത്ത അവന്റെ മുഖം മനസ്സിൽ തെളിഞ്ഞതും ..

ഉണ്ണിയുടെ കണ്ണുകളിൽ നിന്നും രണ്ട് മിഴിനീർക്കണങ്ങൾ അടർന്നു വീണു. അത് അവൻ പഠിച്ച, അവന്റെ കണ്ണുനീർ ഏറെ വീണ വിദ്യാലയത്തിന്റെ വരണ്ട മണ്ണിൽ മല്ലെ അലിഞ്ഞുചേർന്നു.

ശുഭം

****

റോബിൻ പള്ളുരുത്തി
വെള്ളുത്തേടത്ത് (H)
പൈ റോഡ്
പള്ളുരുത്തി P. O
കൊച്ചി - 682006
Mob : 9846 076 701

25
സ്വര

കൺപോളകളിൽ കല്ല് കെട്ടി വെച്ചപോലെ തോന്നി സ്വരയ്ക്ക്...ഒരുപാടു പരിശ്രമിച്ചിട്ടാണ് ഒന്ന് മെല്ലെ തുറക്കാൻ കഴിഞ്ഞത്. ദൃഷ്ടി ആദ്യം പതിഞ്ഞത് ചുമരിലുള്ള ഘടികാരത്തിലാണ്. സമയം രാത്രി പന്ത്രണ്ട് ആവാറായിരിക്കുന്നു.മെല്ലെ ചുറ്റിലും നോക്കിയപ്പോൾ,സ്വരയ്ക്ക് മനസ്സിലായി, താൻ കിടക്കുന്നത് ഒരാശുപത്രി മുറിയിലാണെന്ന്. അടുത്തേക്ക് വന്ന നേഴ്സ് ഒരു ചെറിയ പുഞ്ചിരി അവൾക്ക് സമ്മാനിച്ചു കൊണ്ടു പറഞ്ഞു ...

"ആഹാ.. കണ്ണു തുറന്നോ?..വണ്ടി ഓടിക്കുമ്പോൾ ഹെൽമെറ്റ് ഒക്കെ വെച്ചിട്ട് വേണ്ടേ.. ആ വലിയ ലോറിയുമായി കൂട്ടിയിടിച്ച സമയത്തു ജീവൻ പോയെന്നാ എല്ലാവരും കരുതിയത്.. തലനാരിഴയ്ക്ക് രക്ഷപ്പെട്ടു ന്ന് പറഞ്ഞാമതി... എന്തായാലും ഇനി പേടിക്കാനൊന്നുമില്ല, കുറച്ചു ദിവസം ഇവിടെ കിടക്കേണ്ടി വരുമെന്ന് മാത്രം!!"

സ്വര എല്ലാം ഓർത്തെടുക്കാൻ ഒരു ശ്രമം നടത്തി..മുത്തുകളുടെയും പവിഴങ്ങളുടെയും നഗരമായ ഹൈദ്രാബാദിന്റെ നഗരമധ്യത്തിൽ സ്ഥിതി ചെയ്യുന്ന മനുഷ്യ നിർമ്മിത തടാകമായ ഹുസൈൻ സാഗറിന്റെ നടുക്ക് തലയെടുപ്പോടെ നിൽക്കുന്ന ഒറ്റക്കല്ലിൽ പണി തീർത്ത

പതിനെട്ടു മീറ്റർ ഉയരമുള്ള ബുദ്ധന്റെ പ്രതിമയെ കണ്ടു വന്നതിന്റെ പിറ്റേ ദിവസം ഓഫീസിൽ പോകാൻ വൈകിയത്, വേഗതയിൽ ഇരുചക്രവാഹനം ഓടിച്ചു പോയത്.. എല്ലാം...!!

അപ്പോഴാണ് നേഴ്സ് ഒരാളെ കൈപിടിച്ച് കിടക്കക്കരികിൽ കൊണ്ടു വന്നത് ...

"ന്റെ പൂർണ്ണത്രയേശാ... ന്റെ കുട്ട്യേ കാത്തല്ലോ!!!.. ..ന്റെ വിശ്വനാഥാ..അങ്ങേക്ക് കോടി കോടി നന്ദി!!"

പറഞ്ഞു തീർന്നപ്പോഴേക്കും അമ്മയുടെ ശബ്ദം ഇടറിയിരുന്നു..

"ഞങ്ങൾ ഒരുപാട് തവണ പറഞ്ഞതാ, വീട്ടിൽ പൊക്കോളാൻ, അമ്മ കേട്ടില്ല, മോൾക്ക് ബോധം വന്നിട്ടേ എന്തെങ്കിലും കഴിക്കുക പോലും ചെയ്യൂ എന്ന് പറഞ്ഞ് ഈ സമയം വരെ ഐസിയുവിനു പുറത്തിരിക്കായിരുന്നു പാവം...!"

നേഴ്സ് പറഞ്ഞത് കേട്ടപ്പോൾ സ്വരയുടെ മനസ്സ് കുറച്ചു സമയം പിറകോട്ടു സഞ്ചരിച്ചു...

അമ്മ ആശുപത്രിയിൽ ഹൃദയത്തിന് ഓപ്പറേഷൻ കഴിഞ്ഞു കിടക്കുമ്പോൾ സമയം ഇല്ലാ എന്ന് പറഞ്ഞ് താൻ പിറ്റേന്നു തന്നെ അമ്മയെ ഒറ്റക്കാക്കി തിരിച്ചു പോയ ആ സമയം!!

ഭൂതകാലത്തിലെ ആ ഏടിൽ നിന്നും ഇന്ന് തനിക്കായി സമയം നോക്കാതെ സ്വയം മറന്നിരിക്കുന്ന അമ്മയുടെ അടുത്തേക്ക് വന്നപ്പോൾ സ്വരയുടെ കണ്ണുകളിൽ നിന്നും രണ്ടു കുഞ്ഞു മിഴിനീർകണങ്ങൾ എത്തി നോക്കുന്നുണ്ടായിരുന്നു... പ്രായശ്ചിതത്തിന്റെ നനുത്ത മണമുള്ള, നിറമുള്ള കുഞ്ഞു ജലകണികകൾ!!!

****

വൈക

ഗീത സതീഷ്
ഗാന്ധിനഗർ, ഗുജറാത്ത്

26

ആത്മഗതം

കിടന്നിട്ട് ഉറക്കം വരാത്തതിനാൽ അഞ്ജലി

താൻ താമസിക്കുന്ന ഫ്ലാറ്റിന്റെ ജാലകത്തി

ലൂടെ ആകാശത്തേയ്ക്ക് നോക്കി നിന്നു.

എന്താണെന്നറിയില്ല, ഇപ്പോൾ കുറച്ചു ദിവസമായി തനിക്കുറക്കം കിട്ടാറേയില്ല. ഒന്നുറങ്ങി വരുമ്പോൾ എന്തെങ്കിലും ദുഃസ്വപ്നം

കണ്ട് ഞെട്ടി ഉണരും. പിന്നെ ഉറക്കം കിട്ടില്ല.

ഈ ഒറ്റമുറിയിലെ ഏകാന്തത തന്നെ വല്ലാതെ

വീർപ്പുമുട്ടിക്കുന്നുണ്ട്. അതിന്റെ പിന്നാലെ ഓരോരോ പ്രശ്നങ്ങളും!. എല്ലാം താൻ തന്നെ വരുത്തി വച്ചതാണെന്ന് ചിലപ്പോൾ തോന്നും.

പ്രതികരിക്കേണ്ടിടത്തു പ്രതികരിക്കണം.

പറയേണ്ടത് പറയേണ്ടവരോട് പറയണം, ആരെയെങ്കിലും സംരക്ഷിക്കാൻ വേണ്ടി ഒന്നിനും കൂട്ടു നിൽക്കരുത്.

ആരെയാണോ സംരക്ഷിക്കാൻ നോക്കിയത് അവർ തന്നെ നമ്മളെ ഒറ്റപ്പെടുത്തും, ആരേയും വിശ്വസിക്കാൻ കഴിയാത്ത കാലം. !

അവസാനം എല്ലാരും കൂട്ടുനിന്നവരെ മാത്രമേ കുറ്റപ്പെടുത്തുള്ളൂ.

സത്യാവസ്ഥ എന്തായിരുന്നു എന്നാരും ചോദിക്കില്ല.

എല്ലാത്തിനും മൗനമായി നിൽക്കാനേ തന്നെക്കൊണ്ട് കഴിഞ്ഞുള്ളു.!

എല്ലാ കുറ്റവും സ്വയം ഏറ്റുവാങ്ങി. ആരോടും ഒന്നും വിശദീകരിക്കാൻ നിന്നില്ല.

പറഞ്ഞിട്ടും കാര്യമില്ല. എല്ലാം കൈവിട്ട് പോയില്ലേ.താൻ കാത്തു സൂക്ഷിച്ച ആത്മാഭിമാനം തകർന്ന് വീണ ദിവസം മരണം വരെ തന്റെ മനസ്സിലെ നീറ്റലായിരിക്കും.

തന്നെ വേട്ടയാടിയ ദുരന്തങ്ങൾ ഓരോന്നായി

മനസ്സിലേയ്ക്ക് വന്നു. ഒന്നും ഓർക്കരുതെന്നു വിചാരിച്ചാലും ഇപ്പോൾ വീണ്ടും വീണ്ടും അതെല്ലാം ഇന്നലത്തെ പോലെ കണ്ണിൽ തെളിയുന്നു.

എല്ലാരും എന്നെ കുറ്റപ്പെടുത്തിയപ്പോഴും എനിക്ക് വിഷമമൊന്നും വന്നില്ല. എല്ലാം നഷ്ടപെട്ടപ്പോഴും ഞാൻ സമാധാനിച്ചത് എനിക്ക് നഷ്ടപ്പെടേണ്ടതേ നഷ്ടമായുള്ളു.

എനിക്ക് അർഹതയുള്ളതെല്ലാം ഇന്നും എനിക്കുണ്ട്.

തെറ്റാണ് ചെയ്യുന്നതെന്ന് അറിഞ്ഞുകൊണ്ടാണെങ്കിലും തന്റെ സുഹൃത്തിന്റെ അവസ്ഥ പറഞ്ഞപ്പോൾ തനിക്ക് ചെയ്യാൻ പറ്റുന്ന ചെറിയൊരു സഹായം പോലെയാണ് അന്നപ്പോൾ തോന്നിയത്.

കുറച്ചു ദിവസത്തെകാര്യം അതിനുള്ളിൽ എല്ലാം ശരിയാക്കാം എന്നൊക്കെ വിദ്യയും ഭർത്താവ് അരുണും പറഞ്ഞപ്പോൾ ഒരു ചെറിയ തിരിമറി നടത്തി.

വിദ്യയുടെ ഭർത്താവ് അരുണിന്റെ ബിസ്സിനസ്സ് തകർന്ന് അവളും കുടുംബവും ആത്മഹത്യയുടെ വക്കിലെത്തി നിൽക്കുകയായിരുന്നു .

എങ്ങനെയെങ്കിലും സഹായിക്കണമെന്ന് പറഞ്ഞു വീട്ടിൽ വന്നവൾ കരഞ്ഞു പറഞ്ഞു.

ബാങ്കിൽ ആൾക്കാരുടെ നിക്ഷേപതുക കുറച്ചു നാളത്തേയ്ക്ക് അവർക്ക് മറിച്ചു കൊടുത്തു.

സഹായിക്കാൻ മനസ്സുണ്ടെങ്കിലും തന്നെക്കൊണ്ട് കഴിയില്ലെന്ന് പറഞ്ഞപ്പോൾ അവർ തന്നെയാണ് ഈ കാര്യം പറഞ്ഞു തന്ന് ചെയ്യിപ്പിച്ചതും.

വീട് വച്ചു വിൽക്കുന്ന കൺസ്ട്രക്ഷൻ മേഖലയിലാണ് അരുൺ. രണ്ടു വീട് പെട്ടെന്ന് തന്നെ വിറ്റ് ബാങ്കിൽ പൈസ തിരിച്ചടയ്ക്കാമെന്നും ഉറപ്പ് തന്നു.

പക്ഷേ അവർ പറഞ്ഞ തീയ്യതി കഴിഞ്ഞിട്ടും കാശ് തിരിച്ചു തന്നില്ല. അവർക്ക് വീട് വിൽക്കാൻ കഴിഞ്ഞില്ലെന്നതാണ് സത്യം.

നോട്ട് നിരോധനം വന്നതിനാൽ കാശിന്റെ ബുദ്ധിമുട്ട് എല്ലാമേഖലയും സ്തംഭിപ്പിച്ചു. അതോടെ അരുണിന്റെ റിയൽ എസ്റ്റേറ്റ്

താറുമാറായി.

ബാങ്കിൽ ഓഡിറ്റിങ് നടന്നപ്പോൾ എല്ലാം പുറത്തു വന്നു. എന്ത് ചെയ്യണമെന്നറിയാതെ താൻ അവരെ വിളിച്ചപ്പോൾ അരുൺ പറഞ്ഞ

വാക്കുകൾ അത്രയേറെ തന്നെ മുറിപ്പെടുത്തി.

ഒരായുസ്സ് കൊണ്ട് ഉണ്ടാക്കാൻ പറ്റാത്ത ബാധ്യത എന്റെ തലയിലായി. അവസാനം ബാങ്കിലെ ബാധ്യത തീർക്കാൻ സ്വന്തം കിടപ്പാടം പോലും വിൽക്കേണ്ടി വന്നു. തന്റെ ജോലിയും നഷ്ടമായി.

പറക്കമുറ്റാത്ത രണ്ടുമക്കളെയും കൊണ്ട് ഞങ്ങൾ ഒരു വാടക വീട്ടിലേയ്ക്ക് മാറി.

സതീഷേട്ടന് കിട്ടുന്ന തുച്ഛമായ വരുമാനം കൊണ്ട് ഒന്നും തികയില്ല.

ബാങ്കിൽ നടന്ന പ്രശ്നങ്ങൾ കാരണം ആരുടെയും മുഖത്തു നോക്കാൻ പോലും തനിക്കു കഴിഞ്ഞില്ല.

കുറ്റബോധവും മാനസ്സിക സമ്മർദ്ദം ഒക്കെ കൊണ്ട് താനൊരു മാനസ്സിക രോഗി ആവുമോന്നു പോലും ഭയന്നു. ഒരു ജോലി അന്വേഷിച്ചിറങ്ങാൻ പോലും കഴിഞ്ഞില്ല.

തന്റെ ഒരു സുഹൃത്തിന്റെ ബന്ധുവഴി ഒരു വിസ്സ തരപ്പെടുത്തി തന്നു. ആരോടും ഒന്നും പറയാൻ നിന്നില്ല. മക്കളെ രണ്ടു പേരെയും അമ്മയെ ഏൽപ്പിച്ചു.

കുറച്ചു നാൾ മാറി നിൽക്കുമ്പോൾ കുറച്ചാശ്വാസം കിട്ടും എന്ന് കരുതി.

മക്കളെ പിരിയാൻ അതിലേറെ വിഷമം ഉണ്ടായിരുന്നെങ്കിലും മറ്റുള്ളവരുടെ കുത്തുവാക്കുകളും തുറിച്ചു നോട്ടങ്ങളെക്കാളുമൊക്കെ നല്ലത് അതാണെന്നവൾക്കു തോന്നി.

തനിക്ക് നഷ്ടപ്പെട്ടത് കുറച്ചെങ്കിലും തിരിച്ചു പിടിക്കാൻ അതൊരു സഹായമാവുമെന്നും അപ്പോൾ തോന്നി.

അഞ്ചു വർഷത്തോടടുക്കുന്നു താനിവിടെയെത്തിയിട്ട്.

ഇപ്പോൾ തന്റെ അധ്വാനം കൊണ്ട് കുടുംബ സ്വത്തായി വീട്ടുകാർ നൽകിയ അഞ്ചു സെന്റിൽ ഒരു കൊച്ചു വീടൊരുക്കാൻ കഴിഞ്ഞ സന്തോഷം തനിക്കുണ്ടെങ്കിലും മനസ്സിൽ നിന്നും കഴിഞ്ഞതൊന്നും മറക്കാൻ കഴിയുന്നില്ല.

കുറച്ചു ദിവസം കൂടെ കഴിഞ്ഞാൽ വീടിന്റെ

പാലുകാച്ചാണ്. അതിനായ് നാട്ടിലേയ്ക്ക് മടങ്ങണം.

തന്റെ പൊന്നോമനകളെ വിട്ട് ഇനിയൊരു മടക്കം ഇല്ല. എന്തെങ്കിലും സ്വയം തൊഴിൽ ചെയ്ത് മക്കളോടൊപ്പം സന്തോഷത്തോടെ ഇനിയുള്ള കാലം അവർക്കൊപ്പം കഴിയണം.

ആരോടും വാശിയോ വെറുപ്പോ ഇല്ല. അതിന്റെ ആവശ്യവുമില്ല. ദൈവം നല്കുന്നതെന്തും ഇരുകൈനീട്ടി സ്വീകരിച്ചിട്ടേയുള്ളു അന്നും ഇന്നും.

നഷ്ടപ്പെട്ടതൊന്നും എനിക്കർഹതപ്പെട്ടതായിരിക്കില്ല. അർഹതയുള്ളത് എന്റെ മരണം വരെ എനിക്കൊപ്പം എന്നും ഉണ്ടാകും.

ദൈവത്തിന്റെ മുന്നിൽ ചെയ്തു പോയ തെറ്റിന് പ്രായശ്ചിത്തം നടത്തിയിട്ടുണ്ട്. എന്തിന് വേണ്ടിയാണ് ആ കള്ളം താൻ ചെയ്തെന്ന് ഭഗവാന് അറിയാം.അവിടെ തനിക്ക് നീതി ലഭിക്കും.

ആപത്തു സമയത്ത് തന്റെ നിരപരാധിത്വം മനസ്സിലാക്കി ആശ്വാസമേകാൻ ഒരാളെങ്കിലും തനിക്കുണ്ടായത് കൊണ്ടാണ് ഇന്നും താൻ ജീവിച്ചിരിക്കുന്നത്. എന്നെ ഇന്നത്തെ ഞാനാക്കിയതും കുഞ്ഞുനാൾ മുതലുള്ള തന്റെ ആ ആത്മമിത്രം മാത്രം .

രേവതി പുലരി

****

Revathi. P

C/0 Gopakumar. V

Pulari, Konathu,
perukavu. P.O
TVPM : 695 573

27

കാരുണ്യസ്പർശം

യദുവിന്റെ ഫ്ലാറ്റിലേക്ക് കാർ ഓടിക്കുന്നതിനിടയിലും സ്വപ്നയുടെ ചിന്ത ഒന്ന് മാത്രമായിരുന്നു...

എന്തിനാണ് അവൻ തന്നെ കാണണം എന്ന് പറഞ്ഞത്?

ആലോചിച്ചിട്ട് അവൾക്കൊരു എത്തും പിടിയും കിട്ടിയില്ല...

രണ്ടു വർഷത്തോളം ആകുന്നു അവനുമായി ഒരു കോൺടാക്ട് ഇല്ലാതിരുന്നിട്ട്...

വിവാഹം കഴിഞ്ഞ് അവനും ഭാര്യയും കാനഡയിൽ സെറ്റിൽഡ് ആണ്... താലോലിക്കാൻ മക്കളില്ല എന്നൊരു സങ്കടം അവനെപ്പോഴും പറയുമായിരുന്നു...

നാട്ടിൽ വരുമ്പോൾ ഒരു കുഞ്ഞിനെ അഡോപ്റ്റ് ചെയ്യുന്ന കാര്യം പറഞ്ഞിരുന്നു... ഇനി അതിനെങ്ങാനും തന്റെ സഹായം വേണമെന്ന് പറയാൻ ആയിരിക്കുമോ ??

അങ്ങനെ ഒത്തിരി ചിന്തകൾ അവളുടെ മനസ്സിൽ ചുറ്റി തിരിഞ്ഞു...

ങ്ങാ... ഇനിപ്പോ എന്തായാലും അവന്റെ അടുത്തേക്കാണല്ലോ ചെല്ലുന്നത് അവൾ സമാധാനപ്പെട്ടു...

പെട്ടന്നൊരു നായ് കുട്ടി കാറിന് വട്ടം ചാടി.. അവൾ പെട്ടന്ന് ബ്രേക്കിട്ടു അല്ലങ്കിൽ ആ നായ് കുഞ്ഞ് അരഞ്ഞു

തീർന്നേനെ ..

അവൾ വേഗം പുറത്തിറങ്ങി അതിനെ നോക്കി... അത് പ്രാണനും കൊണ്ട് ഓടുന്നു. അവൾ സമാധാനത്തോടെ കാറിൽ കയറി യാത്ര തുടർന്നു...

ഡോക്ടർ സ്വപ്നക്ക് മുപ്പത്തെട്ടു വയസ്സ്, പട്ടണത്തിലെ പ്രശസ്ത കോളേജിലെ പ്രൊഫസർ ആണ്..കൂട്ടത്തിൽ ജീവകാരുണ്യ പ്രവർത്തനങ്ങളുമായി ജീവിതം സന്തോഷത്തോടെ പോകുന്നു.. ആരുമില്ലാത്ത മാതാപിതാക്കൾക്കും, അനാഥ മക്കൾക്കും വേണ്ടി ഒരു സ്നേഹാലയവും നടത്തുന്നു... തന്റെ വരുമാനം മുഴുവനും പാവങ്ങൾക്ക് വേണ്ടിയാണു ചിലവഴിക്കുന്നത്...

വിവാഹത്തിനോട് അത്ര താല്പര്യമില്ല...വിവാഹം കഴിക്കാത്തത് ഒരു നഷ്ട്ടമായി അവൾക്കൊരിക്കലും തോന്നിയിട്ടില്ല...മാതാപിതാക്കൾ നേരത്തെ മരിച്ചു പോയ തനിക്ക് എല്ലാവരും ഉണ്ടെന്ന് തോന്നുന്നത് ആ സ്നേഹാലയത്തിൽ ചെല്ലുമ്പോഴാണ്...

തന്നെ കാണുമ്പോഴേ എല്ലാരും ഓടി വരുന്നത് കാണുമ്പോൾ അവളുടെ മിഴികൾ നിറഞ്ഞു തുളുമ്പും...

ഫ്ലാറ്റിലേക്ക് എത്താൻ ഇനിയും അരമണിക്കൂർ നേരത്തെ ഓട്ടമുണ്ട്...

അവളുടെ ചിന്തകൾ അല്പനേരം ഭൂതകാലത്തിലേക്കു പോയി...

നാട്ടിൻപുറത്തു പഠിച്ച തനിക്ക് പട്ടണത്തിലെ സാഹചര്യങ്ങൾ ഒത്തുപോകാൻ ബുദ്ധിമുട്ട് മുട്ട് തോന്നി, കോളേജ് ഹോസ്റ്റലിൽ താമസിച്ചായിരുന്നു പഠനം...

പത്തിൽ നല്ല മാർക്കോടെ ജയിച്ച തനിക്ക് പ്രശസ്തമായ കോളേജിൽ അഡ്മിഷൻ കിട്ടാൻ ബുദ്ധിമുട്ട് ഇല്ലായിരുന്നു...

ആദ്യ ദിവസം പേടിച്ചായിരുന്നു കോളേജിൽ ചെന്നത്...

സീനിയർ കുട്ടികൾ ഓരോന്ന് ചോദിച്ചു തന്നെ ബുദ്ധിമുട്ടിച്ചപ്പോൾ തന്റെ രക്ഷക്കായി എത്തിയതായിരുന്നു യദു കൃഷ്ണൻ .,.

ആർക്കും ഒരിഷ്ടം തോന്നുന്ന പ്രകൃതം...

പിന്നെയങ്ങോട്ട് എന്തിനും ഏതിനും തനിക്ക് കൂട്ടായിരുന്നവൻ..

അതിനിടയിൽ അവന് എന്നോടുള്ള അടുപ്പത്തിന് പ്രണയത്തിന്റെ നിറം കലരുന്നത് താൻ അറിഞ്ഞിരുന്നു... പൂവാക തണലിലെ സിമന്റ് ബഞ്ചിലിരുന്നു ഭാവി കാര്യങ്ങൾ ഓരോന്ന് ചർച്ച ചെയ്യുമായിരുന്നു...തന്നെ കാണുമ്പോൾ

ആ മിഴികളിലെ തിളക്കം താൻ കണ്ടിട്ടും കാണാത്തഭാവം നടിച്ചു... അന്നും തന്റെയുള്ളിൽ സാമൂഹ്യസേവനത്തോടുള്ള അടങ്ങാത്ത പ്രണയമായിരുന്നു...

കോളേജ് ജീവിതം അവസാനിച്ചു എല്ലാവരും ഓരോരോ വഴിയിലേക്ക് തിരിഞ്ഞു... താൻ പി ജി കഴിഞ്ഞ് റിസർച്ചിന് കൊടുത്തു......യദു ടെക്നിക്കൽ കോഴ്സ് എടുത്ത് പഠിച്ച് ഗൾഫിൽ നല്ലൊരു അമേരിക്കൻ കമ്പനിയിൽ കയറിപ്പറ്റി. കുറച്ചു നാളുകൾക്കു ശേഷം അവൻ തന്നെ കാണാൻ വന്നു... മാതാപിതാക്കളോട് തന്നെ വിവാഹം കഴിക്കാനുള്ള ആഗ്രഹം പറഞ്ഞു.. പക്ഷേ താൻ ഉറച്ച തീരുമാനത്തിൽ നിന്നും പിന്മാറിയില്ല... കുറച്ചു നാളുകൾ ക്ക് ശേഷം യദുവിന്റെ വിവാഹം കഴിഞ്ഞു,കുറേ നാളുകൾക്കു ശേഷം എല്ലാ കൂട്ടുകാരും ഒത്തുകൂടി....

പിന്നീട് അറിയാൻ കഴിഞ്ഞത് അവനും ഭാര്യയും കാനഡയിൽ സെറ്റിൽഡ് ആയെന്ന്... എവിടെ ആയാലും അവൻ സുഖായിരിക്കട്ടെ....

അവൾ ചിന്തകൾക്ക് വിരാമമിട്ടു.. ഫ്ലാറ്റിലേക്കുള്ള ഗേറ്റ് കടക്കുമ്പോൾ അവളുടെ ഹൃദയം സന്തോഷം കൊണ്ട് തുള്ളിചാടി.. എത്രയോ വർഷങ്ങൾക്കു ശേഷമാണു തങ്ങൾ

കാണുന്നത്!!!

അവൾ ലിഫ്റ്റ് കയറി നാലാം നിലയിടെ റൂം നമ്പർ പത്തിലെ കാളിങ് ബെൽ അമർത്തി... അല്പം കഴിഞ്ഞ് ഡോർ തുറന്നു...

പരസ്പരം കണ്ടപ്പോൾ രണ്ടുപേരുടെയും മിഴികൾ നിറഞ്ഞു... ഒന്നും പറയാനാവാതെ കുറേ നേരമങ്ങനെ നിന്നു... അവൾ ഒരിക്കലും പ്രതീക്ഷിക്കാത്ത രൂപമായിരുന്നു യദുവിന്റെ... അവൾക്ക് അത്ഭുതം തോന്നി.. ക്ളീൻ ഷേവ് ചെയ്യാതെ ഒരിക്കലും കണ്ടിട്ടില്ല ഇതിപ്പോ ആകെ നരച്ച് താടി വളർത്തിയ മുഖം...

പെട്ടന്നവന് സ്ഥലകാലബോധം വന്നു...

വാ.. സ്വപ്ന അകത്തേക്കിരിക്കൂ അവൻ അവളെ സ്നേഹത്തോടെ അകത്തേക്ക് ക്ഷണിച്ചു..

അവൾ സോഫയിൽ ഇരുന്നു...

അവിടെ വേറെ ആരുടെയും അനക്കം ഉള്ളതായി അവൾക്ക് തോന്നിയില്ല...

അമ്പരപ്പോടെ ഇരിക്കുമ്പോൾ യദുവിന്റെ ചോദ്യം...

എന്താ നിനക്ക് കുടിക്കാൻ വേണ്ടത്??

എനിക്ക് അല്പം ചൂട് വെള്ളം മതി...

അവനെഴുനേറ്റു അകത്തേക്ക് പോയി ഒരു ഗ്ലാസ് ചൂട് വെള്ളവുമായി വന്നു...

അവളത് വാങ്ങി കുടിച്ച് ഗ്ലാസ് ടീപ്പോയിൽ വച്ചു...

കുറച്ചു നേരം ആകെ നിശബ്ദത...

നിന്റെ വൈഫ് എവിടെ? കണ്ടില്ലല്ലോ...

അവനെന്തോ പറയാൻ ഒരുങ്ങിയപ്പോഴേക്കും അകത്ത് നിന്നും ഒരു കുഞ്ഞിന്റെ കരച്ചിൽ!!

അവൾ അത്ഭുതപ്പെട്ടു.

നിങ്ങൾ കുഞ്ഞിനെ അഡോപ്റ്റ് ചെയ്തല്ലേ നന്നായി.. ഇതു കുറച്ചു നേരത്തെ ആകായിരുന്നുട്ടോ.. അവൾ

പറയുന്നത് മുഴുവനും കേൾക്കാതെ അവൻ അകത്തേക്ക് പോയി..

തിരിച്ചു വന്നപ്പോൾ കഷ്ടിച്ച് ഒരു വയസ്സുള്ള കുഞ്ഞ്!!

അച്ഛേടെ പോന്നുമോൾ കരയല്ലേടാ.. അവൻ കുഞ്ഞിന്റെ കരച്ചിൽ അടക്കാൻ പാടുപെടുന്നുണ്ടായിരുന്നു....

അവൾ വേഗം ചെന്ന് അവന്റെ കൈയ്യിൽ നിന്നും കുഞ്ഞിനെ വാങ്ങി തോളിലിട്ടു പുറത്ത് തട്ടിക്കൊണ്ടിരുന്നു....

ആ പിഞ്ചു പൈതൽ അവളുടെ തോളിൽ കുഞ്ഞി വിരൽ കുടിച്ചു കിടക്കുന്നത് കണ്ട് പൊട്ടിക്കരഞ്ഞുപോയവൻ...

അവളാകെ വിഷമത്തിലായി..

എന്താ എന്റെ യദുവിന് സംഭവിച്ചത്??

അവൾ അവന്റെ തോളിൽ തട്ടി സമാധാനിപ്പിച്ചു...

നിന്റെ ഏറ്റവും നല്ല കൂട്ടുകാരിയല്ലേ ഞാൻ ... എന്നോട് നിന്റെ വിഷമം തുറന്നു പറയൂ ... അല്പം ആശ്വാസം കിട്ടട്ടെ...

അവനെഴുന്നേറ്റു മുഖം കഴുകി സോഫയിൽ വന്നിരുന്നു...

നീ ലതയുമായി പിണങ്ങിയോ??

ഞാൻ അവളെ വിളിച്ചു സംസാരിക്കാം..

ചെറിയ പിണക്കങ്ങൾ അപ്പപ്പോ പരസ്പരം പറഞ്ഞു തീർക്കണം... അല്ലങ്കിൽ അത് വലിയ വഴക്കിലേക്ക് പോവും.

അപ്പോഴും അവൻ തല കുമ്പിട്ടിരിക്കുവായിരുന്നു..

അവൾക്ക് ദേഷ്യം വന്നു..

ലതയുടെ നമ്പർ തരൂ..

അവൾ അവന്റെ ഫോണെടുത്ത് നമ്പർ തപ്പിയെടുത്തു...

ആ നമ്പർ ഡയൽ ചെയ്തപ്പോൾ കേൾക്കാൻ കഴിഞ്ഞത് സ്വിച്ച് ഓഫ് ആണെന്നാണ്...

അവന്റെ ഇരിപ്പും ഭാവവും കണ്ടപ്പോൾ അവൾക്കെന്തോ പന്തികേട് പോലെ തോന്നി...

കുറച്ചു നേരം കഴിഞ്ഞ് അവന്റെ മനസ്സ് ശാന്തമായി..

സ്വപ്നാ... നീ വിളിച്ചാൽ കേൾക്കുന്ന ദൂരത്തിലല്ല എന്റെ മോളുടെ അമ്മ.... അവളെങ്ങ് ദൈവസന്നിധിയിലാണ്

ഒരു നിർവികാരതയോടെ അവൻ പറഞ്ഞു...

അത് കേട്ടവൾ ഒരു നിമിഷം അനക്കമില്ലാത്ത അവസ്ഥയിലായിപ്പോയി!!

അവൾക്കത് വിശ്വസിക്കാൻ സാധിച്ചില്ല..

അ പിഞ്ചു കുഞ്ഞിനെ ഒന്ന് കൂടി ചേർത്തുപിടിച്ചു...

എന്താണ് സംഭവിച്ചത്? അവൾ ചോദിച്ചു..

ഈ പൊന്നുമോളെ എനിക്ക് തന്നിട്ട് എന്നെ ഒറ്റക്കാക്കി അവൾ പോയി.. ലേബർ റൂമിൽ കയറ്റി മോളെ പ്രസവിക്കും വരെ അവൾക്കു ഒരു കുഴപ്പവും ഇല്ലായിരുന്നു, പെട്ടന്നാണ് ബ്ലീഡിംഗ് ആയത്.. ഡോക്റ്റേഴ്സ് ആവുന്നതും നോക്കി.. പക്ഷേ....

അവൾക്ക് എന്താ പറയേണ്ടത് എന്നറിയില്ലായിരുന്നു..

എന്ത് പറഞ്ഞവനെ ആശ്വസിപ്പിക്കും....

അവൾക്ക് ഒന്നുമറിയില്ലായിരുന്നു..

അമ്മയില്ലാത്ത ആ കുഞ്ഞിനെ അവൾ തലോടിക്കൊണ്ടിരുന്നു.

കുറച്ചു കഴിഞ്ഞ് യദു തന്നെ ആ മൗനത്തിനു വിരാമമിട്ടു..

സ്വപ്നാ... ഈ ലോകത്തിൽ വച്ച് എനിക്കേറ്റവും വിശ്വാസവും സ്നേഹവുമുള്ള ഒരാളാണ് നീ... എന്റെ കൂടപ്പിറപ്പുകൾ പോലും ഈ കുഞ്ഞിനെ നോക്കുന്ന കാര്യത്തിൽ കയ്യൊഴിഞ്ഞു... അവർക്കൊന്നും നേരമില്ലന്ന്... എനിക്ക് കാനഡയിലേക്ക് തിരിച്ച് പോകണം... അവിടുത്തെ കാര്യങ്ങളെല്ലാം തീർത്തിട്ട് ഞാൻ തിരിച്ചു വരും... അതുവരെ അതുവരെ മാത്രം എന്റെ പൊന്നുമോളെ നിന്റെ സ്നേഹാലയത്തിൽ വളർത്തുമോ??

ഒരു വിതുമ്പലോടെ അവൻ പറഞ്ഞു നിർത്തി...

അവന്റെ സംസാരം കേട്ടപ്പോൾ അവളുടെ മനസ്സ് തകർന്നു പോയി..

യദു... ഈ പൊന്നുമോളെ ഞാൻ നിറഞ്ഞ മനസ്സോടെ ഏറ്റെടുക്കുന്നു... നീ തിരിച്ചു വരും വരെ ഈ കണ്മണിയെ ഞാനെന്റെ പൊന്നുമോളായി എന്റെ ജീവനെപ്പോലെ നോക്കിക്കോളാം...

ആ പിഞ്ചു പൈതൽ സ്നേഹ സാന്ത്വനത്തിനായി.... ഒരു അമ്മയുടെ കാരുണ്യ സ്പർശനത്തിനായി കൊതിക്കും പോലെ അവളുടെ മാറിലെ ചൂടേറ്റുറങ്ങി.....

അങ്ങകലെ ചക്രവാളത്തിൽ അന്തിക്കതിരവൻ ആ കാഴ്ച്ചകണ്ട് പുഞ്ചിരി തൂകി.....

****

ബിന്ദു വേണു

കൊച്ചിൻ സാഹിത്യ അക്കാദമി

വൈറ്റില

കൊച്ചി

എറണാകുളം

Mob : 94466 05244

28

മദാമ്മ കുളം

നല്ല തണപ്പാണെല്ലെ വാഗമണ്ണിൽ ... എന്റെ താടി കൂട്ടിയിടിക്കുന്നു..

ഞാൻ നിന്നോട് പറഞ്ഞതല്ലേ നല്ല തണുപ്പാണ് സ്വറ്ററും . ഷോളും എടുക്കാൻ . അനുസരിക്കില്ലല്ല!

ദീപികയെ ധ്യാൻ വഴക്കു പറഞ്ഞു കൊണ്ടിരിന്നു !!

രണ്ടു മാസത്തെ ലീവിനു വന്ന ധ്യാൻ പെണ്ണു കണ്ടുമടുത്തു. പെണ്ണിനെ ഇഷ്ടപ്പെട്ടാൽ നാളു ചേരില്ല അങ്ങിനെ ആഴ്ചകൾ കഴിഞ്ഞു

പോയതറിഞ്ഞില്ല ..... അവസാനം

ദീപികയുടെ നാളുമായ് നല്ല പൊരുത്തമായിരുന്നു ധ്യാനിന്റെ നാൾ !!!

പെട്ടെന്നായിരുന്നു ! വിവാഹം ... ഒരാഴ്ച കഴിഞ്ഞു ധ്യാൻ അമേരിക്കയിലേക്ക്

പോയി !

ഗോപാലനും ജയഭാരതിക്കും രണ്ടാൺ മക്കളിൽ

രണ്ടാമത്തെമോനാണ് ധ്യാൻ ജേഷ്ടൻ

ധീരജ് വിവാഹം കഴിഞ്ഞ് !! ആന്ധ്രപ്രദേശിൽ

കടപ്പഎന്ന സ്ഥലത്ത് സ്ഥിരതാമസമാണ് !

പ്രസാദിനും സുഷമയ്ക്കും

രണ്ടുമക്കളിൽ മൂത്തവൾ . ദീപിക

അനുജൻ ദിനു പത്തിൽ പഠിക്കുന്നു !

ദീപികഫാഷൻ ഡിസൈനറാണ് !!

കാലചക്രം വേഗത്തിൽ

ഓടിക്കൊണ്ടിരുന്നു ....

വീഡിയോ കോളിൽ കൂടി . ധ്യാനും ദീപുവും

സംസാരിക്കുന്നതിനിടയിൽ .

ഒരു മാസംകൂടിയുള്ളൂ എന്റെ ദീപുവിന്റ അടുത്തേക്ക് ഓടി എത്താൻ !!

ധ്യാൻ ഓടിയാണോ വരുന്നത് ?

ഫ്ലൈയിറ്റിനല്ലേ ?

ഹ ഹ ഹ . എന്റെ ഭാര്യവലിയ തമാശക്കാരിയാണല്ലോ?

ധ്യാൻവരാൻ ഏഴുദിവസം കൂടിയുണ്ട്

ഒന്നു ബ്യൂട്ടി പാർലറിൽ പോയി ഫെഷ്യൽ ചെയ്യണം മുടി വെട്ടണം ... ഓരോന്നാലോചിച്ചിരിന്നപ്പം ആണ് അമ്മ വിളിക്കുന്നതു കേട്ടത് !

എന്താ അമ്മേ ?

അച്ഛൻ വാഗമണ്ണിൽ ഒരു റിസോട്ട്ബുക്ക് ചെയ്യുന്നതിനെ പറ്റി ചോദിക്കാനാവിളിച്ചത് ധ്യാൻ വരുമ്പം നിങ്ങൾക്ക് പോകാനായിട്ട് ...

നീ എപ്പോഴും പറയാറില്ലേ വാഗമണ്ണിൽ പോകണമെന്ന് !

അമ്മ പറയുന്നതു കേട്ട് മനസ്സിൽ ലഡ്ഡു പൊട്ടി.പഠിക്കുന്ന കാലത്ത് മുതലുള്ള ആഗ്രഹമാ വാഗമണ്ണിൽ പോകണമെന്നുള്ളത് !

എന്താ നീ ആലോചിക്കുന്നേ ?

ഒന്നും ഇല്ലമ്മേ!

അങ്ങിനെ ആദിവസം വന്നെത്തി.

മഞ്ഞു പുതച്ച മലനിരകളും

പച്ച പുൽമേടുകളും ചിത്രകാരന്റെ

മനോഹരമായ ഒരു ക്യാൻവാസിനെ ഓർമ്മപ്പെടുത്തി !

റോഡിനിരുവശവും കൊക്കയാണ്. കാറ് വളരെ സൂക്ഷിച്ചു വേണം ഓടിക്കാൻ !

ഒന്നു ശ്രദ്ധ തെറ്റിയാൽ പിന്നേ പൊടി പോലും കാണില്ല!

കാടിന്റെ ശാന്തതയും

മാസ്മര സംഗീതവും താഴ്‌വരയുടെ നിഗൂഢതയും . കാടിനുള്ളിലേക്ക്

കാറ് പോയ്ക്കൊണ്ടിരിന്നു..

ചീവിടുകളുടെ ശബ്ദം ഭയപ്പെടുത്തുന്നതു

പോലെ തോന്നി ! കൂടുതൽ വിസ്തീർണ്ണം

ഇല്ലാത്തറോഡിൽ കൂടി കാർവളരെ സാവധാനത്തിലാണ് ഓടിച്ചു കൊണ്ടിരുന്നത്

തേയില തോട്ടത്തിൽസ്ത്രീകൾ പിറകിൽ ഒരു കുട്ടകെട്ടി നിരന്നുനിന്ന് തേയില നുള്ളിയെടുക്കുന്നതു കാണാൻ നല്ലരസമാ

ധ്യാൻ തേയില തോട്ടത്തിനരികിൽ കാർപാർക്കു ചെയ്തു !

ദീപു നീആതേയില ചെടിയുടെ അരികിൽ നിന്നേ ഞാൻ കുറച്ചു ഫോട്ടൊ എടുക്കട്ടേ ?

ധ്യാൻ ക്യാമറയിൽ ദീപുവിന്റചിത്രങ്ങൾ പകർത്തി

പച്ച പരവതാനി വിരിച്ച പോലെ തേയില ചെടികൾ കൂട്ടമായ് നിൽക്കുന്നതിനടുത്ത തോട്ടത്തിൽ ഓറഞ്ചു കൃഷി ... ഇതെല്ലാം കണ്ടു ആസ്വാദിച്ചു നിൽക്കുമ്പം. ധ്യാൻ തിരക്കുകൂട്ടി

ദീപു

വന്നേ പ്രകൃതി ഭംഗി ആസ്വാദിച്ചതുമതി.

തേയില തോട്ടത്തിൽ നിന്നും ദീപുവിന്റെ കാലിൽ അട്ടകയറി എല്ലാവരും കടിച്ചു തൂങ്ങി കിടക്കുകയാണ്. തേയില നുള്ളുന്ന സ്ത്രീകൾ ഉപ്പു കൊണ്ടുവന്നു അട്ടയുടെ മേൽഇട്ടു അതെല്ലാം താഴെ വീണു

അവർ യാത്ര തുടർന്നു.

വനത്തിനു നടുവിലൂടെയുള്ള വഴിയിൽ

നിറയെ കൂർത്ത കല്ലുകളും .

മുള്ളൻ ചെടികളും നിറഞ്ഞിരിന്നു.

ഭ്രാന്തിയുടെ ജട പിടിച്ച മുടിക്കെട്ടു പോലെ

ശൂന്യവും വരണ്ടതും. വിജനവുമായ വനങ്ങൾ ....

ഗൂഗിൾ മാപ്പിട്ടാണ്പോകുന്നത് !

ദീപു വഴി തെറ്റിയെന്നു തോന്നുന്നു !!! .

ഇനിമുന്നോട്ടു പോയാൽ കൊക്കയാണ്.

പുറത്തിറങ്ങാൻ പറ്റാത്ത അവസ്ഥ നല്ല തണുപ്പാണ് പുറത്ത്

മൂടൽ മഞ്ഞിന്റെ മറയിൽ ഒന്നും കാണാൻ കഴിയുന്നില്ല !

ധ്യാൻ റിവേസ് എടുക്ക് നമ്മൾ വന്ന റോഡിലെത്തില്ലേ ?

ശരിയാ ..

ആരോ വരുന്നുണ്ട്. ചേട്ടാ ഒന്നു നിന്നെ !

എന്താ എന്ന ഭാവത്തിൽ ധ്യാനിന്റെ മുഖത്തേക്ക് നോക്കി അയാൾ നിന്നു.

സ്വർണ്ണഗിരി റിസോട്ട് എവിടെയാ ?

ഞങ്ങൾക്കു വഴി തെറ്റി റിസോട്ടു കാരെ വിളിച്ചിട്ടു കിട്ടുന്നില്ല. ഒറ്റ ശ്വാസത്തിൽ ധ്യാൻ പറഞ്ഞു നിർത്തി !

എട്ട് കിലോമീറ്റർ ഉണ്ട് ഇവിടെ നിന്നും അവിടെയ്ക്കെത്താൻ. ഹെയർപിൻ വളവുകളാണ് അങ്ങോട്ട് .

മൂടൽ മഞ്ഞു കാരണംവഴി കാണാൻ ബുദ്ധിമുട്ടും.

ഞാൻ നിങ്ങൾക്കൊപ്പം വരാം....

ചേട്ടൻ കാറിൽ കയറ്.

ധ്യാൻ ഡോർ തുറന്നു കൊടുത്തു .

നമ്മൾ പരിചയപ്പെട്ടില്ലല്ലോ..

ഞാൻ ധ്യാൻ ഇത് എന്റെ ഭാര്യ ദീപു. ചേട്ടന്റെ പേരെന്താ?

മുത്തു .

മുത്തു വിന്റെ നിറം കറുപ്പാണെങ്കിലും

കാണാൻ നല്ല സുന്ദരൻ കണ്ടാൽ ആരും ഒന്നു നോക്കിപ്പോവും.....

മുത്തു പറഞ്ഞ വഴിയിൽ

കൂടി യാത്രയായ് ..... കുറെ ദൂരം പോയ് കഴിഞ്ഞപ്പം സ്വർണ്ണ ഗിരി റിസോട്ടിന്റെ ബോർഡ് കണ്ടു പാറക്കല്ലുകൾ നിറഞ്ഞ റോഡിൽ കൂടി കാർ ഓടിക്കാൻ ബുദ്ധിമുട്ടി റിസോട്ടിന്റെ കവാടത്തിൽ എത്തി നല്ല ഒരു കെട്ടിടം .ഉദ്യാനത്തിൽ നിറയെ പനിനീർ പുഷ്പ്പങ്ങൾപലവർണ്ണങ്ങളിൽ .

കാർ നിർത്തി ഞങ്ങളെ കണ്ടിട്ടാകണം മാനേജർ വന്നു. ചോദിച്ചു .

ധ്യാൻ അല്ലെ ...

അതെ .....

നിങ്ങളെ വിളിച്ചിട്ടു കിട്ടുന്നില്ലായിരുന്നു.......

പിന്നേ ഈ ചേട്ടനാ ഞങ്ങൾക്കു വഴി പറഞ്ഞു തന്നത് !

മുത്തു വിനെ പരിചയപ്പെടുത്താൻ തിരിഞ്ഞു നോക്കിയപ്പം ബാക്കിലെ സീറ്റിൽ മുത്തു ഇല്ല .ഞങ്ങൾ പരിഭ്രാന്തരായ് മനേജരുടെ മുഖത്തേയ്ക്ക് നോക്കി അയാളുടെ മുഖത്ത് ഭയത്തിന്റെ നിഴൽ പാടുകൾ കാണാൻ കഴിഞ്ഞു ....

ഞങ്ങൾക്കു വഴി പറഞ്ഞു തന്ന ആൾ എവിടെ പോയ്. .....

ദീപു ഭയത്താൽ ധ്യാനിന്റെ കയ്യിൽ മുറുകെ പിടിച്ചിരിന്നു ...

നിങ്ങൾ എന്നോടു സംസാരിക്കുന്ന സമയത്തു പോയിട്ടുണ്ടാകും ഇതാ താക്കോൽ റൂം നമ്പർ നൂറ്റിമൂന്ന് !

ലഗേജ് റൂം ബോയ്അകത്തു കൊണ്ടുപോയ് വച്ചു. രണ്ടു ബെഡ്സ്റ്റ് റൂം ഒരു ഹോൾ അററാച്ചഡ് ബാത്ത്റൂം ... കൊള്ളാം എല്ലാം വെള്ള കളർ ഡൈനിങ്ങ് ടേബിൽ മുതൽ കസേര വരെ വെള്ളനിറം പൂശിയിരിക്കുന്നു.

രാത്രിയിലേക്കുള്ള ഭക്ഷണം റൂം ബോയ് കൊണ്ടു തന്നു . ഭക്ഷണം കഴിഞ്ഞ് പുറത്തു ടോർച്ചടിച്ചു നോക്കി. ഒരു കാട്ടിൽ പലയിടത്തായി ഇതേ പോലെ ഓരോ വീടുകൾ എല്ലാം വെള്ളകളർ പൂശിയത്.

രാത്രി വയലിൻ വായിക്കുന്ന ശബ്ദം കേട്ടാണ് ധ്യാൻ ഉണർന്നത് ! വാച്ചിൽ നോക്കി മണിപന്ത്രണ്ടു കഴിഞ്ഞിരിക്കുന്നു. ഈ സമയത്താരാ

വയലിൽ വായിക്കുന്നത് ? ധ്യാൻ ദീപുവിനേയും വിളിച്ചുണർത്തി . ശബ്ദം കേട്ടദിക്കിലേക്ക് ടോർച്ചു തെളിച്ചു നോക്കി. അതാ അവിടെ കുളത്തിനരുകിൽ ഒരു മദാമ്മ വെള്ള വസ്ത്രത്തിൽ അതീവ സുന്ദരിയായിരിക്കുന്നു കയ്യിൽ .

വയലിൻ അവർ വളരെ ആസ്വാദിച്ചു കൊണ്ടാണ് അതു വായിക്കുന്നത് ! കുറച്ചു കഴിഞ്ഞപ്പം കറുത്ത ഒരു മനുഷ്യൻ അവരുടെ അടുത്തു വന്നു . അയാളെ കണ്ടതും അവൾ വയലിൻ വായന നിർത്തി അവൾ അയാളെ കെട്ടിപ്പുണർന്നു.

നിലാവെളിച്ചത്തിൽ അവർ കണ്ടു അയാളുടെ മുഖം മുത്തു !

മുത്തുവിന്റെ മുഖം കണ്ടതും ഭയത്താൽ നെഞ്ചിടിപ്പു കൂടി ....

മദാമ്മയും മുത്തുവും വിവസ്ത്രയായ് കുളത്തിലേക്ക് എടുത്തു ചാടി . ഇതു കണ്ടു നിന്ന ദിപൂ ഉച്ചത്തിൽ അലറികരഞ്ഞു ....

ധ്യാൻ എനിക്കു പേടിയാകുന്നു ഈ രാത്രി ഈ മദാമ്മയും മുത്തുവും എവിടെ നിന്നും വന്നു ?

നമുക്ക് നാളെ തന്നെ ഇവിടുന്നു പോവാം

ധ്യാൻ ...

ഇരുവരും ഭയവിഹ്വലരായ് മനേജരെ വിളിച്ചു പക്ഷേ ഫോണിൽ റെയ്ഞ്ച് കിട്ടുന്നില്ല.

ദീപു നീ ഭയപ്പെടേണ്ട ഞാനില്ലേ കൂടെ നമുക്ക് നോക്കാം ഇവർ എന്താ ചെയ്യുന്നതെന്ന് ...

പെട്ടന്ന് ഒരു അലർച്ച കേട്ട് രണ്ടു പേരും ഞെട്ടി കുളക്കരയിൽ നിന്നായിരുന്നു കരച്ചിൽ കേട്ടത് പക്ഷെ അവിടെ ആരെയും കണ്ടില്ല !

രാത്രി രണ്ടു പേർക്കും

ഉറങ്ങാൻ കഴിഞ്ഞില്ല

രാവിലെ മാനേജരെ കണ്ടു അവർ കണ്ട കാര്യമൊക്ക പറഞ്ഞു.

നിങ്ങൾ കണ്ടത് സ്റ്റെഫിമാദാമ്മനേയും

മുത്തുവിനേയും ആണ് ..

മനേജർ കഥ പറയാൻ തുടങ്ങി.

വർഷങ്ങൾക്കു മുൻപു സ്റ്റെഫി മദാമ്മ ആ കാണുന്ന ബംഗ്ളാവിൽതാമസിക്കാൻ വന്നു അവർ തനിയെയായിരുന്നു താമസിച്ചിരുന്നത്.. അവർക്കു വേണ്ട സഹായങ്ങൾ ചെയ്തിരുന്നത് മുത്തുവാണ്. അവർ തമ്മിൽ പ്രണയത്തിലായ്!!

ആദിവാസിയായിരുന്നു മുത്തു .

ആദിവാസിയിലാരോ തേൻ എടുക്കാൻ കാട്ടിൽ വന്നപ്പം ഗർഭിണിയായ മദാമ്മയെ കണ്ടു കൂട്ടത്തിൽ മുത്തുവിനേയും .

ഈ വിവരം മൂപ്പരറിഞ്ഞു. മുത്തുവാണ് ഗർഭത്തിനുത്തരവാതി എന്നറിഞ്ഞ് രണ്ടുപേരെയും ഒരുമിച്ച് ചങ്ങല കൊണ്ടു കെട്ടിവരിഞ്ഞു കുളത്തിൽ താഴ്ത്തി !!

ഇതുവരെ ആരെയും ഉപദ്രവിച്ചിട്ടില്ല അതാ ഞാൻ നിങ്ങളോടിക്കാര്യം

പറയാതിരുന്നത് !!!!

എപ്പോഴും അങ്ങിനെ വരാറില്ല ഇന്നലെ എന്താ വന്നതെന്നറിയില്ല. മുത്തുവാണ് നിങ്ങളെ കൊണ്ടുവന്നാക്കിയതെന്നു മനസ്സിലായി. ...

നിങ്ങൾ ഭയപ്പെടുമെന്നു വിജാരിച്ചാ പറയാതിരുന്നത്. ക്ഷമിക്കണം.

ഞങ്ങൾ റൂം വെക്കേറ്റ് ചെയ്ത് യാത്രതിരിച്ചു !!!!

****

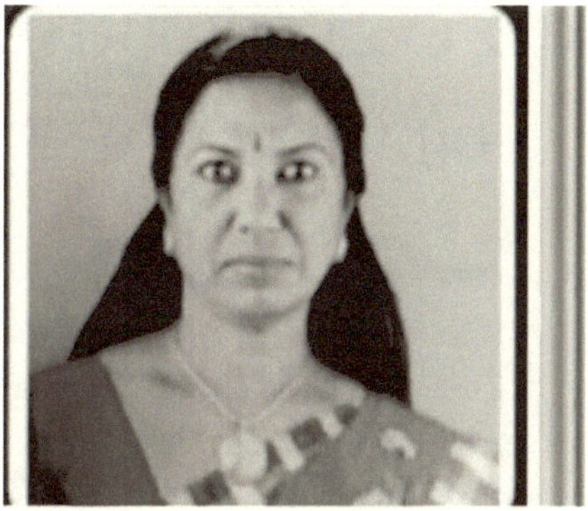

മാഗ്ളിൻ ജാക്സൺ

കൊച്ചു വീട്ടിൽ
നിയർ സെൻറ് പീറ്റേഴ്സ് ചർച്ച് , കുമ്പളങ്ങി

29

മന്ന പൊഴിയുന്നത് എപ്പോൾ ?

സമീപത്തെ ഹോട്ടലിൽ കോഴി ബിരിയാണി പാകമാകുന്നതിൻ്റെ നറുമണം മണിവർണ്ണൻ്റെ മൂക്കിൽ, പൂന്തോട്ടത്തിൽ നില്ക്കുമ്പോൾ പൂമണം എന്ന പോലെ ചോദിക്കാതെയും പറയാതെയും കടന്ന് കയറി ധർണ തുടങ്ങി. റോഡിൻ്റെ എതിർവശത്ത് കളക്ട്രേറ്റ് പടിയ്ക്കൽ എന്തിനോ വേണ്ടി ധർണയിലിരുന്നവർ വിശപ്പിൻ്റെ ജൈവഘടികാരം ഒച്ചവച്ചപ്പോൾ ഓരോരുത്തരായി എണിറ്റുപോയി. ഇത്രയും നേരം ധർണക്കാരുടെ ആസനം ക്ഷമയോടെ കാത്തു പോന്ന പ്ലാസ്റ്റിക് കസേരകളെ വാടകക്കാരൻ പെട്ടിഓട്ടോയിൽ അടുക്കുന്നതിനിടയിൽ വല്ലപ്പോഴും ഇങ്ങോട്ട് കണ്ണെറിയുന്നുണ്ടു്. ബിരിയാണി മണം അവനെയും തോണ്ടുന്നുണ്ടാവാം.

കറുപ്പയ്യ, മണിവർണ്ണൻ്റെ വളർത്തച്ഛൻ പട്ടച്ചാരായം മോന്തി ലക്കുകെട്ട് വന്ന്, പണ്ടെന്നോ സമരക്കാർ ഉപേക്ഷിച്ചു പോയ ഫ്ലക്സ് ബോഡ് കൊണ്ടു മേൽക്കൂരയിട്ട ചായ്പിനുള്ളിൽ കയറി ഒരു ചെരിപ്പ് എടുത്ത് തയ്ക്കുവാൻ തുടങ്ങി.

മണിവർണ്ണൻ്റെ മൂക്കിൻ്റെ വാവട്ടം ബിരിയാണിമണത്തിൻ്റെ തോതിന് അനുപാതത്തിൽ വലുതായിക്കൊണ്ടിരുന്നു. വായ്ക്കുള്ളിൽ കൊതിക്കപ്പൽ നങ്കൂരമിട്ടു.പോളീഷ് ചെയ്തു കൊണ്ടിരുന്ന ഷൂവിന് മുകളിൽ കൊതിത്തേൻക്കട്ട വീണുടഞ്ഞിടം ചെരുപ്പു തുടക്കുന്ന തുണികൊണ്ട് അവൻ തുടച്ചു. ഭാഗ്യം പോലീസുകാരൻ ആരോടോ ഫോണിൽ വർത്തമാനം പറയുകയായിരുന്നു. തേൻക്കട്ട ഷൂവിൽ വീണുടഞ്ഞത് പേലീസുകാരൻ കണ്ടിരുന്നെങ്കിൽ എന്തായേനെ എന്ന് ഭയപ്പെട്ട്, ഇനിയും കൊതിത്തേൻ ഒലിച്ചുവരാതെ ചുണ്ടുകൾ, കീറിയ തോൽച്ചെരുപ്പ് തുന്നിച്ചേർക്കും പോലെ ചേർത്തു വച്ചു.

ഷൂ പോളീഷ് ചെയ്തതിന് കിട്ടിയ രൂപ അവൻ തകരപ്പെട്ടിയിൽ ഇട്ടു. അവൻ കറുപ്പയ്യനെ നോക്കി, കറുപ്പയ്യ അവനേയും. അവൻ നിനച്ചതും കൊതിച്ചതും കറുപ്പയ്യ മണം കൊണ്ടറിഞ്ഞു.

'എന്താടാ നിനക്ക് ബിരിയാണി വേണോ ?'കറുപ്പയ്യ ചോദിച്ചു. അവൻ തല കുമ്പിട്ടിരുന്നു.

കറുപ്പയ്യ തകര പാത്രത്തിലെ പത്തിൻ്റെ നോട്ടുകൾ തുപ്പൽ തൊട്ടെണ്ണി അവൻ്റെ കൈയ്യിൽ കൊടുത്തു.

'ഒരു ബിരിയാണി.' അവൻ നോട്ടുകൾ മേശപ്പുറത്തു വച്ചു. കാഷ്യർ രൂപ എണ്ണി നോക്കി പത്ത് രൂപ തിരികെ കൊടുത്തു. അവൻ്റെ സംശയക്കണ്ണിന് മറുപടിയായി കടയുടമ പറഞ്ഞു: 'വല്ലപ്പോഴും ഷൂ ഓസിന് പോളീഷ് ചെയ്ത് തരുന്നതല്ലേ, പത്തു രൂപ കുറച്ചു മതി. ആകാശത്ത് മേഘം മാറി പൂനിലാവ് പരക്കും പോലെ അവൻ്റെ മുഖത്ത് ചിരി പരന്നു.

' ലെഗ് പീസ് വച്ച് തരാമോ ?' അവൻ പരുങ്ങലോടെ ചുണ്ടനക്കി.

' എന്താ, നീ ലഗ് പീസേ കഴിക്കൂ ?'

അവൻ്റെ മുഖത്ത് നിലാവു് മാറി മേഘം പടർന്നു.

കടക്കാരൻ അകത്തോട്ടു നോക്കി ഉച്ചത്തിൽ വിളിച്ചു പറഞ്ഞു: 'മുരുകാ മണിയ്ക്ക് ഒരു ബിരിയാണി പാർസൽ എടുത്ത് കൊടു, ലെഗ് പീസ് വച്ച്. പൊടിയ്ക്ക് റൈസ് കൂട്ടിയെടുത്തോ. നമ്മുടെ പയ്യനല്ലേ'

കോഴിബിരിയാണിമുമായി അവൻ ഫ്ലക്സ് ബോഡ് ഭവനത്തിലെത്തി. കുപ്പിയിൽ കൊണ്ടു വച്ചിരുന്ന വെള്ളം കൊണ്ടു് കൈകഴുകി, അവൻ കാലുമടക്കി നിലത്തിരുന്നു. ബിരിയാണിപ്പൊതി മുമ്പിൽ തുറന്നു വച്ചു. കുമുകുമാ നറുമണം ഉയരുന്ന ബിരിയാണിച്ചോറിൻ്റെ ഇടയിൽ ഗ്രാമ്പു, ഏലക്കാ, അണ്ടിപ്പരിപ്പ്, കിസ്മിസ് തുടങ്ങിയവർ, തീറ്റയുമായെത്തിയ തള്ളക്കിളിയെ കൂട്ടിലിരുന്ന് കിളിക്കുഞ്ഞുങ്ങൾ നോക്കും പോലെ തല ഉയർത്തി നോക്കുന്നുണ്ടു്. അതിനിടയിൽ കോഴിക്കലിൻ്റെ എലുമ്പൻ അറ്റം, മീനച്ചലാറ്റിൽ നീന്തുന്ന നീർകാക്കയുടെ ചുണ്ടു പോലെ പുറത്തേയ്ക്ക് ഉന്തി നില്ക്കുന്നു. കോഴിക്കാൽ ഒരു വശത്തേയ്ക്ക് ഒതുക്കി വച്ച് ഒരു പിടി ചോറ് വാരി വായിലേക്ക് വയ്ക്കാൻ തുടങ്ങുന്നനേരം ഒരു കൊച്ചു പെൺകുട്ടിയുടെ കൊതി പടർന്ന കണ്ണുകൾ അതിന് തടസ്സമായി. മാംസം അലിഞ്ഞു എല്ലുപൊതിഞ്ഞ തൊലിച്ചന്തമുള്ള സ്ത്രീയുടെ കൈ പിടിച്ചു് ഒരു പാവം .അഴുക്ക് മെഴുകിയ കീറത്തുണി ചുറ്റിയ അമ്മയുടെ ഉണങ്ങിയ ചുള്ളിക്കമ്പുവിരലിൽ തൂങ്ങി ബിരിയാണിയിൽ കൊതിയോടെ നോക്കി നില്ക്കുന്നു.

മണിവർണ്ണൻ്റെ വിശപ്പാകെ മീനച്ചലാറിൽ മുങ്ങാംകുഴിയിട്ടു. വായിലേക്കുയർന്ന കൈ കോച്ചിപ്പിടുത്തം പോലെ തിരികെപ്പോന്നു. കൈയ്യിലിരുന്ന വറ്റുകൾ കമ്പിത്തിരിപ്പൊരികൾ പോലെ ചിതറിവീണു. അവൻ്റെ അലിവിൻ്റെ ഹൃദയമുറ്റത്ത് അയ്യോഭാവത്തിൻ്റെ കരുണമഴ ഇടവപ്പാതി പോലെ പെയ്യാൻ തുടങ്ങി. കെട്ടഴിഞ്ഞ ബിരിയാണിപ്പൊതി, സ്നേഹത്താലത്തിൽ അവൻ അവർക്കു

മുമ്പിൽ നീക്കിവച്ചു. കൈവശമുള്ള ഭാണ്ഡക്കെട്ടും, കറുത്ത ഭിക്ഷാപാത്രവും അരികെ വച്ച്, സന്തോഷത്തിളക്കത്തോടെ അവർ ബിരിയാണി കഴിക്കുന്നത് ആത്മനിർവൃതിയോടെ അവൻ നോക്കി നിന്നു. എവിടുന്നോ പറന്ന് വന്ന് അടുത്തിരുന്ന കാക ജോഡിയ്ക്ക് കൊത്തിയെടുക്കാൻ പൊതിയിലെ അവസാന വറ്റുകൾ പോലും ബാക്കി വയ്ക്കാതെ അവർ എണീറ്റു.അമ്മ എച്ചിൽപ്പൊതി ചുരുട്ടി എടുക്കുമ്പോൾ പെൺകുട്ടി നെയ്യ് ഒട്ടിപ്പിടിച്ചിരുന്ന വിരൽ ഈമ്പി. നിറചിരിയുടെ കാണിക്കയിട്ട്, ഈശ്വര ദർശന തുല്യമായ ഹൃദയഭാവത്തോടെ അവർ യാത്രയായി..

കാക്ക ഇരയായ കിളിക്കുഞ്ഞിനെ ദയയില്ലാതെ കൊത്തിക്കുടയും പോലെ ഉച്ചച്ചൂട് നഗരത്തെ കൊത്തിക്കുടഞ്ഞു. വിശപ്പും, ദാഹവും ഓടിപ്പോയിട്ടും, ഉച്ചച്ചൂടു പോലുള്ള തപ്ത ചിന്തകൾ തത്വചിന്തകളായി മണിവർണ്ണനെ കൊത്തിക്കുടഞ്ഞു. അന്യനു മുമ്പിൽ കൈ മലർത്തി നീട്ടുന്നതിൽ മാത്രമല്ല, കമഴ്ത്തി നീട്ടുന്നതിലും ഒരു വിശപ്പടങ്ങൽ , വയലിൽ നടവരമ്പോരത്തെ നനവുള്ള മാളത്തിൽ ഞണ്ടെന്നപോലെ ഒളിച്ചിരിപ്പുണ്ടെന്ന് അവൻ അന്നാദ്യമായി തിരിച്ചറിഞ്ഞു. ഉണ്ണാതെ ഊട്ടുന്നതിൻ്റെ രുചി.

കറുപ്പയ്യൻ്റെ ഉച്ചകൂർക്കംവലി മണിവർണനെ ചിന്തകകളിൽ നിന്നും വലിച്ചു പുറത്തിട്ടു. അതിഥികൾ എടുക്കാൻ മറന്നു പോയ കറുത്ത കുടുവൻ ഭിക്ഷാപാത്രം അവനെ പേടിയോടെ നോക്കി. 'ഇനിയവർ എങ്ങനെ ഭിക്ഷ യാചിക്ക്കും ? ഭിക്ഷാ പാത്രമല്ലാതെ അവർ വിഷമിക്കില്ലേ ? എത്ര തന്നെ വില കുറഞ്ഞതാണെങ്കിലും ഉടമസ്ഥന് അത് നിധി പോലെയല്ലേ ? ആ നഷ്ടത്തിൻ്റെ വേദന എത്ര വലുതായിരിക്കും' തീമഴയിൽ പൊടിപടലങ്ങൾ കരിഞ്ഞ ഇയ്യാംപ്പാറ്റച്ചിറകുകൾ കണക്കെ അലയുമ്പോലെ ചിന്തകൾ.

ഭിക്ഷാപാത്രവുമായി അവൻ ജില്ലാ ആശുപത്രിപ്പടി വരെ ഓടി. അവരെ കണ്ടില്ല. അവിടെ നിന്നും പെരുമ്പാമ്പിനെപ്പോലെ വളഞ്ഞുപുളഞ്ഞു കിടക്കുന്ന ഗുഡ്ഷെപ്പേഡ് റോഡുവഴി റെയിൽവേ സ്റ്റേഷൻ പരിസരത്തെത്തി. എങ്ങും അവരെ കണ്ടില്ല.

ഇപ്പോഴാകട്ടെ വിശപ്പും ദാഹവും ഒളിവിടങ്ങളിൽ നിന്നുംപുറത്തു വന്ന് കടിയുറുമ്പായി അവനെ കടിക്കാൻ തുടങ്ങി. ഷർട്ടിടാത്ത തമിഴൻ്റെ കടലത്തട്ടിൽ നിന്ന് ,ചീനച്ചട്ടിയിലെ ചട്ടുകത്തിൻ്റെ തട്ടു മുട്ടു സംഗീതത്തിൻ്റെ അകമ്പടിയോടെ കപ്പലണ്ടിയുടെ വറകുമണം അവനു മുമ്പിൽ കൊട്ടിപ്പാടി. പോക്കറ്റിൽ ഉറങ്ങിക്കിടന്ന പത്തു രൂപയെ കുത്തിയുണർത്തി തട്ടുകാരന് കൊടുത്ത് ,വറുത്ത കടലയുടെ ഗോപുരപ്പൊതി പകരം വാങ്ങി, ഞരടിക്കൊറിച്ചുകൊണ്ടു് അവൻ തിരികെ നടന്നു.

കറുപ്പയ്യ ഉറക്കത്തിൻ്റെ കയത്തിൽ നീന്തുകയാണ്. നീന്തലിൽ തെറിക്കുന്ന ജലപ്പരപ്പിലെ ഒച്ച പോലെ കൂർക്കംവലി .കുപ്പിയിൽ ബാക്കിയുണ്ടായിരുന്ന വെള്ളം കുടിച്ചു് അവൻ ആ കറുത്ത പാത്രത്തെ തന്നെ നോക്കിയിരുന്നു. ഒരു മാന്ത്രിക വസ്തുപോലെ അത് തന്നെ നോക്കുന്നതായി അവന് തോന്നി. 'എന്നെങ്കിലും അവർ വരും. അന്ന് കൊടുക്കാം ' എന്ന ചിന്തയിൽ അവൻ ആ പാത്രം , ചെരിപ്പുപണിയ്ക്കു ആവശ്യമുള്ള സാധനങ്ങൾ ഇട്ടുവയ്ക്കുന്ന തുരുമ്പിച്ച റങ്കു പെട്ടിയ്ക്കുമീതെ, ഭക്തൻ ഇഷ്ട വിഗ്രഹം പ്രതിഷ്ഠിയ്ക്കും പോലെ വച്ചു.

കളക്ട്രേറ്റിനു മുമ്പിൽ ധർണകൾ പലതും വന്നു പോയി. കുമിളി വണ്ടി എത്രയോ പ്രാവശ്യം കെ കെ റോഡിനെ നോവിച്ചു. വേനൽക്കാലവും, മഴക്കാലവും കഴിഞ്ഞു പോയി. എന്നിട്ടും ആ അമ്മയോ പെൺകുട്ടിയോ പാത്രം തേടി വന്നില്ല.

മുനിസിപ്പാലിറ്റിയുടെ നഗര സൗന്ദര്യവത്ക്കണത്തിൽ കുരുങ്ങി ചെരിപ്പു റിപ്പയർ കട നഷ്ടപ്പെടുന്ന അവസ്ഥയായി. മദ്യപിച്ച് വെളിവില്ലാതിരുന്ന കറുപ്പയ്യയുടെ നാക്കിൻ്റെ അരം പോലീസിൻ്റെ ബൂട്ടിൽ ചൊറിച്ചിലുണ്ടാക്കി. അവർ കട പൊളിച്ചു. മണിവർണ്ണനെ മണൽച്ചാക്കു പോലെ തൂക്കിയെടുത്ത് ദൂരോട്ടിട്ടു. പെട്ടിയ്ക്കുള്ളിലെ പണി സാധനങ്ങൾ നൂലു പൊട്ടിയ കല്ലുമാല പോലെ ചിതറി വീണു.

ആ കറുത്ത പാത്രം തൊട്ടടുത്ത പള്ളിയിലെ ഓട്ടുമണിയൊച്ച പോലെ ' ണിം.. ണിം ' എന്ന കനത്ത ശബ്ദത്തോടെ റോഡരികിലെ കല്ലിൽ വീണ്, കമഴ്ന്ന് കിടന്നു. മൺപാത്രം എന്ന് കരുതിയ ആ പാത്രം കല്ലിൽ ഉണർത്തിയ നാദവിസ്മയം അവനെ അത്ഭുതപ്പെടുത്തി. തിടുക്കത്തിൽ അവൻ പാത്രം എടുത്ത് കീറിയ ഉടുപ്പിനുള്ളിൽ നെഞ്ചോടു ചേർത്ത് നിധിപോലെ മറച്ചു വച്ചു.

കറുപ്പയ്യ ഇങ്ങനെ ഒപ്പാരു വയ്ക്കുന്നത് മണിവർണ്ണൻ കണ്ടിട്ടില്ല. ഉരുൾപൊട്ടലിൽ കെട്ടിയോളും കുട്ടിയും മണ്ണിനടിയിൽപ്പെട്ടിട്ടും കറുപ്പയ്യ കരഞ്ഞിരുന്നില്ല. മണ്ണിനടിയിൽ നിന്നും തൻ്റെ കൈ പിടിച്ചുയർത്തിയമ്പോൾ കറുപ്പയ്യ മണിവർണനന് അപ്പനായി. ഉരുൾപൊട്ടലിൽ നഷ്ടപ്പെട്ടവർക്ക് പകരം കാലം തന്ന കൂട്ട്.

' അപ്പൻ കരയാതെ' അവൻ കറുപ്പയ്യൻ്റെ കണ്ണുനീർ തുടച്ചു.

അവൻ്റെ ചെറുകരത്തിൻ്റെ മാന്ത്രിക സ്പർശത്തിൽ കറുപ്പയ്യയുടെ സങ്കടം,മുരിങ്ങയിലപ്പൂച്ചിൽ തൊലിപ്പുറത്തെ നീരു വലിയുന്നതു പോലെ വലിഞ്ഞു.

കറുപ്പയ്യ ചെരിപ്പുതയ്ക്കുന്ന കട റയിൽവേ സ്റ്റേഷൻ പരിസരത്തേയ്ക്ക് മാറ്റി. കളക്ടേറ്റ് പടിയെക്കാൾ വരിശുള്ള ഇടമായിരുന്നു പുതിയ സ്ഥലം.

അങ്ങനെയിരിക്കെ ഒരു നാൾ ചോക്കലേറ്റ് നിറത്തിലുള്ള സിയാസ് കാർ കടയ്ക്കു മുമ്പിൽ വന്ന് നിന്നു. പിൻസീറ്റിലെ ഡോർ തുറന്ന് ആറടിയിലേറെ ഉയരമുള്ള ഒരു മനുഷ്യൻ തല പുറത്തേയ്ക്ക് നീട്ടി. 'ഷൂവിൻ്റെ അടിഭാഗം വിട്ടുപോയി ശരിയാക്കാമോ ?'

വണ്ടിയിൽ നിന്നും ഇറങ്ങാൻ തുടങ്ങിയ സാറിനെ തടഞ്ഞുകൊണ്ടു് മണി വർണ്ണൻ പറഞ്ഞു ' ഇറങ്ങണ്ട സർ, കാൽ നീട്ടൂ .ഞാൻ ഷൂ എടുത്ത് ഇപ്പം ശരിയാക്കിത്തരാം.'

വണ്ടിയിൽ ഷൂവിന് വേണ്ടി കാത്തിരിക്കുമ്പോൾ കടയ്ക്കുള്ളിലെ തകരപ്പെട്ടിയ്ക്ക് മീതെയിരുന്ന് കറുത്ത പാത്രം കൊതിക്കണ്ണോടെ നോക്കുന്നത് ആ ലോകപ്രശസ്ത പുരാവസ്തു സ്നേഹി കണ്ടു.

'ആ പാത്രം എന്നെ ഒന്നു കാണിക്കാമോ ?'

അദ്ദേഹം ചോദിച്ചു. മണിവർണ്ണൻ പാത്രം കൊടുത്തു. അദ്ദേഹം ഒരു രത്നവ്യാപാരിയെപ്പോലെ പാത്രം തിരിച്ചും മറിച്ചും നോക്കി. പാത്രം ഇടതു കൈവെള്ളയിൽ വച്ച് വലതു കൈയ്യിലെ മോതിരവിരൽ മടക്കി, വിരൽ മുട്ടുകൊണ്ടു് പാത്രത്തിൽ കൊട്ടിനോക്കി.

പണിതീർന്ന ഷൂ കാലിൽ ഇടുമ്പോൾ അദ്ദേഹം മണിവർണ്ണനോടു് ചോദിച്ചു: 'ഈ പാത്രം എനിക്കു തരാമോ ? '

മണിവർണ്ണൻ ഒന്നും പറയാനാകാതെ നിന്നപ്പോൾ അദ്ദേഹം പറഞ്ഞു: ഇതൊരു വിലപിടിപ്പുള്ള പുരാവസ്തുവാണ്. നല്ല വില കിട്ടും.' കറുപ്പയ്യൻ മണിവർണ്ണനോട് പറഞ്ഞു: 'നീ അത് സാറിന് കൊടുക്ക്'

മണിവർണ്ണൻ തകരപ്പെട്ടി മേലെ നിന്ന് കറുത്ത പാത്ര പ്രതിഷ്ഠ എടുക്കാൻ തുടങ്ങിയപ്പോൾ പുരാവസ്തു സ്നേഹി ചോദിച്ചു.'ബാങ്ക് പാസ് ബുക്ക് ഉണ്ടോ ?'

കറുപ്പയ്യ പെട്ടിയ്ക്കുള്ളിൽ നിന്ന് മിനിമം ബാലൻസ് മാത്രമുള്ള പാസ് ബുക്ക് എടുത്തു കൊടുത്തു.

അടുത്ത ദിനം, പാസ് ബുക്ക് തിരികെ കിട്ടുമ്പോൾ അക്കൗണ്ടിൽ, ട്രയിൻ ഇഞ്ചിൻ പോലെ വലിയ ഒരു ഒന്നും അതിന് പിന്നിൽ ബോഗികൾ പോലെ 000000 ങ്ങൾ കണ്ട് അപ്പനും മകനും അന്തിച്ചു നില്ക്കവെ, ആ പുരാവസ്തു സ്നേഹി പാത്രവുമായി, സിയാസിൽ പാഞ്ഞു പോയി. വിധിയുടെ കനത്ത ഭാണ്ഡവും പേറി അമ്മയും മകളും അപ്പോഴും എവിടെയോ അലയുകയായിരുന്നു.

****

പെരുങ്കടവിള വിൻസൻറ്

ഐശ്വര്യ, മാലം പി., കോട്ടയം പിൻ: 686019
Mob : 94953 14386

30

ഇടനാഴിയുടെ അറ്റത്ത്

ഡോക്ടർ പോയിട്ട് അര മണിക്കൂറിലധികമായിക്കാണും. സുഗതൻ സാർ ഇരുന്നുറങ്ങുകയാണ്. പാവം.!

കുറെ ദിവസങ്ങളായി ഈ കാഴ്ച കാണുന്നു.

" സാറിന് കിടന്ന് സുഖായിട്ട് ഉറങ്ങാല്ലോ. പിന്നെന്താ ?"

ഒരിയ്ക്കൽ ചോദിച്ചതുമാണ്.

"എടാ.. ഇരുന്നുറങ്ങിയാൽ ഓൺ ഡ്യൂട്ടി. കിടന്നുറങ്ങിയാൽ ഔട്ട് ഓഫ് ഡ്യൂട്ടി." ആ മറുപടി കേട്ട് അന്തം വിട്ടു നിന്നു പോയി അന്ന്.

..ഡോക്ടർ സ്റ്റെതസ്കോപ്പു വച്ച് പരിശോധിയ്ക്കുമ്പോൾ ഉള്ളിൽ ചിരിയാണ് വന്നത്. ഡോക്ടർക്ക് അത് മനസ്സിലാവുകയും ചെയ്തു എന്നു തോന്നുന്നു. ബ്ളഡ് പ്രഷർ ട്രാക്കറിൽ നമ്പരുകൾ മിന്നി മറയുമ്പോഴും ഡോക്ടർക്ക് ആ നിസ്സംഗഭാവം തന്നെയായിരുന്നു.അവസാനം തൻ്റെ തോളിൽ തട്ടി 'ഓകെ' പറഞ്ഞ് തിരിഞ്ഞു നടക്കുമ്പോൾ ഡോക്ടർ സ്വന്തം കണ്ണടയുരി , പോക്കറ്റിൽ നിന്ന് കർച്ചീഫെടുത്ത് കണ്ണുകൾ തുടയ്ക്കുന്നത് വ്യക്തമായി കണ്ടു.

മൂന്നു ദിവസം മുമ്പുവരെ മാനത്തേയും മേഘങ്ങളേയും രാവിലെ സൂര്യരശ്മികളേയും കാണാമായിരുന്നു. രാത്രി

നക്ഷത്രങ്ങളെ നോക്കി ഉച്ചത്തിൽ പാടിയ കവിതകൾ പോലീസുകാർക്കൊക്കെ വലിയ ഇഷ്ടമായിരുന്നു. സുഗതൻ സാറിന് തന്നോട് പ്രത്യേക താല്പര്യം വരാൻ ഒരു കാരണവും ഇതുതന്നെയാണ്.

ഇപ്പോൾ നാലുവശവും ഇരുണ്ട ഇടനാഴികളും ഭിത്തികളും മാത്രം. ഇനി മുന്നിൽ നക്ഷത്രങ്ങളില്ല. മേഘപ്പാളികളില്ല. പ്രകൃതിയുടെ പക്കൽ നിന്ന് താൻ പറിച്ചു മാറ്റപ്പെട്ടു. ഇനി ഒരു രാത്രിയുമില്ല. നാളെ ഈ സമയത്ത് എന്തായിരിക്കും അവസ്ഥ എന്ന് ആർക്കറിയാം.. ആരെങ്കിലും അത് പറഞ്ഞിട്ടുണ്ടോ?

ഓ... താനെന്തൊരു വിഡ്ഢി ! ആർക്കെങ്കിലും അത് പറയാനാവുമോ? പണ്ടാരോ സൈനഡിൻ്റെ രുചി അറിയാൻ ശ്രമിച്ചതു പോലെ!

ദൂരെ കിലോമീറ്ററുകൾക്കപ്പുറത്ത് കണ്ണുനീർ വറ്റിയ കണ്ണുകളോടെ പ്രാർത്ഥനാനിരതരായിരിക്കുന്ന മൂന്നു ഹൃദയങ്ങൾ കൺമുന്നിൽ തെളിയുന്നു.. അവർക്കും ഉറങ്ങാനാവില്ല ഇന്ന്. ഇനിയുള്ള നിമിഷങ്ങൾ അവർക്ക് പ്രതീക്ഷകളുടേതാവാം.

പക്ഷെ അതോർത്തിട്ടും ഒരു തരം നിർവ്വികാരത മാത്രമാണിപ്പോൾ. ഇനി ചെയ്യാനൊന്നുമില്ലെന്നോ ചെയ്തിട്ടു കാര്യമില്ലെന്നോ ഉള്ള തോന്നൽ കൊണ്ടാണോ?

സുഗതൻ സാറിൻ്റെ കൂർക്കം വലി കൂടുതൽ ഉയർന്നു. ഇന്ന് വൈകിട്ടും അദ്ദേഹം തേങ്ങുന്നതു പോലെ പറഞ്ഞു

"നിനക്ക് മേഴ്സി പെറ്റീഷനിൽ ഒന്നൊപ്പിട്ടു കൊടുക്കുവാൻ വയ്യായിരുന്നോ? എത്ര വട്ടം പറഞ്ഞു?"

അഴികൾക്കപ്പുറം സുഗതൻ സാറിൻ്റെ കണ്ണുകൾ നിറഞ്ഞു കവിഞ്ഞൊഴുകുമ്പോഴും ഈ നിസ്സംഗത വിട്ടിരുന്നില്ല.തൻ്റെ എല്ലാ കഥകളും അറിയാവുന്ന ഒരാൾ. കരുണയുടേയും സാന്ത്വനത്തിൻ്റേയും മൂർത്തീബ്ഭാവമായി പലപ്പോഴും തോന്നിയിട്ടുണ്ട്. അതിനു കാരണം

അദ്ദേഹത്തിൻ്റെ ഒരേയൊരു മകനും ഈ അവസ്ഥയിലായിരുന്നു കുറെ നാൾ എന്നതാകാം. തൻ്റെ ഇരുപത്തിയാറാം വയസ്സു മുതൽ, ചെയ്യാത്ത കുറ്റത്തിന് ജീവപര്യന്തം അനുഭവിക്കേണ്ടി വന്നവൻ. പക്ഷെ തൻ്റെ കാര്യത്തിൽ കുറ്റം ചെയ്യാഞ്ഞിട്ടല്ല. ചെയ്ത കുറ്റം ഏറ്റുപറഞ്ഞതാണ്. അതിൽ ഇന്നും ഒരു കുണ്ഠിതവും തോന്നിയിട്ടില്ല. പ്രായപൂർത്തിയാവാത്ത സ്വന്തം മകൾ പീഡിപ്പിയ്ക്കപ്പെടുന്നത് ഏതു മാതാപിതാക്കളാണ് കണ്ടു നിൽക്കുക?

അവൻ വലിയ സ്വാധീനമുള്ള കുടുംബത്തിലേതായതു കൊണ്ട് കേസുകൾ വളച്ചൊടിക്കാൻ അവർക്കായി. തനിയ്ക്ക് പരമാവധി ശിക്ഷയും. അതിലും ദുഃഖമില്ല. ഒറ്റ വെട്ടിനു തന്നെ അവനെ താഴെയിട്ടതിനു ശേഷം ഭാര്യയേയും മക്കളേയം മുറിയ്ക്കു പുറത്താക്കി വാതിലടച്ചിട്ടാണ് അവനിലെ ജീവൻ്റെ തുടിപ്പുകൾ നിലയ്ക്കും വരെ വെട്ടിയരിഞ്ഞത്. മുപ്പത്തിയേഴ് വെട്ടുകൾ.ഉപബോധമനസ്സിൽ കുറിച്ചിട്ട ആ എണ്ണിത്തിട്ടപ്പെടുത്തൽ ഇന്നും മനസ്സിൽ മായാതെ കിടക്കുകയാണ്. എന്താണു് സംഭവിച്ചതെന്ന് മനസ്സിലാവാതിരുന്ന മോളും പോലീസിൻ്റെ ചോദ്യം ചെയ്യലിനു മുന്നിൽ പറഞ്ഞു

" അച്ഛൻ അയാളെ വെട്ടി''

വെറുപ്പോ ദേഷ്യമോ പകയോ ആരോടും തോന്നിയില്ല. പകരം നല്ലൊരു കൃത്യം ചെയ്യുമ്പോഴുള്ള ചാരിതാർത്ഥ്യമായിരുന്നു.

അച്ഛൻ്റെ കൺമുന്നിൽ മകളെ പീഢിപ്പിച്ചവനെ അച്ഛൻ വകവരുത്തുന്നത് ഇത്ര പാതകമാണോ എന്ന വിഷയം മാധ്യമങ്ങളിലും അന്തിച്ചർച്ചകളിലും ദിവസങ്ങളോളം ആടിത്തിമിർത്തു. വാദിക്കാൻ വിസമ്മതിച്ചതുകൊണ്ടും കുറ്റം ഏറ്റുപറഞ്ഞതുകൊണ്ടും

പീഢകൻ സമുന്നതനായതുകൊണ്ടും കോലാഹലങ്ങൾ നീറി നീറി അവസാനം കെട്ടടങ്ങി.

സുഗതൻ സാറിൻ്റെ മൊബൈൽ ഫോണിൽ അലാറം അടിച്ചു . അദ്ദേഹം ഞെട്ടിയുണർന്നു. ഫോണുമായി ചാടിയെഴുന്നേറ്റ് സെല്ലിലേക്കു നോക്കി. അതും പതിവാണ്. കുറ്റവാളി അവിടെത്തന്നെയുണ്ടോ എന്ന ആധിയോടെയുള്ള നോട്ടം. അഴികളിൽ പിടിച്ചു നിൽക്കുന്ന തൻ്റെ അവ്യക്ത ചിത്രം കണ്ടു കൊണ്ടാവണം ഒരു നിശ്വാസമുതിർത്തു കൊണ്ട് അദ്ദേഹം ചോദിച്ചു.

"നീ ഉറങ്ങിയില്ലായിരുന്നോ?"

സുഗതൻ സാർ സെല്ലിനപ്പുറം അഭിമുഖമായി തൻ്റെ കണ്ണുകളിലേക്ക് നോക്കി കുറച്ചു സമയം നിന്നു.പിന്നെ പറഞ്ഞു.

".. മണി നാലായി. കുളിച്ച് ഫ്രഷാക് ."

അപ്പോഴും ചിരിയാണ് വന്നത്. അവസാന കുളി!

കുളി കഴിഞ്ഞു വരുമ്പോൾ സുഗതർ സാർ കയ്യിൽ പുതിയ കുപ്പായങ്ങൾ നീട്ടിപ്പിടിച്ചിരുന്നു. പിന്നിൽ ഡോക്ടർ അടക്കം നാലുപേർ. ഡ്രസ്സ് വാങ്ങി അവിടെ നിന്നു തന്നെ അത് ധരിച്ചു. പിന്നിലുള്ള ഉദ്യോഗസ്ഥൻ വച്ചുനീട്ടിയ പൊതിയിൽ തനിക്കിഷ്ടപ്പെട്ട ദോശയും തേങ്ങാ ചട്നിയുമാകണം. മറുകയ്യിലെ ഫ്ളാസ്കിൽ പാൽക്കാപ്പിയും. ഇന്നലെ ചോദിച്ചറിഞ്ഞ അവസാനത്തെ ഇഷ്ടഭക്ഷണം!

" .. സാവധാനം കഴിച്ചാൽ മതി.'' സുഗതൻസാർ മന്ത്രിയ്ക്കും പോലെ പറഞ്ഞു. ഒരു ദോശ കീറി ചട്നിയിൽ മുക്കി വായിൽ വച്ചപ്പോൾ നന്ദിനിയെ ഓർക്കാതിരിക്കാനായില്ല. കുറെ ദിവസങ്ങൾക്കു ശേഷം ആദ്യമായി മനസ്സ് വിങ്ങി.

''നാലെണ്ണമല്ലേ കഴിച്ചുള്ളൂ. ദേ.. ഇതു കൂടി.. " കഴിച്ച ദോശകളുടെ ബാക്കി എണ്ണി നോക്കി എപ്പോഴും അവൾ

പറയും.

അവളുണ്ടാക്കുന്ന ദോശയാണ് ഭൂമിയിലെ ഏറ്റവും രുചികരമായ ഭക്ഷണം എന്നു പലപ്പോഴും തോന്നിയിട്ടുണ്ട്. കൂടെ അടിമാലി കാപ്പി പൊടിയിട്ട കുറുകൻ പാൽ കാപ്പിയും.

ഭക്ഷണപ്പൊതി കണ്ണുനീരിനാൽ മൂടപ്പെട്ടപ്പോൾ അവിടെ നിന്നെഴുന്നേറ്റു.

ആരേയും ശ്രദ്ധിക്കാതെ കൈ കഴുകി തിരിച്ചു വരുമ്പോൾ സുഗതൻ സാറിൻ്റെ കയ്യിൽ തിളങ്ങുന്ന പുതിയ ഒരു വിലങ്ങ്.

''..ഇങ്ങനെയൊക്കെയാണ് ചിട്ടവട്ടങ്ങൾ ..." സാറിൻ്റെ വിറയാർന്ന വാക്കുകൾ.

സുഗതൻ സാർ കരയുകയാണോ?

കൈകളിൽ വിലങ്ങണിയിക്കുമ്പോൾ സുഗതൻ സാറിൻ്റെ കണ്ണിൽ നിന്നു് ഒരു തുള്ളി കണ്ണുനീർ തൻ്റെ കൈത്തണ്ടയിൽ വീണു ചിതറി.

ഡോക്ടർക്കും മറ്റു മൂന്നു പേർക്കുമൊപ്പം സാവധാനം നടക്കുമ്പോൾ ജീവിതത്തിൽ ഇനിയുള്ള നിമിഷങ്ങളുമായുള്ള ദൂരത്തെക്കുറിച്ച് മനസ്സിലളന്നു.

പത്തോ ഇരുപതോ ചുവടുകൾ മാത്രം ബാക്കി. അതും കുറഞ്ഞു കുറഞ്ഞു വരുന്നു...

..ഇനി ഒരിയ്ക്കലും കാണാൻ കഴിയാത്ത കാഴ്ചകൾ ഇടനാഴിയിലൂടെ പിന്നിലേയ്ക്ക് സഞ്ചരിക്കുകയാണ്.

****

ജയകുമാർ ചന്തിരൂർ

ചന്തിരൂർ പി.ഒ.,
അരൂർ , ആലപ്പുഴ
PIN 688 537
PH.7560816362

31

തുന്നി ചേർക്കാത്ത വിരൽ

-

ചില മനുഷ്യർ അങ്ങിനെയാണ്, ഒരു വേദനയും അവർക്കു പ്രശ്നമല്ല, വേദനകളെ സധൈര്യം നേരിടും, എന്നീട്ടു ഒന്നും സംഭവിക്കാത്ത പോലെ മുന്നോട്ടു പോകും.

ദീർഘകാലമായി ഭിലായ് സ്റ്റീൽ പ്ലാന്റിൽ ആയിരുന്നു അച്ചരൻ ജോലി ചെതിരുന്നത്. പെൻഷൻ പറ്റി പിരിഞ്ഞതിൽ പിന്നെ, തന്റെ തിരക്കുള്ള ജീവിതത്തിൽ നിന്നുള്ള മാറ്റം കുറച്ചൊന്നുമല്ല അച്ചരനെ ബാധിച്ചത്.

പശുവും പാടത്തെ പണികളിലേക്കും അച്ചരൻ കൂടുതൽ സമയം കണ്ടെത്തി.

വീട്ടിൽ ഒരു പശുവും അതിന്റെ കിടാവും ഉണ്ടായിരുന്നു.

പുഞ്ചപ്പാടത്തെ കൊയ്ത്തു കഴിഞ്ഞതിനാൽ തോടിന്റെ വരമ്പത്തു ധാരാളം കറുക പുല്ലുണ്ടായിരുന്നു. അതിനാൽ പശുവിനെയും കിടാവിനെയും വരമ്പിന്റെ വശങ്ങളിൽ മാറി മാറി കെട്ടിയിരുന്നു.

വൈകിട്ട് കെട്ടഴിച്ചിട്ടാൽ വേഗത്തിൽ ഓടി വീടിന്റെ പിന്നിലുള്ള തൊഴുത്തിന്റെ വലതു വശത്തെ തൊട്ടികളിൽ അവർക്കുള്ള കുടിവെള്ളം കുടിക്കാൻ അവർ പാഞ്ഞെത്തും.

അന്നും പതിവുപോലെ അച്ചരൻ കിടാവിനെ ആദ്യം അഴിച്ചു വിട്ടു, കെട്ടഴിഞ്ഞു കിട്ടിയ സന്തോഷത്തിൽ അത് വീട്ടിലേക്കു പാഞ്ഞു. എന്നാൽ വലിയ പശു കുറ്റിയിൽ കുടുങ്ങി കിടക്കുകയായിരുന്നു. പെട്ടെന്ന് അഴിക്കാൻ കഴിഞ്ഞില്ല, കിടാവ് ഓടിപോയതിനാൽ പശു തിരക്ക് കൂട്ടി. കെട്ടഴിക്കാൻ അച്ചരൻ പശുവിനെ പുറകോട്ടു വലിച്ചു, പുറകോട്ടു നീങ്ങിയ പശുവിന്റെ പിൻകാൽ കുളമ്പ് അച്ചരന്റെ വലത് കാലിലെ ഏറ്റവും ചെറിയ വിരൽ ചേരുന്നിടത്താണ് പെട്ടെന്ന് പതിച്ചത്. അത്യധികമായ വേദനയോടെ അച്ചരൻ വീണുപോയി. കയർ ഊരികിട്ടിയ പശു വീട്ടിലേക്കു പാഞ്ഞു.

പാടത്തു ആ സമയത്തു ആരും തന്നെ ഉണ്ടായില്ല, അച്ചരന്റെ നിലവിളി പാടത്തിന്റെ കരയിൽ വീടുള്ള അമ്മിണി ചേച്ചി കേൾക്കുകയും അച്ചരൻ വീഴുന്നത് വളരെ ദൂരെ നിന്ന് കണ്ടു. അമ്മിണി ചേച്ചി വേഗം പാടത്തേക്കു ഓടി.

അമ്മിണി ചേച്ചി എത്തുന്നതിനു മുമ്പേ അച്ചരൻ എഴുന്നേറ്റു. വലത്തേകാലിനു തൊട്ടടുത്ത് മുറിഞ്ഞു കിടക്കുന്ന വിരൽ കണ്ടു. പതുക്കെ അതെടുത്തു ഷർട്ടിന്റെ കീശയിൽ ഇട്ടു. കാലിൽ നിന്നും രക്തം ധാരാളം ഒഴുകുന്നു. എങ്കിലും അച്ചരൻ നടന്നു.

അടുത്തെത്തിയ അമ്മിണി ചേച്ചി അച്ചരനോട് അവിടെ തന്നെ ഇരിക്കാൻ പറഞ്ഞു, ആര് കേൾക്കാൻ, മോള് കുറച്ചു വെള്ളമെടുക്കൂ കാലൊന്നു കഴുകാനാണ്. അമ്മിണി ചേച്ചിയുടെ വീടിന്റെ മുമ്പിലെ വരമ്പിലിരുന്നു കാൽ കഴുകി.

അപ്പോഴാണ് അമ്മിണി ചേച്ചി ഷർട്ടിന്റെ കീശയിൽ നിന്ന് രക്തം ഒഴുകുന്നത് കണ്ടത്. ചേട്ടാ നെഞ്ച് മുറിഞ്ഞിട്ടുണ്ടോ അവിടെ നിന്നും രക്തം വരുന്നെന്നു പറഞ്ഞു.

അച്ചരൻ കീശയിൽ നിന്നും ചെറു വിരൽ എടുത്തു കാണിച്ചു, അത് കണ്ടതും അമ്മിണി ചേച്ചി

ബോധരഹിതയായി വീണു.

അപ്പോഴേക്കും കുറച്ചു പേരൊക്കെയെത്തി.

പെട്ടെന്ന് ആശുപത്രിയിൽ പോകാം, വിരൽ തുന്നിച്ചേർക്കാം എന്ന് പറഞ്ഞു. അച്ചരനൊന്നും കേട്ടില്ല.

വീട്ടിൽ ചെന്ന് മുറിവ് ഒന്നുകൂടെ കഴുകി, മരുന്ന് വച്ച് മുറിവ് നന്നായി കെട്ടി.

ഷർട്ടൂരി കീശയിൽ നിന്നും വിരലെടുത്തു, തടം തുറന്ന തെങ്ങിന്റെ കടക്കടുത്തു ഒരു കുഴിയുണ്ടാക്കി അതിലിട്ടു മൂടി.

പിന്നെ ആരോടെന്നില്ലാതെ പറഞ്ഞു, ജീവിച്ചിരിക്കുമ്പോൾ അവനവന്റെ ഒരു ഭാഗം കുഴിച്ചിടാനും വേണം ഒരു യോഗം.

ചെറുവിരലില്ലാത്ത ആ വലതുകാൽ ഞാൻ തടവുമ്പോൾ അച്ചരൻ ചിരിക്കും. അത് നന്ദിനി മുറിച്ചെടുത്തതാ, അവളെ അഴിക്കാൻ വൈകിയതിന്. അച്ചരന് നോക്കാൻ വയ്യാതെയായപ്പോൾ നന്ദിനിയെ വിറ്റു. നന്ദിനിയുടെ കയർ വാങ്ങിയ ആൾക്ക് കൈമാറിയപ്പോൾ അവൾ നടക്കാൻ തയ്യാറായില്ല. പടി വരെ അച്ചരൻ തന്നെ അവളെ കൊണ്ടുപോയി കയർ വാങ്ങിയ ആളെ ഏൽപ്പിച്ചു തിരിച്ചു നടന്നു. നന്ദിനി തിരിഞ്ഞു നിന്നു അച്ചരനെ നോക്കി വലിയ വായിൽ അമറി. അച്ചരൻ പെട്ടെന്ന് വീട്ടിന്നകത്തു കയറി വാതിലടച്ചു.

****

കാവല്ലൂർ മുരളീധരൻ

കാവല്ലൂർ മുരളീധരൻ
ആരണ്യകം
കാവല്ലൂർ രാം പറമ്പിൽ
പടിയൂർ പി ഓ - 680688
ഇരിഞ്ഞാലക്കുട തൃശൂർ

32

കുരുക്ഷേത്രഭൂമിയിലെ പിതാമഹൻ

ജനനമരണാദികളെ ആവർത്തിച്ചുകൊണ്ടുള്ള കാലഭ്രമണം മൂന്നു യുഗങ്ങൾക്കു ശേഷം കലിയുഗത്തിൽ ചെന്നെത്തി. മിഥ്യയായ കാഴ്ചകളും അനുഭങ്ങളും പകർന്ന ആദ്യ മൂന്നു യുഗങ്ങളിലെ പുരാണകഥകളും കഥാപാത്രങ്ങളും ഏറെ സുപരിചിതമാണീ യുഗമത്രയും. മൂന്നാമത്തെ യുഗമായ ദ്വാപരയുഗത്തെ പൂർണ്ണമായും സുസ്പഷ്ടം വർണ്ണനയോടെ താളുകളിലാക്കിയ വിശിഷ്ട ഗ്രന്ഥമാണ് മഹാഭാരതം. മഹാഭാരത കഥയ്ക്കു കാതോർക്കുമ്പോൾ സസൂഷ്മം ക്ഷമയോടെ കാത്തിരിക്കുന്നത് "കർണ്ണൻ" എന്ന നാമം കേൾക്കുവാനായിരിക്കും. കാരണം മഹാഭാരത കഥയിലെ ഏറ്റവും ശക്തനായ പോരാളികളിൽ ഒരാൾ മാത്രമായിരുന്നില്ല കർണ്ണൻ. ധർമം പിന്തുടർന്ന കഥാപാത്രങ്ങൾക്കൊപ്പം സ്ഥാനം പിടിക്കേണ്ടിയിരുന്ന ആ വീരനെ വിധി അധർമത്തിന്റെ പക്ഷം കൂട്ടികെട്ടി. ജയിക്കാമായിരുന്നിട്ടും തോറ്റുകൊടുത്ത ആ വീരനെ ഭാരതം വാനോളം വാഴ്ത്തി. പക്ഷെ കാലചക്രം കറങ്ങുംതോറും വാഴ്ത്തപ്പെടേണ്ട മറ്റൊരു യഥാർത്ഥ പോരാളിയുടെ നാമം മാഞ്ഞുകൊണ്ടിരുന്നു. ഏറ്റവും ശക്തനും, കുരുക്ഷേത്രഭൂമിയിൽ കൂടുതൽ

അപകടകാരിയായി മാറിയതും, മഹാഭാരത കൃതിയിൽ തുടക്കം മുതൽ അവസാനം വരെ നിറഞ്ഞു നിന്ന് കഥയ്ക്ക് ആധാരമായ കഥാപാത്രവും ബലിഷ്ഠനായ യോദ്ധാവുമായ ഭീഷ്മരുടേതായിരുന്നു ആ നാമം....

ഒരുപക്ഷെ കുരുക്ഷേത്രയുദ്ധം നടക്കുന്ന സമയം പടുവൃദ്ധനായതിനാലാവാം ഇരുപക്ഷത്തിന്റെയും പിതാമഹനായ ഭീഷ്മരുടെ സാമർത്ഥ്യത്തേയും, കരുത്തിനേയും, വീര്യത്തേയും, തേജസ്സിനേയും, ആരും പുകഴ്ത്തി കേട്ടില്ല !!!

ശരശയ്യയിൽ കിടക്കുമ്പോൾ താനറിയാതെ കണ്ണീർ പൊടിഞ്ഞിരുന്നു. നൂറുകണക്കിന് അമ്പുകൾ ശരീരമൊട്ടാകെ തുളഞ്ഞു കയറിയതിനും വേദനയായിരുന്നു ചുറ്റുമുള്ളവരുടെ നിലവിളികൾ കേൾക്കുമ്പോഴും അവരുടെ കണ്ണുനീർ തന്റെ മരപലകപോലുറച്ചമേനി നനക്കുമ്പോഴും.അർജുനൻ കരഞ്ഞുകൊണ്ട് അപേക്ഷിച്ചുകൊണ്ടേയിരുന്നു...

"പിതാമഹാ..എന്നോട് ക്ഷമിച്ചാലും.അവിടുന്ന് മരണം കൈവരിച്ചാലും. ഇത്രയും വേദന സഹിച്ചു കിടക്കുന്നത് കണ്ടുനിൽക്കാനാകുന്നില്ല. "

ചുറ്റുമുള്ളവരിൽ അർജുനനായിരുന്നു കുറ്റബോധം ഏറെയും.അവനാണ് ശിഖണ്ഡിനിക്ക് പിന്നിൽനിന്നും തന്നെ അമ്പെയ്തു വീഴ്ത്തിയത്.ശിഖണ്ഡിനിയുടെ അമ്പുകൾ തുളഞ്ഞു കയറുമ്പോൾ സൂചിമുന കുത്തുന്നൊരനുഭൂതി മാത്രമാണ് അദ്ദേഹത്തിനനുഭവപ്പെട്ടത്. അർജുനന്റെ അമ്പുകൾ മാത്രമാണ് ശരീരത്തേയും ഹൃദയത്തേയും വേദനിപ്പിച്ചത്. ഒന്നല്ല അനവധിയമ്പുകളായിരുന്നു ശരീരത്തിൽ തുളഞ്ഞു കയറിയത്.

ഭീഷ്മരോട് പൊരുതി തോറ്റവരാണ് പാണ്ഡവ സേന.... അവസാനം ഭീഷ്മരെ കീഴടക്കാനുള്ള ഉപായവും അദ്ദേഹം തന്നെ ചൊല്ലികൊടുക്കേണ്ടി വന്നു. ഒരു മൂന്നാം

ലിങ്കക്കാരനോട് താൻ യുദ്ധം ചെയ്യില്ലെന്നും അയാൾ തന്നോട് യുദ്ധം ചെയ്യുമ്പോൾ താൻ ആയുധങ്ങൾ ഉപേക്ഷിക്കുമെന്നും വാക്ക് നൽകി.....ഇതിനും വലിയൊരു അംഗീകാരം ആ വൃദ്ധന് ലഭിക്കാനില്ല !!!

സ്വയം ഇച്ഛരയോടെ മരണമെന്ന വരം പ്രാപ്തമാക്കിയ ഭീഷ്മർ കുരുക്ഷേത്രഭൂമിയിൽ യുദ്ധത്തിന്റെ അവസാന ദിവസം വരെ മരണത്തിനു കീഴടങ്ങാതെ ശരശയ്യയിൽ കിടന്നു. യുദ്ധത്തിനൊടുവിൽ ശേഷിച്ച പഞ്ചപാണ്ഡവന്മാരെ കണ്ട് സംപ്രീതനായാണ് അദ്ദേഹം ശരീരം വെടിഞ്ഞത്. മരണത്തിന് തൊട്ടുമുൻപ് ആ വൃദ്ധൻ കണ്ണുകളടച്ച് ഒരു നിമിഷം തന്റെ യൗവനം മുതൽ മരണം വരെയുള്ള താളുകൾ ചികഞ്ഞുനോക്കി.

അമ്മ ഗംഗാദേവിയും, അച്ഛരൻ ശാന്തനു മഹാരാജാവും, ഗുരു പരശുരാമനുമാണ് ഭീഷ്മരെന്ന വ്യക്തിയേയും യോദ്ധാവിനെയും സൃഷ്ട്ടിച്ചത്. തുടക്കം ദേവവ്രതനെന്ന നാമത്തിൽ നിന്നും ഭീഷ്മരെന്ന നാമത്തിലേക്കുള്ള ചുവടുവെപ്പോടെയായിരുന്നു.രണ്ടാനമ്മ സത്യവതിയുടെ സന്തതികളുടെ പരമ്പരയിലൂടെ രാജസിംഹാസനം കൈമാറി പോരണമെന്ന സത്യവതിയുടെ ആഗ്രഹത്തെചൊല്ലി അച്ഛരനുമായി രണ്ടാനമ്മ കെറുവിക്കുകയുണ്ടായി. അതേ തുടർന്ന് അച്ഛരൻ വളരെ അസ്വസ്ഥനായിരുന്നു. രാജസിംഹാസനം താൻ മോഹിക്കുന്നില്ലെന്ന് അച്ഛരനെ പറഞ്ഞു മനസ്സിലാക്കി. പക്ഷെ പിൻക്കാലത്ത് തന്റെ മകൻ രാജപട്ടം മോഹിച്ചാൽ എതിർക്കാനാവില്ലെന്നറിയാവുന്നതുകൊണ്ട് തനിക്ക് മകൻ തന്നെ വേണ്ടയെന്നൊരു നിലപാടിനോട് അനുയോജ്യമായൊരു ഠകഠിനമായ ശപഥം അന്നെടുത്തു. അച്ഛരന്റെ വേവലാതിയെ ഓർത്ത്, അദ്ദേഹത്തിന് അതിൽ നിന്നുമൊരു മുക്തി നൽകാൻ ജീവിതകാലം മുഴുവൻ ഒരു

ബ്രഹ്മചാരിയായി ജീവിക്കുമെന്ന് ദേവവ്രതൻ ശപഥം ചെയ്തു.

അച്ഛന് വേണ്ടി ഇത്രയും കഠിനമായൊരു ശപഥം ചെയ്തതുകൊണ്ട് പിന്നീട് ദേവവ്രതൻ ഭീഷ്മർ എന്നറിയപ്പെട്ടു. ജീവിതത്തിൽ ഒരിക്കൽ പോലും അദ്ദേഹം പറഞ്ഞ വാക്ക് തെറ്റിച്ചിട്ടില്ല. അതുകൊണ്ട് തന്നെ കൂറ് ധർമ്മത്തിന്റെ പക്ഷമായ പാണ്ഡവരോടാണെങ്കിലും അധർമത്തിന്റെ പക്ഷമായ കൗരവരുടെ കൂടെ നിന്നായിരുന്നു അദ്ദേഹം യുദ്ധം ചെയ്തത്. ഒരു പക്ഷെ അന്ന് അങ്ങനെയൊരു ശപഥം ചെയ്തില്ലായിരുന്നെങ്കിൽ ഇന്ന് ഇങ്ങനെയൊരു യുദ്ധം വേണ്ടി വരില്ലായിരുന്നു. കാരണം രാജപട്ടം അലങ്കരിച്ചവരാരും തന്നെ അതിന് യോഗ്യരായിരുന്നില്ല. ഏതൊരാവസ്ഥയിലും കൊട്ടാരപക്ഷത്തെ നിൽകുകയുള്ളൂ എന്ന ഭീഷ്മശപഥവും അദ്ദേഹത്തിന് തിരിച്ചടിയായി.

കുരുക്ഷേത്രഭൂമിയിൽ ശരശയ്യയിൽ കിടക്കുമ്പോൾ നരകയാതനകളുടെ ആഴം ഊഹിച്ചളക്കുകയായിരുന്നു ഭീഷ്മർ. ഇപ്പോൾ അനുഭവിക്കുന്നത് അതിലൊരംശം മാത്രമാണ്. ജീവിതത്തിൽ സുഖവും സമാധാനവും എന്തെന്നറിഞ്ഞിട്ടില്ല. അപ്പോഴാണ് ആ അശരീരി ആ വൃദ്ധൻ കേട്ടത്. അശരീരിയിലേക്ക് അദ്ദേഹം സൂഷ്മമായി കാതോർത്തു. അത് തന്റേതന്നെ യൗവനംനിറഞ്ഞ ശബ്ദമായിരുന്നു.

"എന്തിനെയാണ് ഭീഷ്മാ നിങ്ങൾ ഭയക്കുന്നത്? നരകത്തേയോ !! ഈ ജന്മമത്രയും വേദനകളെയും ദുർഘടസ്ഥിതികളെയും കടിച്ചമർത്തി തരണം ചെയ്ത താങ്കൾക്ക് ഭയമോ!! മനസമാധാനം എന്തെന്ന് നിങ്ങൾ അറിഞ്ഞിട്ടുണ്ടോ? എപ്പോഴെങ്കിലും നിങ്ങൾ നിങ്ങൾക്ക് വേണ്ടി ജീവിച്ചിട്ടുണ്ടോ? അങ്ങനെ ജീവിച്ചിരുന്നെങ്കിൽ

നിങ്ങളും ഈ രാജ്യവും സന്തുഷ്ടരാവുമായിരുന്നു.ഏറ്റവും ശക്തനും, ധർമശാലിയുമായിരുന്നിട്ട്പോലും യുഗങ്ങൾക്കപ്പുറം ആരും നിന്നെ വാഴ്ത്തുകയില്ല നിന്റെ പേര് ഓർക്കുകയില്ല.എന്തൊരു വിധിയാണിത്!!"

കുറച്ചു സമയത്തെ നിശബ്ദതക്കൊടുവിൽ ഭീഷ്മർ മറുപടി നൽകി. അദ്ദേഹത്തിന്റെ ദൃഢവിശ്വാസം ആ ധ്വനിയിൽ സ്പഷ്ടമായിരുന്നു."ഒരു രഥം മുന്നോട്ട് കുതിക്കണമെങ്കിൽ മുന്നിൽ നിൽക്കുന്ന കുതിര മാത്രം വിചാരിച്ചാൽ പോര.രഥത്തെ താങ്ങി നിർത്തുന്നതും മുൻപോട്ട് കൊണ്ടുപോകുന്നതുമായ രണ്ട് ബലമുള്ള ചക്രങ്ങൾ വേണം.. കുതിരയെ നിയന്ത്രിക്കാൻ സാരഥി വേണം.എന്നാൽ ലക്ഷ്യത്തെത്തുമ്പോൾ എല്ലാവരും കാണുന്നതും പുകഴ്ത്തുന്നതും സാരഥിയെ ആയിരിക്കും.ഇതിലേതെങ്കിലും ഒന്നില്ലെങ്കിൽ അതൊരു രഥമാകുകയുമില്ല ലക്ഷ്യത്തെത്തുകയുമില്ല എന്ന് ആരും ചിന്തിക്കുന്നില്ല... "

ഒരു വിജയത്തിന്റെ പുഞ്ചിരിയോടെ അദ്ദേഹം തുടർന്നു. "ഭീഷ്മരില്ലെങ്കിൽ മഹാഭാരതം ഇല്ല!!"

****

അതുൽ ടി സുരേന്ദ്രൻ

തൊട്ടിപ്പറമ്പിൽ (H)
പനംകുളം p.o
കരുവന്നൂർ, തൃശ്ശൂർ
Pin - 680711
Mob : 81568 96489

33

ഒറ്റത്തലച്ചി

നാളികേര ദീപങ്ങൾക്കും സാമ്പ്രാണിത്തിരയുടെ രൂക്ഷഗന്ധത്തിനുമിടയിൽ അവർ നീണ്ടുകിടക്കുകയാണ്. ഗൗരവം ഒട്ടും വിട്ടു പോകാത്ത ടീച്ചറുടെ മുഖം , മരിച്ചിട്ടും ടീച്ചറുടെ ആഢ്യ ഭാവത്തിന് ഒട്ടും കുറവില്ലെന്ന് അടുത്ത ബന്ധുക്കളുടെ കുറുകലുകൾ. താൻപോരിമ തന്നോടൊപ്പം തന്നെ നിലനിർത്തുന്ന ആ ഭാവം പ്രകടമാകുന്ന മുഖം കണ്ടാൽ ആരും അങ്ങിനെയേ പറയൂ. ടീച്ചറമ്മേയെന്ന് ഭയബഹുമാനത്തോടെ നാട്ടുകാർ വിളിച്ചിരുന്ന അവരുടെ ഭർത്താവ് മരിച്ചിട്ടും ഏഴെട്ട് വർഷങ്ങളായി. മക്കൾ രണ്ടു പേരും മറുനാടൻ മലയാളികളെന്ന വിലാസക്കാരായിട്ട് വർഷങ്ങളേറെയായി. അവർക്ക് അവരുടേതായ തികച്ചും സ്വാഭാവികമായ പരിമിതികൾ. അമ്മ ആർക്കൊപ്പവും പോകൻ തയ്യാറല്ല. മക്കൾക്കാവട്ടെ അമ്മയുടെ കൂടെ വന്ന് നിൽക്കാനും ആവില്ല. അതറിയുന്നത് കൊണ്ട് തന്നെ ടീച്ചറമ്മ വളരെ മുന്നേ തന്നെ മാനസികമായി ഏകാന്തവാസത്തിന് തയ്യാറെടുത്തിരുന്നു.

ടീച്ചർക്ക് ഉടപ്പിറപ്പുകൾ ഉണ്ടായിരുന്നില്ല. അവരുടെ ഭർത്താവിനും അങ്ങിനെ തന്നെ. എന്നാൽ ടീച്ചുടെ പതിനഞ്ചാം വയസ്സിലാണ് തനിക്ക്

അർദ്ധസഹോദരങ്ങളുണ്ടെന്ന അറിവ് കിട്ടിയത്. അഥവാ അച്ഛന്റെ മക്കളായ രണ്ട് സഹോദരങ്ങൾ . ബാല്യത്തിൽ കാരണവരുടെ ചെലവിൽ വളർന്ന കമലയെന്ന ആ കൗമാരക്കാരിക്ക് തന്റെ അമ്മയുടെ മാത്രം സ്നേഹമായിരുന്നു കിട്ടിയത് - അതും നിയന്ത്രണങ്ങളോടെ . അത്യധികം ലാളന മകളെ ദുർബലപ്പെടുത്തുമെന്ന ധാരണയാൽ അവരും കമലയെ പൂർണ്ണ സ്വതന്ത്രയാക്കിയിരുന്നില്ല. അതെല്ലാം കൊണ്ടും കമല ഉൾവലിഞ്ഞ സ്വഭാവത്തിന് ഉടമയായി. പിന്നീട് സഹോദരങ്ങളുണ്ടെന്ന അറിവ്, തുടർന്ന് അവരുമായി അടുത്ത് വന്നതോടെ കമലയുടെ മൂടിക്കെട്ടിവച്ചിരുന്ന നൈസർഗ്ഗീകമായ സ്നേഹത്തിനായുള്ള ദാഹം അണപൊട്ടിയൊഴുകി. തന്റെ സഹോദരങ്ങളെ കമല അളവറ്റ് സ്നേഹിക്കുന്നത് ആദ്യമൊന്നുമില്ലെങ്കിലും രണ്ടാനമ്മക്ക് അൽപ്പാൽപ്പം ഈർഷ്യക്ക് കാരണമായി. അരിഷ്ടിച്ചു കഴിഞ്ഞു പോകുന്ന തന്റെ കുടുംബത്തിന് സമീപ ഭാവിയിൽ കമല ഒരു ഭാരമായേക്കുമെന്ന ചിന്തയാൽ അവർ തന്റെ മക്കളെ കമലയോട് കൂടുതൽ അടുക്കുന്നതിൽ നിന്നും പിന്തിരിപ്പിക്കാൻ ശ്രമിച്ചിരുന്നു , എന്നാൽ രക്ത ബന്ധത്തിലെ ആ സാഹോദര്യ സ്നേഹത്തെ ചെറുക്കാനായില്ല. നിയതിയോട് മല്ലിട്ടും കമല അധ്യാപികയാവാനുള്ള യോഗ്യതയും പിന്നീട് നിയമനവും നേടിയെടുത്തു. എന്നിരിക്കിലും മാംഗല്യ ഭാഗ്യം വന്നതേയില്ല. കാണാൻ സുന്ദരിയും ജോലിയും ആയിട്ടും തരക്കാരായ ബന്ധങ്ങൾ ഒത്ത് വന്നില്ലെന്നതാണ് സത്യം. അതേസമയം ഇളയ സഹോദരങ്ങൾ അവരുടെ കൃത്യമായ ഇടവേളകളിൽ വിവാഹിതരും കുഞ്ഞുങ്ങളുമൊക്കെയായി സാമാന്യം തരക്കേടില്ലാതെ ജീവിക്കുന്നത് കാണുമ്പോൾ കമലയിലെ പഴയ ഏകാകിനി ഉൾത്തടത്തിൽ വീണ്ടും തന്റെ അനാഥത്വത്തിലേക്ക് ചേക്കേറിത്തുടങ്ങി.

കമലക്കൊരു വിവാഹമെന്ന കാര്യത്തിൽ സംഹോദരങ്ങൾ മുന്നിട്ടിറങ്ങാൻ സ്വയം തയാറാവുകയായിരുന്നു. കമലയുടെയും രണ്ടാനമ്മയുടെയും ഇടയിൽ അകലം വർദ്ധിച്ചു കൊണ്ടേയിരുന്നു. ഒരിക്കലവർ പറഞ്ഞത് അവൾ ഒറ്റത്തലച്ചി ആയതുകൊണ്ട് എന്ത് തന്നെ കണ്ടാലും കുശുമ്പുണ്ടാവും - അത് കാട്ടുകയുമില്ല. അതിനാൽ എന്റെ മക്കൾ സൂക്ഷിച്ച് വേണം അവളുമായുള്ള ബന്ധം നിലനിർത്താൻ. എന്നാൽ നിങ്ങൾ അവൾക്ക് വേണ്ടി എന്തെങ്കിലും ചെയ്യാനുണ്ടെങ്കിൽ അത് ചെയ്യണം. കാരണം ഒരു പെണ്ണിന് മംഗല്യ ഭാഗ്യം ഒരു വർണ്ണ സ്വപ്നമാണ്. നിങ്ങളുടെ ചേച്ചിയെന്ന നിലക്ക് അത് കുറച്ചെങ്കിലും നിങ്ങളുടെ കടമയാണ്. കാലം ഏറെ വൈകാതെ കമലക്ക് ഒരാലോചന വന്നു. അതും അധ്യാപകൻ തന്നെ പക്ഷെ അദ്ദേഹത്തിന് സമാനമായ കാരണങ്ങളാൽ തന്നെ വൈകിയ വിവാഹമായിരുന്നു. അവരുടെ ദാമ്പത്യം മാതൃകാപരമായിരുന്നു. ഒറ്റത്തലച്ചി എന്ന സ്വഭാവവിശേഷം അദ്ദേഹവും പൂർണ്ണമായി ഉൾക്കൊണ്ടിരുന്നു. അതിനാൽ തന്നെ കമലക്കായിരുന്നു എന്നും മേൽക്കോയ്മ . നാട്ടിലെ പൊതുകാര്യ പ്രസക്തമായ കാര്യങ്ങളിലെല്ലാം ആ അധ്യാപക ദമ്പതികൾ മുന്നിൽ നിന്നിരുന്നു. അവിടെയും കമലയുടെ മേൽക്കോയ്മയെ നാട്ടുകാരാകെയും അംഗീകരിച്ച് കൊടുത്തു.

വൈകി വന്നതെങ്കിലും സന്താന സൗഭാഗ്യവും അവരെ കനിഞ്ഞു. മക്കളെ വളർത്തുമ്പോഴും ഒറ്റത്തലച്ചി എഴുന്ന് നിന്നു. പ്രകൃതിയുടെ വികൃതിയോ എന്തോ അമ്മയുടെ ആ ഭാവം മക്കളും മനസ്സിലാക്കി പൊരുത്തപ്പെട്ടു. കമലയുടെ ഭർത്താവിന്റെ മരണമാണ് സ്വച്ഛഗതിയിലുള്ള ജീവിതത്തിൽ അവരുടെ മക്കളെ വേവലാതിപ്പെടുത്തിയത്. തങ്ങൾ ഇരുവരും അമ്മക്ക് തുണയാവാൻ സന്നദ്ധരും സജ്ജരുമെന്നിരിക്കിലും ആരുടെ കൂടെയും പോകാനവർ

തയ്യാറായില്ല. വയസ്സും വയസ്സിന്റേതായ രോഗാവസ്ഥകളും മക്കളുടെ ആധിയെ കൂട്ടി. എന്തൊക്കെ ആയാലും നാട്ടിൽ തന്നെ തുടരുകയെന്നത് ഇരുവർക്കും ഏതാണ്ട് അസാധ്യം. ജീവനി ഇല്ലാതെ മാതൃസ്നേഹം കൊണ്ട് മാത്രം നിത്യവൃത്തി നടക്കില്ലല്ലോ. ഇക്കാര്യങ്ങളൊക്കെ അവരേക്കാൾ സ്പഷ്ടമായി കമല ടീച്ചർക്ക് അറിയാം, എന്നാൽ അവരുടെ ധാർഷ്ട്യം വിടാൻ തയ്യാറുമല്ല. ഒടുവിൽ അമ്മ തനിയെയും മക്കൾ സ്വന്തം തട്ടകങ്ങളിലും തന്നെ എന്ന് ഉറപ്പിച്ചു.

ബാല്യത്തിലെ സനാഥമെങ്കിലും ഏതാണ്ട് അനാഥ ജീവിതം നൽകിയ പീഢകൾ കമലയുടെ രക്തത്തിലായിരുന്നു ലയിച്ച് ചേർന്നത്. ഒരു ചെറിയ ഇടവേള വീണ്ടും അവർ ഏകയായി. പിന്നെപ്പോഴേ മനസ്സ് മരവിപ്പിലേക്ക് നീങ്ങി. തന്റെ മരുന്നുകളെല്ലാം ഒഴിവാക്കി. ആരും ചോദിക്കാനുമില്ലല്ലോ. ഒററത്തലച്ചിയുടെ കടുംപിടുത്തം പക്ഷെ പ്രകൃതി അത്രക്കങ്ങ് അംഗീകരിച്ചില്ലെന്ന് വേണം കരുതാൻ , ഇന്നലെ എപ്പോഴോ ഹൃദയം സ്തംഭിതമായി.

****

രമേശൻ കാഞ്ഞിരങ്ങാട്

ചെമ്പിലോട്
കണ്ണൂർ
Mob. 75939 81711

34

കാഞ്ചന

അവൾ അന്നും പതിവുപോലെ പൂവുമായി ഇറങ്ങി. ദൂരെയുള്ള ബീച്ചാണ് അവളുടെ ലക്ഷ്യം.

അവിടെയെത്തിയാൽ നിമിഷം കൊണ്ട് പൂക്കുട്ട കാലിയാകും

നേരത്തെ വീട്ടിൽ എത്തുകയും ചെയ്യാം. താൻ ചെന്നിട്ടു വേണം അമ്മക്ക് മരുന്നും ഭക്ഷണവും നൽകാൻ.

അതുകൊണ്ട് തന്നെ കുറേ ദൂരം നടക്കേണ്ടി വന്നാലും അവൾ ബീച്ചിൽ തന്നെ പോകാനാണ് ശ്രമിക്കാറ്.

ബീച്ചിലേക്കു പോകുന്ന വഴിയിൽ ഒരു പാർക്കുണ്ട്, ഇരുന്നു കാറ്റു കൊള്ളാൻ സിമന്റ് ബെഞ്ചുകളും. ഇടക്കൊക്കെ അവളതു വഴി കടന്നുപോകുമ്പോൾ കാറ്റുകൊള്ളാനിറങ്ങുന്ന പെൺകുട്ടികൾ അവളോട് മുടിയിൽ തിരുകാൻ പൂമാല വാങ്ങിക്കാറുണ്ട്.

അവൾ പാർക്കിലേക്ക് നോക്കി, ആരെയും

അവിടെ കണ്ടില്ല അപ്പോഴാണ് അവൾ അത് ശ്രദ്ധിച്ചത്,

വഴിയോട് ചേർന്ന ബഞ്ചിൽ ഒരാൾ ചാരി കിടക്കുന്നു.

മുൻപെങ്ങും കണ്ടതായി തോന്നുന്നില്ല. താടി വളർത്തി, മുടിയും, അടുത്ത നാളെങ്ങും വെട്ടിയതായി തോന്നില്ല,

ആരെന്നറിയാൻ അവൾ കുറച്ചൂടെ അടുത്തേക്ക് നടന്നു, കാല്പെരുമാറ്റം കേട്ടാകണം, അയാൾ തിരിഞ്ഞതും, അവളെ നോക്കിയതും.

അതു കണ്ടതേ അവൾ തിരിഞ്ഞു നടന്നു.

ബീച്ചിലേക്കു നടക്കുമ്പോഴും അയാളെ പറ്റിയുള്ള ചിന്തയാരുന്നു അവൾക്ക്.

ഒറ്റനോട്ടത്തിൽ ആണെങ്കിലും അയാളുടെ മുഖം അവൾ കണ്ടു. കാണാൻ സുമുഖൻ, പ്രായവും അത്ര എറിയിട്ടില്ല ആരായിരിക്കുമയാൾ? !

കാറിന്റെ ഹോണടിയാണ് അവളെ ചിന്തയിൽ നിന്നുണർത്തിയത്അ, അവൾ വഴിയോരം ചേർന്ന് നിന്നു, കാറുകൾ കടന്നു പോകട്ടെ, നിരനിരയായി വരുന്ന കാറുകൾ, ഏതോ വിവാഹ പാർട്ടിയാണ്. അതിലൊരു കാർ അവിടെ വഴി അരികിൽ നിർത്തി.

കാറിൽ സ്ത്രീകളും പെൺകുട്ടികളുമാണ്. ഒരു പ്രായമായ സ്ത്രീ കാറിന്റെ ഗ്ലാസ് ഉയർത്തി അവളെ അരികിലേക്ക് വിളിച്ചു

അവൾ അവർക്കരികിലെത്തി

അവർ പൂവിന്റെ വില ചോദിച്ചു, അവൾ പറഞ്ഞു മുല്ലപൂ മുഴം അഞ്ചു രൂപ, പിച്ചിപ്പൂ നാല്. റോസ് ഒന്നിന് രണ്ട് രൂപ.അവർ അവളുടെ കുട്ടയിലുണ്ടായിരുന്ന മുഴുവൻ മാലയും റോസും വാങ്ങി കാശു കൊടുത്തു. അവൾക്ക് ആഹ്ലാദം തോന്നി.

ബീച്ചു വരെ പോകാതെ കച്ചവടം നടന്നല്ലോ,

ബീച്ചിൽ ഇത്ര വിലയും കിട്ടില്ല. അമ്മക്കുള്ള മരുന്നു വാങ്ങണം, കുറച്ചു മലക്കറികളും അവൾ ചന്തയിലെത്തി, എല്ലാം വാങ്ങി, നേരത്തെ തന്നെ വീട്ടിലെത്തി. അന്നുറങ്ങാൻ കിടന്നപ്പോഴും പാർക്കിൽ കണ്ട അസാധാരണ മനുഷ്യനെ

പറ്റിയായി അവളുടെ ചിന്ത. താനെന്തിനാണ്പി അയാളെ പറ്റി ചിന്തിക്കുന്നത് അയാൾ തന്റെ ആരാണ്,

അവൾ സ്വയം ശാസിച്ചു. പിറ്റേ ദിവസവും

അവൾ ബീച്ചിലേക്കു പുറപ്പെട്ടു,

പാർക്കിനടുത്തെത്തിയപ്പോൾ അവൾ ശ്രദ്ധിച്ചു, അന്നും അയാൾ ബഞ്ചിൽ ഉണ്ട്,

ഇന്നയാൾ മൊബൈലിൽ നോക്കിയിരിക്കുവാണ്. പാർക്കിൽ പെൺകുട്ടികളും ഉണ്ട്.

അവൾ നീട്ടി വിളിച്ചു " പൂ വേണോ പൂ മുല്ലപ്പൂ, പിച്ചിപ്പൂ, റോസപ്പൂ,

വിളി കേട്ടയാൾ തലയുയർത്തി അവൾ നിൽക്കുന്നിടത്തേക്ക് നോക്കി, പിന്നെ

അവളെ ആകെ ഒന്നു വീക്ഷിച്ചു.ഇളംറോസ് നിറത്തിലുള്ള ഹാഫ് സാരിയും ബ്ലൗസും, മുടി മെടഞ്ഞു പൂ ചൂടിയിട്ടുണ്ട്. ഇരു നിറമെങ്കിലും ആകെ കൂടി ഒരഴകുണ്ട്. അയാൾ അവളെ മാടി വിളിച്ചു.

അവൾ മടിച്ചാണേലും അവിടേക്ക് ചെന്നു. അയാൾ ചോദിച്ചു, ഇത്രയും പൂവിനെന്താ വില, അവൾ ചോദ്യരൂപേണ അയാളെ നോക്കി, അയാൾ ചിരിച്ചു. സാറിനെന്തിനാ ഇത്രയും പൂവ് ?അവൾ മറു ചോദ്യം എറിഞ്ഞു. അപ്പോഴും അയാൾ ചിരിച്ചു, പിന്നെ ചോദിച്ചു, നിന്റെ പേരെന്താ? "കാഞ്ചന" അവൾ മടിച്ചു മടിച്ചു പറഞ്ഞു. ഏത്ര ക്ലാസ്സ് വരെ പഠിച്ചു?!

ആറാം ക്ലാസ്സ്. പിന്നെന്താ നിർത്തിയത്.

അപ്പാ ഒരാപകടത്തിൽ മരിച്ചു.

അമ്മ നാളുകളായി ദീനമായി കിടപ്പിലാണ്.

എന്റെ പൂക്കച്ചവടം മാത്രമാണ് വീടിന്റെ

വരുമാനം. പിന്നെയുമയാൾ അവളെ കുറിച്ച്

ഓരോന്നു ചോദിച്ചു കൊണ്ടിരുന്നു, നേരം

പോയതറിഞ്ഞില്ല.

അഞ്ചുമണിയുടെ സൈറൻ ഫാക്ടറിയിൽ നിന്നെങ്ങോ മുഴങ്ങുന്ന

കേട്ടതും അവൾ പരിഭ്രാന്തിയിലായി.

അയാൾക്ക് അവളുടെ പരിഭ്രമം മനസ്സിലായി,

അയാൾ പോക്കറ്റിൽ നിന്നും ഒരു അഞ്ഞൂറിന്റെ നോട്ടെടുത്തു, അവൾക്ക് നേരെ നീട്ടികൊണ്ടു പറഞ്ഞു, ഇന്നിനി എങ്ങും പോകണ്ട,

വീട്ടിൽ പോയ്ക്കോളൂ, അവൾ മടിച്ചു നിന്നു,

എന്നിട്ട് പറഞ്ഞു ,

ബാക്കി തരാൻ എന്റെ കയ്യിൽ ചില്ലറയില്ല. അയാൾ ചിരിച്ചുകൊണ്ട് പറഞ്ഞു വെച്ചോളൂ ' ബാക്കി തരണ്ട. പൂക്കുട്ടയും എടുത്തോളൂ.

അവൾ നിഷേധാർത്ഥിൽ തലയാട്ടി. അയാൾ ചിന്തിച്ചു, ദാരിദ്ര്യത്തിലും ഈ കുട്ടി എത്ര അഭിമാനി, ഈ പൂവ് താനെന്തു ചെയ്യാനാ!! പൂ വാങ്ങാതെ അവൾ

കാശ് വാങ്ങുകയുമില്ല. ഗത്യന്തരമില്ലാതെ

അയാൾ ആ പൂക്കൾ വാങ്ങി കാശ് കൊടുത്തു.

വരും ദിനങ്ങളിൽ പൂ വാങ്ങിക്കോളാം ബാക്കി കാശിനെന്നു പറഞ്ഞു അവളെ സമാധാനിപ്പിച്ചു വിട്ടു.

കൂടാതെ പിറ്റേ ദിവസവും കാണണമെന്നോർപ്പിക്കയും ചെയ്തു.

അവർ പിറ്റേദിവസവും പിന്നുള്ള എല്ലാ ദിവസവും തമ്മിൽ കണ്ടു കഥകൾ പറഞ്ഞു പോകാൻ നേരം പൂ വാങ്ങി, അവൾക്ക് കാശ്

കൊടുക്കയും ചെയ്തു. പെട്ടെന്ന് തന്നെ അവർ തമ്മിൽ അടുത്തു.

അവർ നല്ല കൂട്ടുകാരായി. അയാൾ പഴയതിലും ഉന്മേഷവാനായി തോന്നി. അവളുടെ തമിഴ് ചുവയുള്ള മലയാളം കേൾക്കുന്നത് അയാൾക്ക് രസമായി മാറി.

അങ്ങനെയിരിക്കെ ഒരു ദിവസം അവർ സംസാരിച്ചിരിക്കുമ്പോൾ കാറ്റും മഴയും വന്നു. അവൾ ഓടി നനയാത്ത രീതിയിൽ അടുത്തുള്ള മരത്തിനോട് ചേർന്നു നിന്നു,

അവിടെ നിന്നപ്പോൾ ആണ് അവളതു കണ്ടത്.

അതുവരെയും അയാൾ എഴുന്നേറ്റു

നിന്ന് അവൾ കണ്ടിട്ടില്ല. ബഞ്ചിൽ

നിന്നു വളരെ വിഷമിച്ചെഴുന്നേറ്റപ്പോഴേക്കും അയാൾ പൂർണ്ണമായി നനഞ്ഞിരുന്നു.

ഒരു കാൽ കൃത്രിമ കാലാണെന്നതും, ഒരു കൈക്ക് സ്വാധീനമില്ലെന്നതും മനസ്സിലായതേ

അവൾക്ക് വല്ലാത്ത വിഷമം തോന്നി. അപ്പോൾ ഒരാൾ ഓടി വന്നു അയാളെ പിടിച്ചു കൊണ്ടുപോകുന്നത് കണ്ടു അവൾ പിന്തുടർന്നു. പാർക്കിനു വെളിയിലായി കിടന്ന കൊട്ടാരം പോലൊരു കാറിലേക്കയാളെ കയറ്റി കാറോടിച്ചു പോയി. മഴ പെയ്തപ്പോൾ ഓടിപ്പോയതിൽ അവൾക്കു കുറ്റബോധം തോന്നി. തനിക്കറിയില്ലായിരുന്നല്ലോ അവൾ സ്വയം സമാധാനിക്കാൻ ശ്രമിച്ചു. അയാൾ വാങ്ങിയ പൂവെല്ലാം ബെഞ്ചിൽ കിടന്നു നനയുന്നു. അവൾ ആ പൂക്കളെല്ലാം വാരി

പൂക്കുട്ടയിലക്കി നനഞ്ഞു തന്നെ വീട്ടിലേക്കു നടന്നു.

പിറ്റേദിവസം അയാൾ വന്നില്ല,

പിന്നെയുള്ള ദിവസങ്ങളിലും അയാളെ കണ്ടതില്ല.

അവൾക്ക് നിരാശയും സങ്കടവും എല്ലാമായി. ദിവസങ്ങൾ പോകവേ ഏറക്കുറെ അയാളെ

മറന്നെന്നായപ്പോൾ,

പെട്ടെന്നൊരു ദിനം അയാൾ അവൾക്ക് മുൻപിൽ പ്രത്യക്ഷപെട്ടു.

അയാളെ കണ്ടതും, അവൾക്കു സങ്കടം

അടക്കാനായില്ല.

പഴയതിലും ക്ഷീണിതനായി കാണപ്പെട്ടയാൾ

അവൾ ചോദ്യരൂപേണ അയാളെ നോക്കി. അയാൾ ചിരിച്ചുകൊണ്ട് പറഞ്ഞു, കുറച്ചു ദിവസം ഹൃദയം ഒന്നു പണിമുടക്കി,

ആശുപത്രിയിൽ നിന്നും ഇന്നലെ

എത്തിയിട്ടേയുള്ളു. പൂർണവിശ്രമം ആണ് ഡോക്ടർ പറഞ്ഞിരിക്കുന്നത്.

എന്തൊ വരാതിരിക്കാൻ കഴിഞ്ഞില്ല.

വേണ്ടിയിരുന്നില്ല സാറെ" അവൾനനഞ്ഞ ശബ്ദത്തിൽ പറഞ്ഞു.

അവളുടെ മുഖത്ത് നോക്കി "ഈ സാറെ വിളി ഒന്നു നിർത്തുമോ!

അവൾ പിന്നെന്ത് ?എന്ന ഭാവത്തിൽ നോക്കി.

കാഞ്ചനക്കൊരു മൂത്ത സഹോദരൻ ഉണ്ടായിരുന്നെങ്കിൽ എന്തു വിളിച്ചേനെ!

പൊടുന്നനെ അവൾ പറഞ്ഞു "അണ്ണൻ"

അതെയോ? എങ്കിൽ ഇന്നുമുതൽ ഞാൻ

കാഞ്ചനയുടെ അണ്ണൻ. അവൾക്ക് സന്തോഷം ആയി.

ഒരുപക്ഷെ ഹൃദയാഘാതം

വന്നില്ലായിരുന്നെങ്കിൽ അയാൾ മറ്റൊന്നായിരുന്നു പറയുക എന്നയാൾ ഓർത്തു.

ഓപ്പറേഷൻ തീയേറ്റർ വരെ എത്തിയതാണ്, എന്തൊ വേണ്ടെന്നു തോന്നി.

ഒരു കൈയ്ക്കു സ്വാധീനം ഇല്ലാതെ ഒറ്റകാലനായി എന്തിന് ഒരുപാട് കാലം! ആ ചിന്തയാണ് ഓപ്പറേഷനിൽ

നിന്നയാളെ പിന്തിരിപ്പിച്ചത്.

പിന്നീടുള്ള ദിവസങ്ങളിൽ അവൾക്കയാൾ അണ്ണനായി മാറി. പിന്നീടവൾ പൂ വിൽക്കാൻ പോയതില്ല.

ഇടയ്ക്കയാൾ അവളുടെ കുടിലിലെ സന്ദർശകനായി. അവളുടെ അമ്മക്ക് മെച്ചപ്പെട്ട ചീകിത്സ ഏർപ്പെടുത്തി.

വേണ്ട രീതിയിൽ എല്ലാ കാര്യവും അയാൾ ചെയ്തു പോന്നു.

കാഞ്ചനയുടെ ജീവിതം തന്നെ മാറി മറിഞ്ഞു, അല്ലലില്ലാത്ത അവളുടെ ജീവിതം

ചേരിയിലെ ആൾക്കാരിൽ

മുറുമുറുപ്പുയർത്തി അവളെയും അയാളെയും ചേർത്തു മോശമായി സംസാരം തുടങ്ങി.

തനിക്കു സ്വന്തം അണ്ണൻ ആണയാൾ എന്നു പറഞ്ഞതൊന്നും അവർ വില വെച്ചില്ല. പുതിയ പുതിയ കഥകൾ അവർ മെനഞ്ഞു.

അയാൾ തന്റെ വീട്ടിലേക്കു താമസത്തിനായി അവളെയും അമ്മയേയും ക്ഷണിച്ചു. അവൾ സ്നേഹപുരസ്സരം നിരസിച്ചു.

അയാളുടെ വീടിന് കുറച്ചകലെയായി ഒരു വാടകവീട് തരപ്പെടുത്തി, അവളെയും അമ്മയെയും അവിടേക്ക് മാറ്റി.

അയാളുടെ ഒറ്റപെട്ട ജീവിതത്തിൽ അവർ അയാൾക്ക് സ്വന്തക്കാരായി മാറി. അവളെ തുടർന്നു പഠിപ്പിക്കാൻ അയാൾ തീരുമാനിച്ചു. അവൾക്ക് വേണ്ട പുസ്തകങ്ങളും ബുക്കുകളും അയാൾ വരുത്തിച്ചു. അയാൾ തന്നെ അവളെ പഠിപ്പിക്കാൻ തുടങ്ങി.

കാഞ്ചന നടപ്പിലും എടുപ്പിലും ആളാകെ മാറി തെരുവിൽ കണ്ടിരുന്ന പെണ്ണ്ണെന്നു അവളെ ഇപ്പോൾ കണ്ടാൽ പറയില്ല.

അങ്ങനെയിരിക്കെ ഒരു നാൾ അവൾക്ക് അയാളേ പറ്റി അറിയാൻ ആഗ്രഹം തോന്നുകയും ആരായുകയും ചെയ്തു.

അണ്ണന്റെ വീട്ടിലുള്ളവരൊക്കെയെവിടെ!? അയാൾ കുറേ നേരം മൗനമായി ഇരുന്നു. ഭൂതകാല ഓർമ്മകൾ

ചുരുളഴിയുന്ന പോലെ, അയാൾ അസ്വസ്ഥനായി. "നീ ഇപ്പോൾ പോകു " ഞാനൊന്നു കിടക്കട്ടെ.

അവൾ തിരിഞ്ഞു നടന്നപ്പോൾ ഓർത്തു ശ്ശെ, വേണ്ടിയിരുന്നില്ല വെറുതെ സങ്കടപെടുത്താൻ ചോദിക്കേണ്ടായിരുന്നു.

പിറ്റേദിവസം അവൾ പഠിക്കാൻ എത്തിയപ്പോൾ തലേദിവസം കണ്ട അസ്വസ്ഥത അയാളുടെ മുഖത്തില്ലായിരുന്നു. അവൾക്ക് സമാധാനം ആയി. ഇനിയൊന്നും ചോദിക്കണ്ട അവൾ ഉറപ്പിച്ചു.

അയാൾ അവൾക്കഭിമുഖം വന്നിരുന്നു.

എന്നിട്ടു ശബ്ദം താഴ്ത്തി ചോദിച്ചു

"എന്നെ പറ്റി നിനക്കറിയണമല്ലേ"!

പറയാം കേട്ടോളു,

അയാൾ പറഞ്ഞു തുടങ്ങി.

38 വർഷം മുൻപ് ഒരു അബ്കാരി കോൺട്രാക്ടർക്കും അയാളുടെ ഭാര്യക്കും ഒരു ആൺകുട്ടി ജനിച്ചു. കുമിഞ്ഞുകൂടിയ

സമ്പത്തിനു നടുവിലാണ് അവൻ ജനിച്ചതെങ്കിലും സ്നേഹം എന്തെന്ന് അവൻ അറിഞ്ഞത് അടുക്കളക്കാരി കല്യാണിയമ്മയിൽ നിന്നാണ്.

ബിസിനസ്സുകാരനായ അച്ഛനും സൊസൈറ്റിലേഡിയായ അമ്മയ്ക്കും മകനെ താലോലിക്കാൻ എവിടെ നേരം.

പണം നൽകി അവർ മകനെ സ്നേഹിച്ചു. കല്യാണി അമ്മയുടെ സ്നേഹ ലാളനയിൽ അവൻ വളർന്നു.

സ്കൂൾ പഠനം കഴിഞ്ഞു പട്ടണത്തിലുള്ള മുന്തിയ കോളേജിൽ ചേർന്നു, അവന്റെ പഠിത്തത്തിലുള്ള മികവു കൊണ്ടായിരുന്നില്ല, അബ്ക്കാരി കോൺട്രാക്ടറുടെ പണവും സ്വാധീനവും ഒന്നുകൊണ്ടു മാത്രം.

ഒരിക്കലും മകന്റെ പഠിത്തത്തെ പറ്റിയോ കോളേജിൽ എങ്ങനെയെന്നോ അവർ

അന്വേഷിച്ചില്ല , അവർ എനിക്ക് ഒരു ബാങ്ക് മാത്രമായി. കോളേജിൽ കൂടുതലും ഉന്നതരുടെ മക്കൾ ആയിരുന്നു. അവരുടെ

കൂട്ടിൽ ഞാനും പല ദൂഷ്യ സ്വഭാവത്തിനടിമയായി. ജീവിതം അടിച്ചുപൊളിച്ചു ആ നാളിൽ. കൈ നിറയെ കാശും പറ്റിയ കൂട്ടുകാരും വഴി തെറ്റാൻ വേറെന്തു വേണം. എങ്ങനെയോ ഞാൻ ഡിഗ്രിക്കാരനായി.

തുടർന്നു പഠിക്കാനോ ജോലിക്കോ ഒന്നും

ശ്രമിച്ചില്ല. മാതാപിതാക്കൾക്ക് ഇട്ടുമൂടാൻ പണം അനുഭവിക്കാൻ ഞാനൊരാൾ മാത്രം പിന്നെ ജോലി ചെയ്തു കൂടി എന്തിനു സമ്പാദിക്കണം എന്ന ചിന്ത ആയിരുന്നു അന്നെനിക്ക്. നാളുകൾ കടന്നു പോയി വീട്ടിൽ തന്നെ ചടഞ്ഞു കൂടി. ആ നാളിലെ കല്യാണിയമ്മയുടെ വാത്സല്യപുരസ്സരം ഉള്ള ഉപദേശവും, ശകാരവും. അവരുടെ മകന്റെ കൂട്ടും, മറ്റുള്ള ദുഷിച്ച കൂട്ടുകെട്ടിൽ നിന്നെന്നെ വിടുവിച്ചു.

അങ്ങനെയിരുന്നപ്പോൾ അച്ഛനും അമ്മയും

തമിഴ്നാട്ടിലെ ക്ഷേത്രങ്ങൾ സന്ദർശിക്കാൻ തീരുമാനിച്ചു.

കാറോടിക്കാൻ എന്നെയുമവർ കൂടെ കൂട്ടി. ആദ്യമായി അച്ഛനമ്മമാരോടൊത്തുള്ള

യാത്ര. കുട്ടിക്കാലം മുതൽ ആഗ്രഹിച്ചത്.

ഞാൻ കല്യാണിയമ്മയേയും കൂടെ കൂട്ടി, ഏതു ശപിക്കപ്പെട്ട സമയമാണോ എനിക്കതു തോന്നിയത്!

അയാളുടെ മിഴികൾ നിറഞ്ഞു. കണ്ഠം ഇടറി, അല്പനേരത്തെ മൗനത്തിനു ശേഷം

അയാൾ തുടർന്നു.. തിരികെ വരുന്നേരം, മഴ പെയ്യുന്നുണ്ടായിരുന്നു. വളവു തിരിഞ്ഞു വന്ന ചരക്കുലോറിയിടിച്ച് കാർ കൊക്കയിലേക്ക് മറിഞ്ഞു.

ഡ്രൈവർസീറ്റിലിരുന്ന ഞാൻ ദൂരേക്ക് തെറിച്ചു പോയി.

മാസങ്ങളോളം ബോധമില്ലാതെ

ആശുപത്രി കിടക്കയിൽ ആയിരുന്നു. കല്യാണിയമ്മയുടെ മകനാണ് ജീവിതത്തിലേക്ക് തിരികെയെത്തിച്ചത്. ആ അപകടത്തിൽ അച്ഛനമ്മമാരും കല്യാണിയമ്മയും തൽക്ഷണം മരണമടഞ്ഞു. വീഴ്ച്ചയുടെ ആഘാതത്തിൽ

പരിക്കേറ്റ കാൽ പഴുപ്പു കേറി മുറിച്ചു കളയേണ്ടി വന്നു. ഒരു കൈയ്യിന്റെ സ്വാധീനവും നഷ്ടമായി.ഇപ്പോൾ ചത്തു ജീവിക്കുന്നു.

അയാളുടെ കഥ കേട്ടു ശ്വാസം അടക്കി

പിടിച്ചിരിക്കയായിരുന്നു കാഞ്ചന.

ആകെ കൂടി ഒരു കൂട്ടുണ്ടായിരുന്ന

കല്യാണിയമ്മയുടെ മകൻ, ഉപരിപഠനത്തിനായി

പുറത്തു പോയതോടെ തീർത്തും

ഒറ്റപ്പെട്ടു. ഇട്ടുമൂടാൻ പണമുണ്ട്, സ്നേഹിക്കാൻ സ്വാന്ത്വനിപ്പിക്കാൻ, ഒരാളില്ലേൽ അതുകൊണ്ടെന്തു കാര്യം!

ജീവിക്കണമെന്ന മോഹമേയില്ലായിരുന്നു,

നിന്നെ പരിചയപ്പെടും വരെ.

ഇന്നെന്നെ സ്നേഹിക്കാനും എനിക്ക്

സ്നേഹിക്കാനും നീയും അമ്മയുമുണ്ട്.

ജീവിതം ചോദ്യചിഹ്നമായപ്പോൾ

ഈശ്വരൻ നൽകിയതാവാം നിങ്ങളേ,

ഇതെന്റെ നിയോഗം ആകാം അതാകാം മരിക്കാതിരുന്നത്. ഇന്നെന്റെ മുമ്പിൽ രണ്ടു ലക്ഷ്യങ്ങൾ ഉണ്ട്.

നിന്നെ പഠിപ്പിച്ചു നല്ലയൊരു

നിലയിലെത്തിക്കണമെന്ന ലക്ഷ്യവും, പിന്നെ നിന്റെ വിവാഹവും.

അതിനായി ഇനിയുള്ള കാലം എനിക്കു ജീവിക്കണം, നിന്റെയണ്ണനായി, അമ്മയുടെ മകനായി അയാൾ

പറഞ്ഞുനിർത്തി.

അയാളുടെ കഥ കേട്ട് അവളുടെ മിഴികൾ

നിറഞ്ഞൊഴുകി.

എന്റെ അമ്മക്കു പിറക്കാതെ പോയ മകനാണ് എന്റെ അണ്ണൻ,

അണ്ണനെ വിട്ടെവിടേയും ഞങ്ങൾ പോകില്ല. ഇടറിയ സ്വരത്തിൽ അവൾ പറഞ്ഞു. തനിക്കു നഷ്ടപ്പെട്ട സ്നേഹം,

മുഴുവൻ അയാൾ അവളുടെ കണ്ണുകളിൽ കണ്ടു.

ഒരമ്മക്കു പിറക്കാതെ തന്നെ പ്രിയപ്പെട്ട

അനുജത്തിയായും, വാത്സല്യമേറുന്ന

അണ്ണനായും അവർ തീർന്നു.

ഇന്നു കാഞ്ചന വിദ്യാസമ്പന്നയും

സുന്ദരിയുമായ ഒത്ത ഒരു യുവതിയായിരിക്കുന്നു. ഒരു ലക്ഷ്യം നിറവേറ്റിയ സന്തോഷം അവളുടെ അണ്ണനും. അടുത്ത ലക്ഷ്യം നിറവേറ്റാനായി ഉപരിപഠനത്തിനു പോയ കല്യാണിയമ്മയുടെ മകന്റെ വരവിനായി കാത്തിരിക്കയാണയാൾ.

നേരിൽ കണ്ടില്ലെങ്കിലും പല നാളിലെ ഫോൺ സംഭാഷണം കൊണ്ടു

കാഞ്ചനയുടെ മനസ്സിലും കല്യാണിയമ്മയുടെ മകനോടുള്ള പ്രണയം മൊട്ടിട്ടു കഴിഞ്ഞിരുന്നു.

സുബാല

****

Sudha Balan

Block 4, Flat 15(Back)
S M Nagar, Sarkarpool P O
BBT Road, Gopalpur,
Kolkata 700 143.
918240713181.

35

മണിക്കുട്ടൻ(ഓർമകളിൽ ഒരു കുഞ്ഞാട്)

ഒരു ഇടവപ്പാതിമഴക്കാലത്തു വൈകുന്നേരം, ഏഴാംക്ലാസ്സിൽപഠിച്ചുകൊണ്ടിരുന്ന ഒരുദിവസം സ്കൂൾവിട്ടു നനഞ്ഞൊലിച്ചാണ് അവൾ വീട്ടിൽവന്നത്. പുറകുവശത്തെആട്ടിൻകൂട്മറച്ചുകെട്ടിയിരിക്കുന്നത് വന്നപ്പോഴേ കണ്ടു. വെളിയിലിറങ്ങിനിന്നു സാകൂതംനോക്കി. അമ്മയും അടുത്ത വീട്ടിലെ ചേച്ചിയും കാര്യമായി എന്തോ പറയുകയാണ്. സന്തോഷത്തിലാണ് രണ്ടുപേരും. അമ്മചിരിച്ചുകൊണ്ട് അവളെനോക്കി. . അമ്മക്കെന്തൊക്കെയോ കാര്യങ്ങൾ ചേച്ചി പറഞ്ഞുകൊടുക്കുന്നുണ്ട് .അമ്മ സമ്മതിച്ചു തലകുലുക്കുന്നു. കുറച്ചുകഴിഞ്ഞപ്പോൾ ചേച്ചി പോയി.അമ്മ അടുക്കളയിലേക്കുവന്നു.

"എന്തിനാ അമ്മേ ആ ചേച്ചി വന്നത്.അവിടെ എന്ത് ചെയ്യുവായിരുന്നു?"

അവൾ ചോദിച്ചു.

" നമ്മുടെ കല്ലൂന് ഒരു ആട്ടിൻകുഞ്ഞുണ്ടായി." അമ്മ ചിരിച്ചുകൊണ്ട് പറഞ്ഞു.

"ആണോ, എപ്പോ...എനിക്കു കാണണം."അവൾ ആവേശത്തോടെ പറഞ്ഞു. മഴവകവെക്കാതെ

അവൾ വേഗം മുറ്റത്തിറങ്ങി. അമ്മയുടെ കൂടെ അവളും അവളുടെ ചേട്ടനും കൂടി ആട്ടിൻകൂട്ടിലേക്ക് പോയി.

കുഞ്ഞിനെ കണ്ടപ്പോഴേ ഇഷ്ടായി. നല്ല വെളുത്ത ഒരു കുഞ്ഞു മുട്ടനാട്. അപ്പോൾ തന്നെ അതിനെ കൈയിലെടുക്കാൻ കൊതിതോന്നി. പക്ഷേ അമ്മ സമ്മതിച്ചില്ല. അതു ഞങ്ങളുടെ നേരെ തലതിരിച്ചു നോക്കി. കല്ലു ആത്മസംതൃപ്തിയോടെ കൂട്ടിൽ കിടക്കുകയാണ്. ഇതുപോലൊരു സന്തോഷം ഇതിനു മുൻപുണ്ടായിട്ടില്ലാത്തതുപോലെ തോന്നി. " വാ,പോകാം, ഇനി പിന്നെക്കാണാം."

അമ്മ മക്കളെയുംകൂട്ടി വീട്ടിനകത്തേക്ക്പോന്നു. ആട്ടിൻകുഞ്ഞിന് എല്ലാരുംചേർന്ന് നല്ലൊരുപേരുമിട്ടു "മണിക്കുട്ടൻ". പിന്നീടെന്നും നല്ല സന്തോഷമായിരുന്നു രാവിലെ എഴുന്നേൽക്കാൻ. എഴുന്നേല്ക്കുമ്പോഴേ കൂട്ടിൽപോയി മണിക്കുട്ടനെ കാണും. എടുക്കും. എടുത്ത് വീടിനകത്തുകൊണ്ടുവരും. അവൻ എല്ലായിടത്തും ഓടിക്കളിക്കും.അവളും ചേട്ടനും അവന്റെ പുറകേ ഓടും. ഉറങ്ങിക്കിടക്കുന്ന അച്ഛന്റെ കട്ടിലിൽ അവൻ ഓടിക്കയറും. ചെറിയ എന്തെങ്കിലും ശബ്ദം പോലും ഉറക്കത്തെഹനിച്ചാൽ ദേഷ്യപ്പെടുന്ന അച്ഛൻ മണിക്കുട്ടനെ വഴക്കു പറഞ്ഞിട്ടേയില്ല. അവന്റെ കളികാണാനും ആസ്വദിക്കാനും അച്ഛനും ഇഷ്ടമായിരുന്നു. സെറ്റിയിൽ കയറി ഓടിനടക്കുമ്പോൾ മോൾ അവനെ പിടിക്കാൻ പുറകെ കൈനീട്ടിചെല്ലും. അപ്പോളവൻ കുഞ്ഞുതലയുംകുലുക്കി മുന്നോട്ടായുകയും പുറകോട്ടോടുകയും ചെയ്യുന്നത് ഒന്നു കാണേണ്ടതുതന്നെയാണ്.

സ്കൂളിൽ പോകുന്നതിനു മുൻപുള്ള കളിയാണിതൊക്കെ. അവനെയിട്ടിട്ട് മടിയോടെയാണ് സ്കൂളിൽ പൊയ്ക്കൊണ്ടിരുന്നത്.

എന്നും വൈകുന്നേരം വരുമ്പോഴും അവനെ എടുത്തുപിടിച്ചു താലോലിക്കും.

അവന്റെ അമ്മയാടിനെ കുഞ്ഞായിരുന്നപ്പോൾ വാങ്ങിയതാണ്. 'കല്യാണി' എന്നു പേരിട്ടു. 'കല്ലു'എന്നു സ്നേഹത്തോടെ വിളിച്ചിരുന്നു. കല്ലൂന്നു നീട്ടി വിളിക്കുമ്പോൾ അവൾ നേരെനോക്കി വിളികേട്ടു എന്നഭാവേന മുരടനക്കി ഒരു ശബ്ദം കേൾപ്പിച്ചിരുന്നു. കല്യാണിക്കു ചിലസ്നേഹത്തിൽ പൊതിഞ്ഞ വാശിയൊക്കെ ഉണ്ടായിരുന്നു. എന്നോ ഒരു ദിവസം രാത്രിയിൽ ഒരുരുളച്ചോർ അവൾക്കു കൊടുത്തതാണ് കുഴപ്പമായത്. പിന്നീട് എന്നും രാത്രിയിൽ അമ്മയുടെ കൈയിൽനിന്നും ഒരുരുള അവൾക്കു നിർബന്ധമാണ്. വീട്ടിലെല്ലാവർക്കും എന്തോ ഒരു ആത്മബന്ധം ഈ ആടുകളോടുണ്ടായിരുന്നു. ഒരിക്കലും ആർക്കും വിയ്ക്കണമെന്നാഗ്രഹിച്ചിരുന്നില്ല. പക്ഷേ...

ഒരു ദിവസം ഏതാണ്ട് ഉച്ചയാകാറായപ്പോൾ അമ്മ സ്കൂളിൽ വന്നു. ഒരു ദുഃഖവാർത്തയുമായാണെത്തിയിരിക്കുന്നത് .അച്ചന്റെ പെങ്ങളുടെ ഭർത്താവ് മരിച്ചുപോയിരിക്കുന്നു. ഉടൻഅങ്ങോട്ടുപോകണം..

അതിനുവിളിക്കാൻവന്നിരിക്കുകയാണമ്മ.

ടീച്ചറിന്റെ അനുവാദത്തോടെ അമ്മയുടെകൂടെ വീട്ടീലേക്കുപോയി. പോകുന്നവഴിക്ക് അമ്മപറഞ്ഞാണറി

ഞ്ഞത് കല്ലുവിനെയും മണിക്കുട്ടനെയുംവിറ്റെന്ന്. വിശ്വാസിക്കാൻ കഴിഞ്ഞില്ല. കാരണം അമ്മപറഞ്ഞു.

മരണവീട്ടിൽ പോയിട്ടു വരുന്നതുവരെ ആടുകളെ എന്തുചെയ്യും. ആരെ ഏൽപ്പിക്കും.

ഇന്നത്തെകാലത്തെപ്പോലെ ചെന്നുമുഖം കാണിച്ചു പോന്നാൽപോര. അടുത്തബന്ധുവാണ്. കുറച്ചു ദിവസം അവിടെ നിൽക്കേണ്ടിവരും. കൂടാതെ കുറച്ചു പണംഅത്യാവശ്യം വേണ്ടസമയവും.

കുറെ ആലോചിച്ചു അച്ചരൻ കണ്ടെത്തിയ തീരുമാനംഇതായിരുന്നു "ആടുകളെവിൽക്കുക".

മനസില്ലാമനസോടെയെങ്കിലും അതിനു സമ്മതിക്കുകയേ നിവൃത്തിയുണ്ടായിരുന്നുള്ളു. ആരോടൊക്കെയോ അന്വേഷിച്ച് ആടുകളെ വാങ്ങാൻ ഒരാളെ കണ്ടെത്തി ചുരുങ്ങിയ സമയത്തിനുള്ളിൽ. ആവശ്യക്കാരായതുകൊണ്ട് ചോദിച്ചവിലയിൽനിന്നും കുറഞ്ഞവിലക്കാണ് കല്ലുവിനെയും മണിക്കുട്ടനെയും വിറ്റത്.

ആടുകളെകൊടുക്കുമ്പോ അമ്മയുടെ കണ്ണുനിറഞ്ഞത്രെ . ഇതിലും വലുതൊന്നും കൈവിട്ടുപോകാനില്ല എന്നൊരു തോന്നലും വിഷമവുമാണ് അപ്പോഴുണ്ടായത്. മണിക്കുട്ടൻ ഒരു കളിയുടെ മൂഡിലാണ് നിൽക്കുന്നത്. അവൻ ഉണ്ടായിട്ട് കഷ്ടിച്ചൊരു മാസം ആയിട്ടേയുള്ളു. വീട്ടിലെ ഒരംഗം പോലെ ഇന്നുവരെ കൂടെയുണ്ടായിരുന്നു. ഇത്രയും സ്നേഹിച്ചുവളർത്തിയ കല്ലുവിനെയും മണിക്കുട്ടനേയും വിറ്റുകളയാൻ മനസ്സുവന്നില്ല.സങ്കടം കൊണ്ട് മനസ് വിങ്ങപ്പൊട്ടുന്നതറിഞ്ഞു. പക്ഷേ എന്തുചെയ്യാൻ.

ആടുകളെയും കൊണ്ടു അവരുടെ പുതിയ അമ്മപോകാനിറങ്ങി. അടുത്തവീട്ടിലെ അമ്മയുടെ കൂട്ടുകാരി ഉൾപ്പെടെ എല്ലാവരുംഅവർ പോകുന്നതും നോക്കിനിന്നു. കുറച്ചുദൂരം ചെന്നപ്പോഴാണ് മണിക്കുട്ടന് കാര്യം മനസ്സിലായതെന്നു തോന്നുന്നു. അപകടം മണത്തതുപോലെ അവൻ കരഞ്ഞുകൊണ്ട് തിരിഞ്ഞു വീട്ടിലേക്ക് ഒരൊറ്റയോട്ടം. അവന്റെയാ

സ്നേഹംകണ്ട് അമ്മ അവനെചേർത്തുപിടിച്ചു. അവനെ തലോടിക്കൊണ്ട് അമ്മയുടെ കൂട്ടുകാരി പറഞ്ഞു

"മോനെ,നീ പൊയ്ക്കോ..ഇനി അതാണ് നിന്റെ അമ്മ". ആടുകളുടെ പുതിയ അവകാശിയുടെ കൈയിലേക്ക് ആ ചേച്ചി അവനെ എടുത്തുവച്ചുകൊടുത്തു. അവൻവീണ്ടും തിരിഞ്ഞെല്ലാരെയും നോക്കി"അമ്മേ" എന്നൊരു കരച്ചിൽ.

ആ കരച്ചിൽ ഒരിക്കലും മനസ്സിൽ നിന്ന് പോകില്ല. അമ്മ ഇതൊക്കെ പറയുമ്പോൾ എല്ലാം കൺമുൻപിൽ നടക്കുന്നതുപോലെ അവൾക്കുതോന്നി. അന്ന് സഹിക്കാനാകാത്ത നൊമ്പരത്തോടെ അമ്മ പറഞ്ഞതിപ്പോഴും ഓർക്കുന്നു.."അതുങ്ങളെ വളർത്തികൊതിതീർന്നില്ല. ഇത്രപെട്ടന്നു വിയ്ക്കേണ്ടിവരുമെന്നുവിചാരിച്ചില്ല. ഇനി ഒരു ജീവിയേയും ഞാൻ വീട്ടിൽ വളർത്തുന്നില്ല". ഒരു ഇടവപ്പാതിപോലെ മനസ്സിൽ ദുഃഖഭാരം പെയ്യാൻ വിതുമ്പി നിന്നു.

****

സന്ധ്യ ഗിരീഷ്

Thaiparambil House
Opposite Govt JBS
Eruveli-682312, Chottanikkara

36

തിരിച്ചറിവ്

ഇച്ചായ..... ആ നശിച്ച തലവേദന പിന്നെയും വന്നു ..."

അത് വല്ല മൈഗ്രേനും ആയിരിക്കും. നീ ഒരു പാരസെറ്റമോൾ എടുത്തു കഴിക്ക്.

അതൊക്കെ കഴിച്ചു ഇച്ചായാ... പക്ഷെ കുറയുന്നില്ല. എനിക്ക് വേദന സഹിക്കാൻ മേല.

സാരമില്ല .... ആദ്യം നീ നിന്റെ ടെൻഷൻ ഒന്ന് കുറയ്ക്ക്. അപ്പൊ തന്നെ പകുതി തലവേദന കുറയും.

എന്നാലും ഇച്ചായാ.... നമുക്ക് വേറൊരു നല്ല ഡോക്ടറെ കണ്ടാലോ.....

ദേ നീ ഒന്ന് പോയെ ...... അല്ലെങ്കിൽ തന്നെ ഇവിടെ മനുഷ്യന് നൂറുകൂട്ടം പ്രശ്നങ്ങൾ ഉണ്ട്. അതിനിടയിൽ നീ കൂടി വരല്ലേ അനു.....

ഇച്ചായ... എനിക്ക് വയ്യാത്തത് കൊണ്ടല്ലേ....

അനു... നീ എപ്പോളും ഇങ്ങനെ തലവേദന ആണെന്ന് ഓർത്ത് ഇരിക്കുന്നത് കൊണ്ടാ....

നീ ഇപ്പൊ പോയി എനിക്ക് ഒരു ചായ ഇട്ടേച്ചും വന്നേ...

ഒന്നും മിണ്ടാതെ എന്റെ കയ്യിൽ നിന്നും ബാഗും വാങ്ങി പോയ അനുവിന്റെ നിറഞ്ഞ കണ്ണുകൾ ഞാൻ കണ്ടിട്ടും കണ്ടില്ലെന്ന് നടിച്ചു...

അധികം താമസിയാതെ ഒരു കൈ കൊണ്ടു തലയിൽ അമർത്തി പിടിച്ചു ചായയും ആയി വരുന്ന അനു വിനെ കണ്ടപ്പോൾ എനിക്ക് ദേഷ്യം ഇരച്ചു കയറി.

എന്താ അനു... ഇങ്ങനെ ആർക്കാനും വേണ്ടി ഓക്കാനിക്കുന്ന രീതിയിൽ ആണോ ചായ കൊണ്ടുവരുന്നത്... നിനക്ക് പറ്റില്ലെങ്കിൽ പറ. അല്ലാതെ ഇങ്ങനെ മുഖവും വീർപ്പിച്ചു മനസില്ല മനസോടെ കൊണ്ടു വരുന്ന ചായ എനിക്ക് വേണ്ട.

അനുവിനോടുള്ള ദേഷ്യത്തിൽ ചായ മുറ്റത്തേക്ക് ഒഴിച്ച് കളയുമ്പോൾ അനുവിന്റെ നിറഞ്ഞു തുളുമ്പിയ കണ്ണുകൾ ഞാൻ മനഃപൂർവം കണ്ടില്ലെന്ന് നടിച്ചു.

രാത്രി ബെഡ്റൂമിൽ ചെന്നപ്പോ തലയിൽ കയ്യമർത്തി കിടക്കുന്ന അനു വിനെ കണ്ടപ്പോ എന്റെ ഉള്ളോന്നു പിടഞ്ഞത് ഞാൻ അറിഞ്ഞു . എന്നെ കണ്ടപ്പോ പെട്ടന്ന് തന്നെ തുളുമ്പി വന്ന കണ്ണുകൾ തുടച്ചു, തലയിൽ നിന്നും കയ്യെടുത്തു, ഒരു നനുത്ത പുഞ്ചിരിയോടെ അവൾ എന്റെ അടുത്ത് വന്നു.

ഇച്ചായ... എനിക്ക് വേളാങ്കണ്ണിയിൽ ഒരിക്കൽ കൂടി പോണം എന്നുണ്ട്. ഈ സാറ്റർഡേ നമ്മുടെ വിവാഹ വാർഷികം അല്ലേ. അന്ന് എന്നെ ഒന്ന് കൊണ്ടോകാവോ???

ആലോചിക്കാം....

ആലോചിച്ചാൽ പോരാ... കൊണ്ട് പോണം... അതും അന്ന് തന്നെ. .

അതെന്താ അന്ന് തന്നെ പോണം എന്ന് നിർബന്ധം.... അന്ന് എനിക്ക് വേറെ പ്രോഗ്രാം ഉണ്ട്. ഓഫീസിൽ കൂടെ വർക്ക് ചെയ്യുന്നവർക്ക് അന്നൊരു പാർട്ടി ഞാൻ ഓഫർ ചെയ്തിട്ടുണ്ട്.

ഇച്ചായ... പിന്നെ... പിന്നെ പോകാൻ എനിക്ക് പറ്റിയില്ലെങ്കിലോ???

അതെന്താ പറ്റാതെ .... നീ എന്താ ചാവാൻ പോവാണോ....

നീ ദേഷ്യം പിടിപ്പിക്കാതെ ഒന്ന് പോയെ അനു...

ശരിക്കും എനിക്ക് അവളോട് ദേഷ്യം ഒന്നും ഉണ്ടായിരുന്നില്ല. ഓഫീസിൽ അടുത്ത ആഴ്ച ഒരു പ്രൊജക്റ്റ് പ്രസന്റേഷൻ ഉണ്ട്. അതിന്റെ ടെൻഷനിൽ ആയിരുന്നു ഞാൻ... ആ സാരമില്ല. ഈ ടെൻഷൻ ഒക്കെ മാറിയിട്ട് അവളെയും കൊണ്ട് പോണം വേളാങ്കണ്ണിക്ക്.. ഇപ്പൊ അവൾ അറിയണ്ട. ഒരു സർപ്രൈസ് ആയിരിക്കട്ടെ . അവളെ ഒന്ന് ഞെട്ടിക്കണം.

രാവും പകലും മാറി മറിഞ്ഞു.... മിക്കദിവസവും അനുവിന്റെ മുഖത്തെ വാട്ടം ഞാൻ ശ്രദ്ധിച്ചിരുന്നു എങ്കിലും അത്ര കാര്യമാക്കിയില്ല. അവൾ പറഞ്ഞത് സാധിച്ചു കൊടുക്കാൻ പറ്റാത്തതിന്റെ ദേഷ്യം ആണെന്നാണ് ഞാൻ കരുതിയത്.

ഇന്നാണ് ഓഫീസിൽ പ്രൊജക്റ്റ് പ്രസന്റേഷൻ. രാവിലെ ഓഫീസിലേക്ക് ഇറങ്ങാൻ നേരം ബാഗും ആയി വന്ന അനുവിനോട് കാരണം ഇല്ലാതെ ഞാൻ ദേഷ്യപ്പെട്ടു.

എന്താ അനു.. ഒരു നല്ല കാര്യത്തിന് ഇറങ്ങുമ്പോ എങ്കിലും നിനക്ക് ഒന്ന് ചിരിച്ചുകൊണ്ടു എന്നെ യാത്രയാക്കിക്കൂടെ...

നിറഞ്ഞ കണ്ണുകൾ തുടച്ചു ഒരു നനുത്ത പുഞ്ചിരി അവൾ സമ്മാനിച്ചു.

ഇതിലും ഭേദം നീ ചിരിക്കാതെ ഇരിക്കുന്നതാ. ഇത് മനസ്സോടെയുള്ള ചിരിയല്ല. എന്നും പറഞ്ഞു പതിവുള്ള ഉമ്മപോലും നൽകാതെ , അവളോട് യാത്ര പോലും പറയാതെ കാറിൽ കയറുമ്പോൾ നിറഞ്ഞ കണ്ണുകളോടെ നോക്കി നിൽക്കുന്ന അനുവിനെ എനിക്ക് കാണാമായിരുന്നു...

ഓഫീസിൽ പ്രസന്റേഷൻ നടക്കുമ്പോ കാരണം എന്തെന്ന് അറിയാത്ത ഒരു ടെൻഷൻ എന്റെ മനസിനെ അലട്ടുന്നുണ്ടായിരുന്നു....

അവതരിപ്പിച്ച പ്രൊജക്റ്റ് കിട്ടിയ സന്തോഷം അനുവിനോട് പറയാൻ ധൃതിപിടിച്ചു കോൺഫറൻസ് ഹാളിൽ നിന്നും പുറത്ത് ഇറങ്ങിയ എന്നെ കാത്ത് ജൂനിയർ സ്റ്റാഫ് ശ്രീലക്ഷ്മി നിൽപ്പുണ്ടായിരുന്നു.

സർ... വീട്ടിൽ നിന്നും അമ്മ വിളിച്ചിരുന്നു. സർ നെ വിളിച്ചിട്ട് ഫോൺ എടുക്കുന്നില്ല എന്ന് പറഞ്ഞു.

മം. ഫോൺ സൈലന്റ് ആയിരുന്നു. ഞാൻ വിളിച്ചോളാം.

ഫോൺ എടുത്ത ഞാൻ ഒന്ന് ഞെട്ടി. അമ്മയുടെ ഒന്നിലധികം മിസ്സ്ഡ് കാൾ. സാധാരണ ഓഫീസ് സമയത്ത് അമ്മ വിളിക്കാറില്ല. മീറ്റിംഗ് നടക്കുന്നത് കൊണ്ട് ഫോൺ സൈലന്റ് മോഡിൽ വച്ചിരിക്കുകയായിരുന്നു.

പെട്ടന്ന് തന്നെ ഞാൻ തിരിച്ചു വിളിച്ചു. ഒറ്റ റിങ്ങിൽ തന്നെ അമ്മ ഫോൺ എടുത്തു..

മോനെ... അനു...

എന്താമ്മേ എന്താ അവൾക്കു പറ്റിയെ....

അനു... അവൾ.. നീ എത്രയും പെട്ടന്ന് സിറ്റി ഹോസ്പിറ്റലിൽ വാ...

കരച്ചിലിനിടയിൽ അവ്യക്തമായി അമ്മ പറഞ്ഞൊപ്പിച്ചു.

എന്തായിരിക്കും അനുവിന് പറ്റിയിരിക്കുവാ... ഇനി അവൾ വല്ല അവിവേകവും...

ദൈവമേ ഓർത്തിട്ട് ഒരു പിടിയും കിട്ടുന്നില്ലല്ലോ..

ഒരുവിധം ഡ്രൈവ് ചെയ്തു സിറ്റിഹോസ്പിറ്റലിൽ എത്തിയപ്പോളെക്കും ഞാൻ ആകെ തളർന്നുപോയിരുന്നു.

ഹോസ്പിറ്റലിൽ എത്തിയപ്പോ അവളുടെ ചേട്ടൻ തിരക്കിട്ടു പുറത്തേക്ക് വരുന്നുണ്ടായിരുന്നു..

എന്താ അളിയാ ...

നീ വാ.... വേറൊന്നും പറയാതെ അളിയൻ എന്നെയും കൊണ്ടു പോയത് icu വിന് മുമ്പിലേക്ക് ആയിരുന്നു.

അവിടെ എത്തിയ ഞാൻ കണ്ടത് കരഞ്ഞു തളർന്ന എന്റെയും അവളുടെയും പപ്പയെയും അമ്മയെയും ആണ്.

കരഞ്ഞു തളർന്ന അവരുടെ മുഖം സംഗതി കുറച്ചു ഗുരുതരം ആണെന്ന് വിളിച്ചോതുന്നുണ്ടായിരുന്നു.

എന്താ... എന്താ പറ്റിയെ...അനു എന്തിയെ.... എന്താ ൻറെ അനുന്.. ആരെങ്കിലും...ആരെങ്കിലും ഒന്ന് പറയ് ...

മോനെ... അത്... അനു... ഒന്ന് തലകറങ്ങി വീണു. വിളിച്ചിട്ട് മിണ്ടുന്നില്ലായിരുന്നു. പെട്ടന്ന് ഇവിടെ എത്തിച്ചു...

എന്നിട്ട്.. എന്നിട്ട് ഡോക്ടർ എന്താ പറഞ്ഞെ... ഇപ്പൊ.. ഇപ്പൊ എങ്ങനെ ഉണ്ട്...

അറിയില്ല.. അറിയില്ല മോനെ....ഇതുവരെ അനു ഉണർന്നിട്ടില്ല. ഡോക്ടർ ഒന്നും പറയുന്നില്ല.

ദൈവമേ അനു......

Icu എന്നെഴുതിയിരിക്കുന്ന ചില്ലുവാതിലിൽക്കൂടി അകത്തേക്ക് നോക്കിയ എന്റെ കണ്ണ് നിറഞ്ഞു.

Icu വിന്റെ മുന്നിൽ ഉണ്ടായിരുന്ന ഒരു കസേരയിലേക്ക് ആലമ്പമറ്റവനെ പോലെ ഞാൻ തളർന്നിരുന്നു.

സെക്കൻഡ്കൾ മിനിറ്റുകൾക്ക് വഴിമാറി.

അനുവിന്റെ റിലേറ്റീവ്സിനെ ഡോക്ടർ വിളിക്കുന്നു.

Icu വിന്റെ വാതിൽ തുറന്ന ഭൂമിയിലെ മാലാഖ അറിയിച്ചു.

മിടിക്കുന്ന ഹൃദയത്തോടെ ഞാൻ ഡോക്ടറടെ ക്യാബിൻ ലക്ഷ്യമാക്കി നടന്നു.

മിസ്റ്റർ ജിതിൻ.. അനുവിന്റെ ഹസ്ബൻഡ്. അല്ലേ...

അതേ.....

അനു ഇതിനു മുൻപ് ഇങ്ങനെ തലകറങ്ങി വീണിട്ടുണ്ടോ???

ഇല്ല...

ഹ്മം... ഇടയ്ക്ക് സഹിക്കാൻ സാദിക്കാത്ത തലവേദനയോ മറ്റോ അനു പറയാറുണ്ടായിരുന്നോ ??.

ഉണ്ട്.. ഉണ്ട് ഡോക്ടർ... അപ്പൊ മൈഗ്രേൻ ആയിരിക്കും എന്ന് പറഞ്ഞു പാരസെറ്റമോൾ കഴിക്കുകയായിരുന്നു...

ഹ്മം...

എന്താ ഡോക്ടർ... എന്താ.. എന്റെ അനുന്...

മിസ്റ്റർ ജിതിൻ.... ഇതാണ് നമുക്ക് എല്ലാർക്കും പറ്റുന്നത്. തനിക്ക് എന്താ അസുഖം എന്ന് സ്വയം അങ്ങ് തീരുമാനിക്കും. എന്നിട്ട് സ്വയംചികിത്സയും അങ്ങ് ചെയ്യും. അതുകൊണ്ടു ഗുണമൊന്നും ചെയ്യില്ല. ദോഷമേ ചെയ്യൂ...

ഇവിടെ ഇപ്പൊ അനുവിന് സംഭവിച്ചതും അതു തന്നെ...

തലവേദന നിസാരമാക്കി കളയാതെ ആരംഭത്തിൽ തന്നെ കണ്ടു പിടിക്കുകയും ചികിത്സ തേടുകയും ചെയ്തിരുന്നു എങ്കിൽ അനു പൂർണ്ണമായും പഴയ ജീവിത്തിലേക്ക് തിരിച്ചു വന്നേനെ....

ഡോക്ടർ... എന്താ പറഞ്ഞു വരുന്നത് .. എന്താ എന്താ ന്റെ അനുന്....

ട്യൂമെർ. ബ്രെയിൻ ട്യൂമെർ. ഇതിപ്പോ ലാസ്റ്റ് സ്റ്റേജ് ആണ്.

ഇനി അവശേഷിക്കുന്ന നാളുകൾ അനുവിന് പരമാവധി സന്തോഷം നൽകുക. സന്തോഷത്തോടെ അവളെ യാത്രയക്കുക.

ഡോക്ടർ....

ഞാൻ പറഞ്ഞല്ലോ ജിതിൻ... ഇത് ലാസ്റ്റ് സ്റ്റേജ് ആണ്. ഇനി..... ഒന്നും ചെയ്യാനില്ല. മരുന്നുകൾ കൊണ്ട് അനുവിന്റെ വേദനകൾ പരമാവധി കുറയ്ക്കാം, എന്നല്ലാതെ മറ്റൊന്നും...

ഡോക്ടർ... എന്റെ അനു... ഞാൻ ഞാനാ അനുന്റെ ഈ അവസ്ഥയ്ക്ക് കാരണം...

അവൾ തലവേദനയാണെന്ന് പറയുമ്പോൾ എല്ലാം ഞാൻ അവഗണിച്ചു... ഞാൻ ഒന്ന് ശ്രദ്ധിച്ചിരുന്നെങ്കിൽ...

എല്ലാം തകർന്നവനെപ്പോലെ ഞാൻ തിരികെ നടന്നു. icu വിന്റെ മുമ്പിൽ എത്തിയപോലേക്കും അനു ഉണർന്നിരുന്നു. ഡോക്ടറുടെ അനുവാദത്തോടെ അവളുടെ അടുത്തേക്ക് നടക്കുമ്പോ എന്റെ ഹൃദയം തേങ്ങി.

അനു.....

ഇച്ചായാ..

തളർന്ന സ്വരത്തിൽ ഉള്ള അനുവിന്റെ വിളി കേട്ടപ്പോ എന്റെ നെഞ്ചകം നീറി. പിടിച്ചു വച്ച കണ്ണുനീർ അറിയാതെ പുറത്തു ചാടി.

അയ്യേ ൻറെ ഇച്ചായൻ കരയുവാ... വേണ്ടാട്ടോ കരയല്ലേ.. നിക്ക് ഒന്നൂല്ല്യട്ടോ... ന്റെ ഇച്ചായൻ സങ്കടപ്പെടല്ലേ...

ഞാൻ കാരണമല്ലേ നിനക്ക് ഈ അവസ്ഥ വന്നത്.. തേങ്ങി കൊണ്ട് ജിതിൻ പറഞ്ഞു.

എനിക്കറിയാം ന്റെ ഇച്ചായനെ ... ഇച്ചായൻറെ വിഷമം എന്നെ അറിയിക്കാതിരിക്കാൻ വേണ്ടി മനപ്പൂർവ്വം ഇച്ചായൻ ദേഷ്യം ഭാവിച്ചതാണെന്ന് .

നിറഞ്ഞ മിഴികൾ തുടച്ചു ജിതിൻ പുഞ്ചിരിക്കാൻ ശ്രമിച്ചു....

ഡോക്ടർ എന്ത് പറഞ്ഞു ഇച്ചായ.... ആകാംഷയോടെ അനു ചോദിച്ചു

ഡോക്ടർ എന്ത് പറയാൻ, അനുവിന് ഒരു കുഴപ്പവുമില്ല.... ഇവടന്നു പോകുന്നത് നല്ല മിടുക്കി കുട്ടി ആയിട്ടായിരിക്കും എന്നു പറഞ്ഞു.

സത്യമാണോ ഇച്ചായ

പിന്നല്ലാതെ.... നിറഞ്ഞ മിഴികൾ അനു കാണാതെ തുടച്ചു കൊണ്ട് ഒരു പുഞ്ചിരി വരുത്തി, എന്നിൽ നിന്നും സംഭവിച്ചു പോയ ഒരു തെറ്റാണ് ഇന്ന് അനുവിന്റെ ജീവൻ പോലും അപകടത്തിൽ ആക്കിയതെന്ന തിരിച്ചറിവിൽ എന്റെ അനുവിനെ എന്നിൽ നിന്നും അകറ്റല്ലേ എന്ന പ്രാർത്ഥനയോടെ ജിതിൻ പുറത്തേക്ക് നടന്നു ...

ആ നേരം ഒരിക്കലും ഉണരാത്ത മയക്കത്തിലേക്ക് അനു വഴുതി വീഴുന്നത് അറിയാതെ .....

(Nb: അസുഖം വരുമ്പോൾ ആശ്വസിപ്പിച്ചില്ലെങ്കിലും അവഗണിക്കാതിരിക്കുക, പിന്നീട് നൽകാനായി സ്നേഹം അടക്കി വെക്കുന്നവർ ഒന്നോർക്കുക ആഗ്രഹിക്കുക്കുമ്പോൾ കിട്ടാത്ത സ്നേഹം പിന്നീട് നൽകാൻ അവർ ഇല്ലെങ്കിൽ മനസ്സിൽ ദുഃഖം മാത്രമായിരിക്കും ബാക്കി)..

സ്നേഹത്തോടെ അഞ്ജു ..

****

Anju Thomas

C/O Arun Joseph
Manimala
Pin. 686544
Ph. 9544177632

37

മാതൃദേവോ ഭവ:

ജീവിതത്തിൽ ഒറ്റപ്പെട്ടുപോകുന്നവന്റെ വേദന. അത് അവന്റെ മാത്രം ദുഃഖമാണ്... ചെറുപ്പത്തിലെ അച്ഛൻ മരിച്ചുപോയപ്പോൾ താങ്ങും തണലും അമ്മയായിരുന്നു.കഷ്ടപ്പാടിന്റെയും ദുരിതങ്ങളുടെയും കാണാക്കയങ്ങളിൽ സഹതാപത്തിന്റെ മുഖംമൂടിചാർത്തി വീട്ടിലെത്തിയവരുടെ സ്നേഹത്തിൽ അറിയാതെ മതിമറന്നുപോയി... പക്ഷേ.... അവരുടെ ലക്ഷ്യം മറ്റൊന്നായിരുന്നു യൗവനം വിട്ടുമാറാത്ത അമ്മയുടെ മേനിമാത്രം...

പക്ഷേ... അമ്മ ഒരിക്കലും ആ വഴിയേ പോകാൻ ചിന്തിച്ചിരുന്നില്ല...

ഒരിക്കൽ കൂട്ടുകാരോടൊപ്പം കളിച്ചു വൈകി വീട്ടിൽ എത്തുമ്പോൾ അമ്മ ഇറയത്തു നിൽക്കുന്നു... ആകെ പ്രാകൃതമായ രൂപത്തിൽ.... കൈയിൽ ചോരാ... ശരീരമാകെ വിറകൊണ്ട് നിൽക്കുന്നു...

"അമ്മേ... അമ്മേ... എന്തു പറ്റിയമ്മെ... കൈയിൽ ചോരാ... എന്താ പറ്റിയത് "

തന്റെ ചോദ്യങ്ങൾക്കു മറുപടിയായി അമ്മ വീടിന്റെ തെക്കെ മുറിയിലേക്ക് കൈ ചൂണ്ടി... ഓടിച്ചെന്നു നോക്കി...

അവിടെ രക്തത്തിൽ കുളിച്ച് ഒരാൾ കിടക്കുന്നു.. അച്ഛന്റെ കൂട്ടുകാരൻ രമേശൻ ചേട്ടൻ... പലപ്രവിശ്യം വെട്ടേറ്റിട്ടുണ്ട്.... വിറയ്ക്കുന്ന കാലടികളോടെ അടുത്ത് ചെന്നു നോക്കി... ആൾ മരിച്ചിരിക്കുന്നു.. ഒരു പന്ത്രണ്ടു വയസ്സുകാരാനെങ്കിലും എല്ലാം താൻ ഊഹിച്ചെടുക്കുകയായിരുന്നു... ഇവനൊക്കെ അച്ഛന്റെ പേരിൽ തനിക്കുകൊണ്ടുവന്നു തന്നിരുന്ന പലഹാരപ്പൊതികളും കപട വാത്സല്യവും എന്തിനായിരുന്നുവെന്ന് അവന്റെ മനസ്സിൽ മിന്നലാട്ടം നടത്തി... അയാളുടെ അരികിൽ ഒരു വാക്കത്തിയും കിടപ്പുണ്ടായിരുന്നു.. അയ്യാളുടെ ജീവൻ അപഹരിച്ച ആയുധം....

മെല്ലെ ആ ആയുധം കയ്യിലെടുത്തു. അമ്മയുടെ അരുകിൽ എത്തി..

അമ്മയുടെ കണ്ണുകൾ നിറഞ്ഞൊഴുകി....

"എന്റെ പൊന്നുമോനെ.. അമ്മയ്ക്ക് അതു ചെയ്യേണ്ടി വന്നെടാ... ഞാൻ അയ്യാളെ കൊന്നു.... എന്നെ....." ബാക്കി പറയുവാൻ അവൻ അമ്മയെ സമ്മതിച്ചില്ല.. അമ്മയുടെ വായ് പൊത്തി... "വേണ്ട.. അമ്മ ഇനി ഒന്നും പറയേണ്ട... അമ്മ വിഷമിക്കണ്ട.... അയാൾക്ക് അർഹതപ്പെട്ട ശിക്ഷയാണ് കൊടുത്തത്..." അതു പറയുമ്പോൾ അവന്റെ ചുണ്ടുകൾ വിതുമ്പുന്നുണ്ടായിരുന്നു..

"അമ്മ പോയി കുളിക്കൂ.. ആ ചോരക്കറകൾ എല്ലാം പോകട്ടെ... അമ്മ ഒന്നും ചെയ്തിട്ടില്ല... ഞാനാണ് കൊന്നത് ഇവനെ.. എന്റെ അമ്മയെ കയറി പിടിക്കുവാൻ വന്ന ഇവനെ... ഞാനാണ് കൊന്നത്..."

"മോനെ... വേണ്ട.. അമ്മ പോലീസിൽ പറഞ്ഞോളാം. ശിക്ഷ ഏറ്റോളാം നിനക്ക് ഇനിയും ഒരുപാട് ജീവിതമുണ്ട് "

"വേണ്ടമ്മേ ... ഇതിലും കൂടിതൽ പീഡനം അവിടെ എന്റെ അമ്മയ്ക്ക് അനുഭവിക്കേണ്ടിവരും... ഞാൻ

ചെറുപ്പമാണ്..എന്നെ ദുർഗ്ഗുണ പാഠശാലയിലെക്കെ അവർ വിടൂ.... എന്റെ അവസ്ഥ മനസ്സിലാക്കി ശിക്ഷയും കാര്യമായി ഉണ്ടാവില്ല.. എന്റെ അമ്മയ്ക്കുവേണ്ടി എനിക്കത് ചെയ്യണം..."

"പോ.. പോയി കുളിക്ക്... വസ്ത്രമെല്ലാം മാറ്റി ധരിക്ക്... ഈ പാതകത്തിൽ അമ്മയ്ക്ക് യാതൊരു പങ്കുമില്ല... ഞാനാ ഇത് ചെയ്തത്.. മനസ്സിലായോ "

അവന്റെ വാക്കുകളുടെ മൂർച്ചയിൽ അവർ അവിടെ മാറി കുളിക്കാൻ പോയി... അപ്പോഴും അവരുടെ ഉള്ളിലെ ആധി മാറിയിരുന്നില്ല...

കുറച്ചു നേരം കഴിഞ്ഞപ്പോൾ മകന്റെ ഉച്ചത്തിലുള്ള അലർച്ച അവർകേട്ടു... "ഞാൻ കൊന്നു അയ്യാളെ... ഞാൻ കൊന്നു.."

അവർ ഉമ്മറത്തേക്ക് വരുമ്പോൾ മകൻ മുറ്റത്തുനിന്ന് അട്ടഹസിക്കുകയാണ്... "ഞാൻ കൊന്നു... അവനെ കൊന്നു "

അവന്റെ ശബ്ദം കേട്ട് അടുത്തുള്ള വീട്ടുകാരെല്ലാം ഓടി വരുന്നുണ്ട്.. വന്നവരെയെല്ലാം അവൻ ആ മുറി ചൂണ്ടി കാണിച്ചു..

അവിടെ കണ്ട കാഴ്ചയിൽ അവർ അമ്പരന്നു....

ഒരു ഉറുമ്പിനെപ്പോലും നോവിക്കാത്ത പാവം പയ്യൻ.. വിഷ്ണു... അച്ഛൻ നഷ്ടപ്പെട്ടിട്ടും അല്ലലറിയിക്കാതെ അമ്മ ശാന്തി അവനെ വളർത്തി... പഠിത്തത്തിലും മിടുക്കൻ....

ഒന്നും പറയാതെ ശാന്തി ഇറയത്തിരുന്ന് പൊട്ടിക്കരയുന്നുണ്ട്.. ആശ്വാസവാക്കുകളുമായി അടുത്തുള്ള ഏതാനും സ്ത്രീകളും....

ആരോ പോലീസിൽ വിവരം അറിയിച്ചു.. വൈകാതെ പോലിസ് വാഹനം ആ വീടിന്റെ മുന്നിൽ എത്തി... കൈയിൽ വാക്കത്തിയുമായി നിൽക്കുന്ന വിഷ്ണുവിനെ അവർ കണ്ടു...പോലീസുകാർ അവന്റെ അടുത്തേക്ക് ചെന്നു.. അവനോടു സംസാരിച്ചു... യാതൊരു ഭാവഭേദവുമില്ലാതെ

അവൻ മെനഞ്ഞ കള്ളക്കഥ അവരോടും പറഞ്ഞു.,. പോലിസ് മൃതദേഹം മാറ്റാനും മറ്റു നടപടികളും പൂർത്തിയാക്കി അവനെ പോലീസ് വാഹനത്തിലേക്ക് കേറ്റി.. സർവ്വനിയന്ത്രണങ്ങളും വിട്ട ശാന്തി ഓടി വന്നു "മോനെ... നീ പോകണ്ട.. അമ്മ പൊയ്ക്കോളാം..."

അവൾ പോലീസുകാരുടെ അടുത്ത് കൈകൂപ്പി പറഞ്ഞു... "സാർ ... ഞാനാണ് ഇത് ചെയ്തത്... എന്റെ മോനെ വിടണം.. അവൻ പാവമാ "

ഒരു പോലീസുകാരൻ ദേഷ്യപ്പെട്ടു "മതി മതി... നിങ്ങൾ വേറേ പണി നോക്ക്... എല്ലാ അമ്മമാരും ഇങ്ങനെയാ മക്കളെ ലാളിച്ചു വഷളാക്കും.... എന്നിട്ട് ഇതുപോലെ ഇവനെപ്പോലെ കുരുത്തക്കെടൊപ്പിക്കുമ്പോൾ ന്യായം പറയാൻ വരും... പോ... പോ.." അവനെയും വഹിച്ചുകൊണ്ടു ആ വണ്ടി ചീറിപ്പാഞ്ഞുപോയി....

* * * * * * * * * * *

വർഷങ്ങൾ കടന്നുപോയത് എത്രവേഗമാണ്.... വിഷ്ണുവിന്റെ കണ്ണുകൾ നിറഞ്ഞൊഴുകി.. അവൻ ഇപ്പോൾ ഇരിക്കുന്നത് അമ്മയേ അടക്കം ചെയ്ത മണ്ണിനരികിലാണ്....തന്നെ പോലിസ് കൊണ്ടുപോയതിനുശേഷം അമ്മയുടെ മാനസിക നിലമാറിയതും പെട്ടന്നായിരുന്നു... എല്ലാവരോടും പറയുമായിരുന്നു "എനിക്ക് വേണ്ടിയാ എന്റെ മോൻ ജയിലിൽ പോയത്.. ഞാനാ അയാളെ കൊന്നത്... പാവം എന്റെ കുട്ടി..."

അമ്മയുടെ വാക്കുകളെല്ലാം ഒരു ഭ്രാന്തിയുടെ വാക്കുകളായി കണ്ടു എല്ലാവരും... ഒടുവിൽ ഒരുനാൾ എല്ലാം ഉപേക്ഷിച്ച് അമ്മ ഈ ലോകത്തോട് വിട പറഞ്ഞു... മൃതദേഹം കാണിക്കുവാൻ തന്നെ കൊണ്ടുവന്നു.... ആ മുഖത്തു അന്ത്യചുംബനം നൽകി... പിന്നെ യാന്ത്രികമായി സംസ്കാരചടങ്ങുകളിൽ കർമ്മി പറഞ്ഞുതന്ന കാര്യങ്ങൾ

ചെയ്തു... പിന്നെ തെക്കെ തൊടിയിലെ ചിതയിലേക്ക്... ആ ചിതയിൽ അഗ്നിപകർന്നിട്ട് നേരെ പോലിസ് വണ്ടിയിലേക്ക്.....

ഇപ്പോൾ ശിക്ഷയുടെ കാലാവധി തീർന്ന് ദാ താനിവിടെ... തികച്ചും ഒറ്റപ്പെട്ടവൻ...

അവൻ മെല്ലെ എഴുന്നേറ്റു.. അമ്മയുടെ ദേഹം എരിഞ്ഞടങ്ങിയ ആ മണ്ണിൽ തൊട്ടു നമസ്കരിച്ചു... "അമ്മേ... ഈ മകൻ പോകുന്നു ജീവിതത്തിന് പുതിയൊരു ലക്ഷ്യംതേടി.. അച്ഛന്റെയും അമ്മയുടെയും ആത്മാവ് കൂടെയുണ്ടാവണം..

എവിടെനിന്നോ ഒരു ഇളംകാറ്റുവന്ന് അവനെ മെല്ലെ തഴുകി കടന്നുപോയി... അരൂപിയായ് അച്ഛന്റെയും അമ്മയുടെയും സാമിപ്യമായ് അതു അവനെ വലയം ചെയ്തുകൊണ്ടേയിരുന്നു ..അവൻ മെല്ലെ... മുന്നോട്ടു നടന്നു.... ജീവിതത്തിന്റെ പുതിയ പച്ചപ്പുകൾ തേടിയുള്ള യാത്ര....

****

സി.ജി. ഗിരിജൻ ആചാരി

ചേനക്കാലായിൽ,
തോന്നല്ലൂർ,
മേവെള്ളൂർ. പി. ഒ,
കോട്ടയം -686609
ഫോൺ :7994522344

38

കാർന്നോര് പൂജ

"നീ എങ്ങനെയെങ്കിലും വന്നേ പറ്റൂ. തറവാട്ടിലെ എല്ലാവരെയും ബാധിക്കുന്ന പ്രശ്നമാണ്"

എന്ന് പറഞ്ഞാണ് അമ്മ ഫോൺ

വെച്ചത്. എനിക്കതിലൊന്നും വിശ്വാസമില്ലെന്ന് അമ്മയ്ക്കും നല്ലവണ്ണം അറിയാവുന്നതാണ്.

ഒരു പക്ഷെ മക്കൾ മുതിർന്നാലും, സ്വന്തം കാലിൽ നിൽക്കാൻ പ്രാപ്തിയുള്ളവരായാലും

ഞാൻ പറഞ്ഞാൽ അതിനപ്പുറമില്ലെന്ന സ്ഥിരം പല്ലവി മറ്റുള്ളവരെ ഒന്ന് കൂടി ബോധ്യപ്പെടുത്താമെന്നതായിരിക്കും

അമ്മയുടെ ഈ നിർബന്ധത്തിന്റെ പുറകിലെ

ചേതോവികാരം എന്നറിയാം.

ഒരുപാട് നാളായി മുടങ്ങി കിടന്നിരുന്ന കാർന്നോരു പൂജയെപ്പറ്റിയായിരുന്നു അമ്മ അരമണിക്കൂറോളം സംസാരിച്ചത്. തറവാട്ടു വീട്ടിലെ

നീളൻ തളത്തിന്റെ പടിഞ്ഞാറേ അറ്റത്തുള്ള ജനലിന് താഴെ

ഇരുട്ട് നിറഞ്ഞ കുട്ടിയറയുണ്ട്. അതിന്റെ രണ്ടു ചെറുവാതിലുകൾ തുറക്കുന്നത് വിശേഷ ദിവസങ്ങളിൽ പങ്കുമാമക്ക് വിളക്ക് വെക്കാൻ മാത്രമാണ്. ഞങ്ങളെയെല്ലാം കാലാകാലങ്ങളിൽ വിട്ടു പോയ പൂർവ്വസൂരികളുടെ

ആത്മാക്കളുടെ പ്രതിനിധി അല്ലെങ്കിൽ പ്രതിരൂപമാണ് പങ്കു മാമ. ആരാണ് പ്രതിഷ്ഠിച്ചെന്ന് ആർക്കുമറിയാത്ത,

പറയാൻ പ്രത്യേകിച്ച് രൂപമൊന്നുമില്ലാത്ത ഒരു കല്ലിൽ പങ്കു മാമയെ

ആവാഹിച്ചിരുത്തിയതാണത്രേ.

എന്നിരുന്നാലും വിളക്ക് വെക്കുമ്പോൾ എല്ലാവരും സാധാരണയിൽ കവിഞ്ഞ

ഭയഭക്തി ബഹുമാനങ്ങളോട് കൂടി മാത്രമേ പങ്കു മാമക്ക് മുന്നിൽ നിൽക്കൂ. തറവാട്ടിലെ താവഴി

കുടുംബങ്ങളുടയൊക്കെ ക്ഷേമവും

ഐശ്വര്യവുമെല്ലാം പങ്കു മാമയുടെ

അദൃശ്യമായ കൃപാകടാക്ഷങ്ങൾ

കൊണ്ടാണെന്ന് ഞാനൊഴികെ എല്ലാവരും ഇപ്പോഴും വിശ്വസിക്കുന്നു.

നഗരത്തിലെത്തിയിട്ട് മൂന്നു കൊല്ലമാകുന്നു. ഈ കാലയളവിൽ മൂന്നേ മൂന്നു പ്രാവശ്യമേ നാട്ടിൽ പോകാൻ സാധിച്ചിട്ടുള്ളൂ. രണ്ടു വർഷവും വിഷു വേല സമയത്താണ് പോയത്. ഏപ്രിൽ മാസമായതുകൊണ്ട്

എന്നെ പോലെ മറുനാട്ടിൽ ജോലിയുള്ള സുഹൃത്തുക്കളൊക്കെ വിഷുവിനു നാട്ടിലെത്തും. വിഷുവിന്റെ

പിറ്റേന്നുള്ള അയിലൂർ വേല ഞങ്ങളുടെ ദേശത്തെ ഏറ്റവും വലിയ ഉത്സവമാണ്. അഞ്ച് ഗജവീരന്മാർ നിരക്കുന്ന എഴുന്നള്ളത്തും വെടിക്കെട്ടുമെല്ലാം ഉണ്ടാകും

ചങ്ങാതിമാരെ കാണുക, ഒരുമിച്ച് വളരെ നേരമിരുന്ന് സംസാരിക്കുക എന്നതെല്ലാം അക്കാലത്തെ ആഘോഷത്തിന്റെ ഒരു ഭാഗം തന്നെ ആയിരുന്നു. ഇന്നാണെങ്കിൽ അതിനൊന്നും ആർക്കും നേരമില്ലല്ലോ.

നാട്ടിലെ കാര്യങ്ങളിലേക്ക് ഓർമ്മ വഴുതി വീഴുമ്പോഴെല്ലാം

മനസ്സിലെവിടെയോ ഒരു വിങ്ങൽ

അനുഭവപ്പെടുന്നത് ഞാനറിയാറുണ്ട്.

ഉറക്കം വരാൻ മടിച്ചു നിന്ന രാത്രിയിൽ പഴയ ഒരു പങ്കുമാമ പൂജയുടെ ഓർമ്മയിലേക്ക് മനസ്സ് കൂപ്പുകുത്തി.

സുബ്രമണ്യ മെമ്മോറിയൽ ഹൈ സ്കൂളിൽ അഞ്ചാം ക്ലാസ്സിൽ ചേർന്ന സമയം. കർക്കിടക മഴ പെയ്തും, തോർന്നും നിന്ന ദിവസമായിരുന്നു. സ്കൂൾ വിട്ടു വരുമ്പോൾ കോരി ചൊരിയുന്ന മഴയായിരുന്നു. പേമാരിയെ ചെറുക്കാൻ ഞങ്ങളുടെ കയ്യിലുണ്ടായിരുന്ന

കുഞ്ഞിക്കുട അപര്യാപ്തമായിരുന്നു. കുടയില്ലാത്ത ചേറൂരെ കേശവനും എന്റെ കുടക്കീഴിൽ ഉണ്ടായിരുന്നു.

കേശവൻ സന്തത സഹചാരിയായിരുന്നു. ഉച്ചക്ക് സ്കൂളിൽ നിന്നും കൊടുക്കുന്ന

ഗോതമ്പ് ഉപ്പുമാവിന്റെ ഒരു പങ്ക് വാട്ടിയ വാഴയിലയിൽ പൊതിഞ്ഞുകെട്ടി ചിലപ്പോഴൊക്കെ കേശവൻ എനിക്ക് തരമാക്കാറുണ്ട്.

അവനെ വീട്ടിൽ വിട്ട് വേലിക്കൽ

നാലുമണിപ്പൂക്കൾ പൂത്തു നിൽക്കുന്ന ഇടവഴിയിലേക്ക് കയറിയപ്പോൾ അയൽവക്കത്തെ സുഭദ്രചേച്ചി

കണ്ണടക്കിടയിൽ കൂടി നോക്കി

കുശലം ചോദിച്ചു.

"എന്താണ്ടാപ്പെ അപ്പിടി നനഞ്ഞൂല്ലോ"

"ഞാനും കേശവനും ഒരു കൊടേലാ വന്നത് " എന്ന് ഞാൻ പറഞ്ഞത് മഴപ്പെരുക്കത്തിൽ അവർ കേട്ടോ എന്നറിയില്ല

സുഭദ്ര ചേച്ചിയും ഭർത്താവും

തത്തമംഗലത്തുള്ള ഒരു സ്കൂളിൽ അധ്യാപകരായിരുന്നു.

വെള്ളിയാഴ്ചകളിൽ ഉച്ചയൂണ് കഴിഞ്ഞാൽ മകളെയും കൂട്ടി അയിലൂർക്ക് ബസ്സു കയറും. പിന്നെ തിങ്കളാഴ്ച കാലത്തേ മടങ്ങൂ.

ഒരേ വീട്ടുകാരാണെങ്കിലും ഞങ്ങളുടെ കളിക്കൂട്ടത്തിലേക്ക് മകളെ വിടുന്നത്

അന്നെല്ലാം അവർക്ക് ഒരു കുറച്ചിലായിരുന്നു. പട്ടണ പരിഷ്കാരി മകൾക്കാണെങ്കിൽ രാജകുമാരിയാണെന്ന ഭാവവും.

ഞങ്ങൾക്കാർക്കും തന്നെ അവളുടെ ഗർവ്വും അഹംഭാവവും ഇഷ്ടമല്ലായിരുന്നു. കഴിഞ്ഞ കൊല്ലത്തെ സ്കൂൾ പൂട്ടലിൽ കുഴിയൊപ്പി ഗോട്ടി കളിയിൽ അവൾ തോറ്റപ്പോൾ പെണ്ണിന്റെ മെലിഞ്ഞുണങ്ങിയ

മണികണ്ഠത്തിൽ എണ്ണം പറഞ്ഞ അഞ്ചാറ് ഉണ്ട വെച്ചപ്പോൾ കരഞ്ഞു കൊണ്ട് പോയതിൽ പിന്നെ ഞങ്ങളോട് മിണ്ടാൻ വന്നിട്ടില്ല.

സ്കൂളവധിയിൽ കൊച്ചിയിൽ നിന്നും മുടങ്ങാതെ നാട്ടിലെത്തുന്ന തങ്കം അച്ചേരമയുടെ മകൾ ഷീലാ ഭായ്

വരെ ഞങ്ങളുടെ കൂടെ

വെച്ചുണ്ടം കളിക്കാനും അമ്പലം വെച്ചു കളിക്കുമ്പോൾ പവിഴ മല്ലി പൂക്കൾ കൊണ്ട് മാല കെട്ടാനും ഒക്കെ കൂടാറുണ്ട്. എന്തൊക്കെ ആയാലും കൊച്ചിയോളം വരില്ലല്ലോ തത്തമംഗലം.

വീടെത്തി വെള്ളം ഇറ്റുവീഴുന്ന

കുട വരാന്തയിൽ വെച്ചു. റബ്ബർ ബാന്റിട്ട പുസ്തകക്കെട്ട് മേശയിലേക്ക് വെച്ച് കൊണ്ട് അടുക്കളയിലെത്തി.

"അയ്യോ ട്രൗസറും ഷർട്ടുമെല്ലാം നനഞ്ഞല്ലോ. മാറിയിട്ട് വാ അപ്പളേക്കും ഞാൻ കുട്ടിക്ക്

കാപ്പി ഉണ്ടാക്കാം"

എന്നും പറഞ്ഞ് അമ്മ കാപ്പിക്കിണ്ടി അടുപ്പിൽ വെച്ചു.

വീട് മുഴുവൻ പൂജക്കുള്ള തയ്യാറെടുപ്പിലായിരുന്നു.

തലോട്ടാംപാറേന്ന് വലിയമ്മയുടെ മകൾ, ആ അടുത്തു കല്യാണം കഴിഞ്ഞ ചന്ദ്രിക മേമയും വാസു എളേച്ചരനും

പൂജക്ക് വരുന്നുണ്ടത്രേ. വാസു എളേച്ച്ഛന് വില്ലേജ് ആപ്പീസിൽ ഉയർന്ന ഉദ്യോഗമായിരുന്നു. ശമ്പളത്തിന്റെ ഇരട്ടി കിമ്പളം കിട്ടുമെന്നെല്ലാം കല്യാണ സമയത്ത് മൂത്തവർ പറയുന്നത് കേട്ടിട്ടുണ്ട്. മൂപ്പരുടെ കത്തും കൊണ്ട് മുതിർന്നവരുടെ കൂടെ വല്ലങ്ങി സൗദാമിനികയിൽ ഒന്ന് രണ്ടു സിനിമ ഒ.സിയിൽ കാണാൻ പോയിട്ടുണ്ട്. മുത്തശ്ശൻ അമ്പതുപൈസ വിഷു കൈനീട്ടം തന്നിരുന്ന ആ കാലത്ത് വാസു എളേച്ച്ഛൻ അഞ്ചു രൂപയാണ് ഞങ്ങൾ പിള്ളേർക്ക് കൈനീട്ടം തരാറുള്ളത്. അതുകൊണ്ട് വീട്ടുകാർക്കും, ഞങ്ങൾ പിള്ളേര് സെറ്റിനും തലോട്ടാംപാറക്കാരോട് ഒരു പ്രത്യേക ആദരവ് ഉണ്ടായിരുന്നു.

പടിഞ്ഞാറകത്തു നിന്ന്

സിഗരറ്റിന്റെ രൂക്ഷ ഗന്ധം വരുന്നുണ്ട്. വാളയാറിൽ നിന്ന് വലിയച്ച്ഛൻ വന്നിട്ടുള്ളതിന്റെ അടയാളം. വലിയച്ച്ഛൻ വരുമ്പോഴെല്ലാം പെട്ടിക്കണക്കിന് പെൻസിലും റബ്ബറും

പിന്നെ ധാരാളം നാരങ്ങാ മിഠായിയും

കൊണ്ട് വരാറുണ്ട്. ഓർത്തപ്പോൾ വായിൽ കപ്പലോടിക്കാനുള്ള വെള്ളം. നാളെ സ്കൂളിൽ പോകുമ്പോൾ ടീച്ചറുടെ മകൾ സുജാതയ്ക്ക് മറക്കാതെ അഞ്ചെട്ടു നാരങ്ങാ മിഠായി കൊടുക്കണം. അവൾക്ക് അത് വലിയ ഇഷ്ടമാണത്രെ.

കാപ്പി കുടി കഴിഞ്ഞപ്പോഴേക്കും

മഴ ഒന്ന് തോർന്നിരുന്നു. മുറ്റത്ത് കാറ്റിലും മഴയിലും വീണ

ഒരു ആത്തച്ചക്ക പഴം കോഴികൾ കൊത്തി തിന്നുന്നുണ്ട്. ആത്ത മരത്തിൽ കേറി മൂത്ത കായെല്ലാം പറിച്ച് അരിക്കലത്തിൽ പഴുക്കാൻ വെക്കുന്ന ഇന്ദിര എളേമ്മയുടെ കണ്ണിൽ പെടാതെ എങ്ങിനെയാണാവോ ഈ ചക്ക മാത്രം രക്ഷപ്പെട്ടത്!!

മുത്തശ്ശൻ പ്രാഞ്ചി പ്രാഞ്ചി പൂജക്കുള്ള ഇറച്ചിക്കായി കാലത്തു തന്നെ വട്ടിയിൽ അടച്ചു വെച്ച ഒത്ത രണ്ട് ചാത്തൻ കോഴികൾക്കരുകിലേക്കു നടക്കുന്ന കണ്ടു. കുറെ കഴിഞ്ഞപ്പോൾ പൊള്ള തിരുമ്പി കൊല്ലുമ്പോഴുള്ള

അവറ്റകളുടെ ഒരു നിമിഷത്തെ ദീനരോദനവും കേട്ടു. സാധാരണ കോഴിയെ കൊന്ന ശേഷം അതിനെ പാടാക്കാൻ മുത്തശ്ശൻ പുഴയിലേക്ക് പോകുമ്പോൾ ഞാനും കൂടെ പോകാറുള്ളതാണ്. അന്ന്

പോയില്ല. സ്കൂൾ വിട്ടു വന്നാൽ

വാരസ്യാരുടെ വീട്ടിൽ പാല് കൊണ്ട് കൊടുക്കുന്നത് എന്റെ പതിവ് ജോലിയായിരുന്നു. പാല് കൊടുത്തു മടങ്ങുമ്പോൾ വാരസ്യാര്

കഴുകി തുടച്ച മൊന്തയിൽ അമ്പലത്തിലെ കൃഷ്ണന് നേദിച്ച ഒരു ഉണ്ണിയപ്പം വെച്ചിട്ടുണ്ടാകും. വലിയമ്മയുടെ കറുമ്പി പശു രമ

ദീനം വന്നു ചാകും വരെ ആ പണി മറ്റാർക്കും വിട്ടുകൊടുത്തിട്ടില്ല.

പാല് കൊടുത്തു വന്നപ്പോഴേക്കും അയൽ വക്കത്തുള്ള ബന്ധു ജനങ്ങളു

മെല്ലാം എത്തിയിട്ടുണ്ടായിരുന്നു.

പൂജക്കുള്ള ഒരുക്കങ്ങളൊക്കെ നടക്കുന്നുണ്ട്. അപ്പുവേട്ട തൊടിയിൽ നിന്നും നാക്കിലകളും തുളസിപ്പൂവും

തെച്ചിപ്പൂവുമെല്ലാം വരാന്തയിൽ കൊണ്ട് വെച്ചിട്ടുണ്ട്. രമണി ചെറിയമ്മ

വിളക്കുകളും ധൂപക്കാലുമെല്ലാം

കഴുകി തൊട്ടടുത്തു തന്നെ

തുടച്ചു വൃത്തിയാക്കി വെച്ചിട്ടുണ്ട്.

അടുക്കളയിൽ നിന്നും ദോശ ചുടുന്നതിന്റെയും കോഴിക്കറി വെക്കുന്ന മസാലയുടെ മണവും

മൂക്കിലേക്കടിച്ചുകയറി. കോഴിയിറച്ചി കൂട്ടി ചോറുണ്ടിട്ട് വളരെ കാലമായിരുന്നു.അന്ന് എന്തായാലും കോഴിക്കറി കൂട്ടി വിസ്തരിച്ചൊന്ന് ഉണ്ണണം എന്ന് മനസ്സ് പറഞ്ഞു.

പൂജ ചെയ്യുന്നത് വലിയമ്മയുടെ മകൻ അപ്പുവേട്ടനാണ്. വീട്ടിലെ പൂജകളെല്ലാം അപ്പുവേട്ടനാണ് ചെയ്യുക. വൈദ്യുത ദീപങ്ങളെല്ലാം അണച്ച് നിലവിളക്കുകളുടെ വെട്ടിത്തിളങ്ങുന്ന പ്രഭാപൂരത്തിൽ പൂജ തുടർന്നു. ചന്ദനത്തിരിയുടെയും സാംബ്രാണി പുകയുടെയും രൂക്ഷ ഗന്ധം തളത്തിൽ തളം കെട്ടി നിന്നു. കുടമണിയുടെ കിലുക്കം കാതുകളിൽ പ്രകമ്പനം തീർത്തു. പൂജകഴിഞ്ഞ ശേഷം വാതിലുകൾ കൊട്ടിയടച്ച്

എല്ലാവരും പുറത്തേക്കു നിന്നു. കെട്ടുപോയ വിളക്ക് തിരിയുടെ മണം പുറത്തേക്കു വന്നു.

വലിയച്ച്ഛനും, വാസു എളേച്ച്ഛനും,

മുത്തശ്ശനും അടുത്ത മുറിയിൽ കയറി വാതിലടച്ചു. അവിടെ നിന്നും ബ്രാണ്ടിയുടെ മണം വരുകയും

ഗോലി സോഡ പൊട്ടിക്കുന്ന ശബ്ദം കേൾക്കുകയും ചെയ്തു.

പിന്നെ പ്രസാദമെല്ലാം വിതരണം കഴിഞ്ഞപ്പോൾ ഊണിനുള്ള ഒരുക്കങ്ങൾ തുടങ്ങി. തലോട്ടാം

പാറക്കാർക്ക് ഊണുകഴിഞ്ഞതും മടങ്ങണമായിരുന്നു.

"കുട്ടാ, അവരെ റോഡുവരെ വിട്ടിട്ടു വായോ...കൊടയും ടോർച്ചും എടുക്കാൻ മറക്കണ്ട"

എന്ന് വലിയച്ച്ഛൻ ഓർമ്മപ്പെടുത്തി.

"ന്നാൽ നീയും വാടാ "ന്ന് എന്നോട് അപ്പുവേട്ടനും.

നല്ല വിശപ്പുണ്ടെങ്കിലും അവരുടെ കൂടെയിറങ്ങി. ചെളിയുള്ള വരമ്പിൽ കൂടെ ടോർച്ചിന്റെ വെളിച്ചത്തിൽ നടന്നു. വരമ്പിനിരുപുറവുമുള്ള

പാടങ്ങളിൽ പോക്കാച്ചി തവളകൾ "ടോം പേക്കോം"എന്ന് കരഞ്ഞുകൊണ്ടിരുന്നു.

റോഡുവക്കിൽ കാത്തു നിന്ന ടാക്സിയിൽ കയറി അവർ പോയപ്പോൾ കാറ്റും മഴയും തുടങ്ങി. വീശിയടിച്ച കാറ്റിൽ ഞങ്ങളുട കുട പറന്നുപോയി വീണത് രണ്ടു കൊല്ലം മുൻപ് പുഴയോരത്തെ മണലിൽ വിഷം കഴിച്ച് ആത്മഹത്യ ചെയ്ത ആറ്റുപുറത്തെ വീട്ടിലെ രവിയേട്ട മരിച്ചു കിടന്ന സ്ഥലത്താണ്.

അവിടെ പോയി കുടയെടുക്കാൻ വേണ്ടത്ര ധൈര്യം അന്ന് ഞങ്ങൾക്കില്ലായിരുന്നു. അതുകൊണ്ട് രണ്ടുപേരും കുട അവിടെ ഉപേക്ഷിച്ച്

വീട്ടിലേക്കു തന്നെ ആ പെരുമഴയത്ത് ഓടാൻ തീരുമാനിച്ചു. ടോർച്ചും മഴനനഞ്ഞു കെട്ടു പോയിരുന്നു.

ഇടി മിന്നൽ വെളിച്ചത്തിൽ ഓടിയും നടന്നും വീടെത്തി. തല തുവർത്തി വസ്ത്രങ്ങളെല്ലാം

മാറി അടുക്കളയിൽ ഉണ്ണാനിരുന്നു. അന്ന് എനിക്കും അപ്പുവേട്ടനും ചോറിനു കൂട്ടാൻ കോഴിക്കറിയുടെ ചാറും ഏതാനും ഉരുളക്കിഴങ്ങു കഷ്ണവും മാത്രമേ ഉണ്ടായിരുന്നുള്ളൂ.

****

Sathish Thottassery

SF10B, SAI VIHAR,
OLD MANIPAL HOSPITAL ROAD,
RAJARAJESWARI NAGAR
BANGALORE 560098

39

പ്രണയം

ശിഖ പതിയെ കട്ടിലിൽ ഇരുന്നു. കുട്ടികൾ രണ്ടു പേരും നല്ല ഉറക്കം. അവൾ അവരെ കെട്ടിപ്പിടിച്ച് കട്ടിലിൽ കിടന്നു. ജഗൻ ആരോടോ ഫോണിൽ സംസാരിക്കുന്നുണ്ട്... ഇടയ്ക്കിടക്ക് അയാളുടെ കണ്ണുകൾ നിറഞ്ഞു തൂവുന്നത് അവൾ കണ്ടു. ഇന്നാണ് ഭാര്യയെ മറ്റൊരാൾ പ്രണയിക്കുന്നതും സ്വന്തമാക്കാൻ ശ്രമിക്കുന്നതുമായ വിവരം അയാൾ അറിഞ്ഞത്.... അതിൻ്റെ സങ്കടമാണ്.

താനും ആ പ്രണയം തിരിച്ചറിഞ്ഞത് ഇപ്പോഴല്ലേ... എത്ര നാളുകളായിക്കാണും അയാൾ തന്നെ പിന്തുടരാൻ തുടങ്ങിയിട്ട്? മാസങ്ങൾ ..... ഒരു പക്ഷേ വർഷങ്ങളോ..... പക്ഷേ അയാളതു തുറന്നു പറഞ്ഞത് ഇന്നാണ്. അയാളുടെ പ്രണയം നിരസിക്കാൻ കഴിയില്ലെന്നറിഞ്ഞപ്പോൾ അവൾ തേങ്ങി..... അയാളിൽ നിന്നും അകലാൻ ഇനി തനിക്കു കഴിയില്ല. അത്രയ്ക്കു തീവ്രമാണ് ആ സ്നേഹം. നേരത്തേ അറിഞ്ഞിരുന്നെങ്കിൽ അയാളെ ഒഴിവാക്കാൻ ശ്രമിക്കുകയെങ്കിലും ചെയ്യാമായിരുന്നു. അവൾ വേദനയോടെ ഭർത്താവിൻ്റെ ഭർത്താവിൻ്റെ മുഖത്തേക്ക് നോക്കി. അയാളോട് സഹതാപം തോന്നി.

ശിഖ തൻ്റെ കാമുകൻ്റെ മുഖം മനസ്സിൽ സങ്കൽപ്പിച്ചു നോക്കി. പ്രണയത്തിൻ്റെ കുസൃതി ആ കണ്ണുകളിലുണ്ട് അവൾക്ക് അയാളോട് വെറുതെ ഒരിഷ്ടം തോന്നി....

ദിവസങ്ങൾകഴിയുംതോറും അയാൾക്ക് അവളിലുള്ള സ്വാതന്ത്ര്യം വളർന്നുകൊണ്ടിരുന്നു. ഇഷ്ടമില്ലാഞ്ഞിട്ടും അയാളുടെ ആലിംഗനത്തിൽ നിന്നും കുതറി മാറാൻ അവൾക്കായില്ല. അവൾ വേദന കൊണ്ടു പിടയുമ്പോഴും അയാളുടെ കണ്ണുകളിൽ ആ പഴയ കുസൃതി ആയിരുന്നു. പ്രണയത്തിൻ്റെ കുസൃതി....

ജഗൻ അവളെ തന്നോടു ചേർത്തു പിടിച്ചു അവളെ അയാൾക്കു വിട്ടുകൊടുക്കില്ലെന്ന വാശിയിലാണയാൾ. പക്ഷേ......

ഒടുവിൽ ശിഖ ആസത്യം തിരിച്ചറിഞ്ഞു. തനിക്കയാളെ ഒഴിവാക്കാനാവില്ല. അയാൾക്കൊപ്പം പോയേ തീരൂ... എന്തിനാണയാൾ തന്നെ പിന്തുടർന്നത്? ഇത്രമാത്രം സ്നേഹിച്ചത്? സ്വന്തമാക്കാൻ തീരുമാനിച്ചത്? താൻ അയാൾക്കൊപ്പം പോയി കഴിഞ്ഞാൽ അനാഥമാകുന്ന ജഗൻ്റെയും കുട്ടികളുടെയും അവസ്ഥ അവളെ വല്ലാതെ വേദനിപ്പിച്ചു. അയാൾ തന്നെ വേണ്ടെന്നു വെച്ചിരുന്നെങ്കിൽ എന്ന് അവൾ വെറുതെ ചിന്തിച്ചു... അയാളോട് ചെറുത്തു നിൽക്കാൻ അവൾക്കു ശക്തി ഇല്ലാതായി.....

ഒരു ദിവസം ഉച്ചമയക്കത്തിനിടയ്ക്കാണ് അയാൾ അവൾക്കരികിലെത്തിയത്. നമുക്കു പോകാം ഇനിയും കാത്തിരിക്കാൻ എനിക്കു വയ്യ.... അയാൾ പറഞ്ഞു.... അയാൾ അവളെ വാരിയണച്ചു. എതിർക്കാൻ അവൾക്കായില്ല.... അയാൾ അവളെ ചേർത്തു പിടിച്ച് ഇറങ്ങി നടന്നു.... അവൾ അയാളുടെ ബലിഷ്ഠമായ കൈകളിലേക്ക് തളർന്നുവീണു. അസഹ്യമായ സങ്കടത്തോടെ അവൾ വെറുതെ തിരിഞ്ഞു നോക്കി.....

അവിടെ..... തൻ്റെ നിശ്ചലമായ ശരീരത്തിൽ വീണ് പൊട്ടിക്കരയുന്ന ജഗനും തൻ്റെ പൊന്നു മക്കളും.......

****

ജിഷമോൾ വൈക്കം

കോട്ടയം

mob : 97446 94780

40

ഹരിദ്വാറിലെ കണ്ണീർചിരാതുകൾ

ബാലു ഭയ്യാ ജീ....

ഗംഗയുടെ ഓളപരപ്പിൽ ഒഴുകുന്ന തന്റെ ചിന്തകൾക്ക് വിരാമമിട്ട് മെല്ലെ തിരിഞ്ഞു നോക്കി. ആത്മാജീയുടെ മോളാണ്. അനാമിക റാം

"ദിവാസ്വപ്നം കാണുകയാണോ"

അല്ലെന്നു തലയാട്ടി.

ഇനിയെന്ത് സ്വപ്നങ്ങൾ.ഗംഗയിൽ ഒഴുക്കികളഞ്ഞവയോടൊപ്പം തന്റെ സ്വപ്നങ്ങളും ഉണ്ടായിയുന്നുവെന്നത് അനാമികക്ക് അറിയില്ലല്ലോ.

കടയിലെ കണ്ണാടിയിൽ പതിഞ്ഞ പ്രതി ബിംബത്തിൽ ഒരുനിമിഷം കണ്ണുടക്കി. കാലം തന്നിലുണ്ടാക്കിയ മാറ്റങ്ങൾ. നര വീണ് ചിതറിയ താടിയും മുടിയും. കണ്ണി ലെ ശാന്തമായ തിളക്കത്തിനുള്ളിൽ ഒരു വിഷാദം ഘനീഭവിച്ചു നിൽക്കുന്നു. ചുണ്ടി ൽ വിരിയുന്ന പുഞ്ചിരിയും സഹനത്തി

ന്റെ യാണെന്ന് ഉള്ളിൽ കല്പിച്ചു. ആത്മാജിയെ പിൻപറ്റിയ മാറ്റമാണ് ഈ

ശുഭവസ്ത്രം പോലും. ബലരാമനിൽ നിന്ന് ബാലുഭയ്യയിലേക്കുള്ള പുനർ ജന്മ

ത്തിന് ഹേതുവായത് ദില്ലിക്കാരനായ

ആത്മാറാം എന്ന ആത്മാജിയാണ്.

ചില ചിന്തകൾ വാതായനങ്ങളാണ്. ഒരുപക്ഷെ ഓർക്കാനിഷ്ടമില്ലാതെ

ചിത്രത്താഴിട്ടടച്ച മനസ്സിന്റെ വാതായന

ങ്ങൾ.

തന്റെ കാൽച്ചുവട്ടിലെ മൺതരികൾ

പവിത്രമാണിപ്പോൾ. ഹിമവൽ താഴ്വാര

ത്തിലെ ഹരിദ്വാർ. ഏറെ അലച്ചിലുകൾ

ക്കൊടുവിൽ ഈ ഗംഗാതീരത്ത് അണ

ഞ്ഞിട്ട് വർഷങ്ങൾ പലതായി. ജയിൽ മോചിതനായ ബാലു എന്ന ബലരാമന്

സമൂഹം കല്പിച്ചനുവദിച്ചത് ഒറ്റപ്പെടുത്ത

ലും കുറ്റവാളിയെന്നൊരു മുദ്രയും. സമൂഹംപലപ്പോഴും അവസരവാദി

കളായിരിക്കുമല്ലോ. എന്റെ നേര് എന്റെ മനസാക്ഷിയുടേതാണ്. അവഹേളനങ്ങളും അകറ്റിയൊതുക്കലും

സ്വന്തം ഗൃഹങ്ങളിൽ തുടങ്ങി സമൂഹം ഏറ്റെടുക്കുന്നതുമുതൽനമ്മൾ ഓടിയൊ

ളിക്കാൻ തുടങ്ങും. അത്തരം അലച്ചിലു

കൾക്കിടയിൽ തലങ്ങും വിലങ്ങും കടന്നുപോയ നിരവധിയാളുകൾ. നിരവധി അനുഭവങ്ങൾ. വെള്ളപൂശിയ ആളുകൾ അകറ്റുമ്പോൾ ഇവർക്കാ

ശ്രയം നന്മകൾ ഉള്ളിലൊളി പ്പിച്ച തെരുവിന്റെ സന്തതികളായിരിക്കും.

ഹരിദ്വാർ എന്ന ചിന്ത പകർന്നത് കുമുദംബാൾ ആയിരുന്നു. ദില്ലിയിലെ തെരുവോരങ്ങളിൽ നിറമില്ലാ സ്വപ്നങ്ങ

ൾ വിലക്ക് വിറ്റവൾ.അവരുടെ കോലായ

യിലെ പഴയ കയറുകട്ടിൽ തലചായ്ക്കാ

ൻ തരുമ്പോൾ മാതൃവാത്സല്യമോ... സഹോദരീ സ്നേഹമോ കണ്ണിൽ

തിരയടിക്കുന്നത് താൻ ശ്രദ്ധിച്ചു. ഒരു

ദിവസം രതിവിയർപ്പിന്റെ ഗന്ധമുള്ള കുറച്ചു നോട്ടുകൾ തനിക്ക് നേരെ നീട്ടിയി

ട്ട് അവർ പറഞ്ഞു.

"നീ തേടുന്നത് ഹരിദ്വാറിൽ ചെന്ന് തിരയൂ"...

അങ്ങനെ ഒരുദിവസം ദില്ലിയിൽ നിന്നും

ഇവിടെ കിതച്ചെത്തിയ അവസാനത്തെ

ബസ്സിൽ ഞാനുമുണ്ടായിരുന്നു. ആശയറ്റ്

വരുന്ന ഏതൊരാളെപോലെയും ഞാൻ

എടുത്ത തീരുമാനവും മരണമെന്ന

"അവസാനം" ആയിരുന്നു. കെട്ടിയൊതു

ക്കിയ കല്പടവുകളിലിരുന്നു. കാലുകൾ

ആദ്യമായി പുണ്യഗംഗയിലേക്ക് സമർപ്പി

ക്കുമ്പോൾ അവാച്യമായ ഒരു തണുത്ത

തരംഗങ്ങൾ കാലിലൂടെ നെറുകയിൽ

എത്തിയോ? കൈകുമ്പിളിൽ കോരിയെ

ടുത്ത ജലശുദ്ധിയാൽ ദാഹം തീർത്തു.

യാത്രയും അവസ്ഥയും തന്നിൽ ക്ഷീണം

വരുത്തിയിരിക്കുന്നു. ജയിലും ജയിലറ

കളും ഭീകരമായ അവസ്ഥ തന്നെയാണ്.

ഇനി മുതൽ സമൂഹം തന്നെ എങ്ങനെ
നോക്കിക്കാണും എന്നതാണ് ഒരുകുറ്റവാ
ളിയുടെ ഏറ്റവും വലിയ പ്രശ്നം. നഷ്ട
പ്പെടാൻ പോവുന്ന യൗവ്വനവും ജീവിത
വും ഓരോ ആളുകളിലും ഒരുതരം
നിർവ്വികാരത പടർത്തുന്നു. ജയിലഴിക
ളുടെ നിഴലിനുപോലും നമ്മിൽ അകാര
ണമായൊരു ഭീതിയുണ്ടാക്കാൻ കെൽപ്പു
ണ്ട്.ജയിൽവാസമെന്നിൽ ഒരിക്കലും
കുറ്റബോധമുണ്ടാക്കിയില്ല.

ഗംഗാ ആരതിയുടെ സമയമറിയിക്കാൻ
സൂര്യൻ ഗംഗയിലേക്ക് സിന്ദൂരവർണ്ണം
വിതറാൻ തുടങ്ങിയിരിക്കുന്നു. പ്രകൃതി
പോലും പ്രാർത്ഥനാനിരതമാവാൻ തുടങ്ങി. മാനസാദേവിയുടെ ക്ഷേത്രത്തി
ലേക്ക് ദീപാരാധനക്കായും ഗംഗയെ ആരതിയുഴിയാനായുള്ള ആരതിചെരാ തുകളുമായും നീങ്ങുന്ന ഭക്തരാൽ
ഗംഗാതീരം മുഖരിതമായി. ഗംഗയിലൊ
ഴുകുന്ന ചെരാതുകളിൽ നിന്നും പൊഴിയു
ന്ന പ്രകാശകണങ്ങൾ ഗംഗയെ ദീപാവര
ണഭൂഷിതയാക്കി.ശംഖൊലികളും മണി
യൊച്ചകളും, കൂടാതെ പൂക്കളും കുഞ്ഞു
ചെരാതുകളുമൊഴുകുന്ന ഗംഗയും കൂടി
യായപ്പോൾ.. ആ നിറദീപസന്ധ്യ കണ്ണി
നും മനസ്സിനും ആനന്ദവും കുളിർമ്മയും
പകരുന്നൊന്നായി മാറി . ഈ ജന്മസാഫ
ല്യം നേടുവാൻ ഇരു കരകളിലും ബോട്ടുക
ളിലും ഭക്തരും യാത്രികരും നിറഞ്ഞു

നിന്നു. തന്റെ കാലുകളിൽ തട്ടിയോഴുകു
ന്ന ഗംഗാജലത്തിനപ്പോൾ സ്വർണ്ണവർണ്ണ
മായിരുന്നു. എന്റെ കണ്ണീരിനും.
ആരതിയൊഴിഞ്ഞ കല്പടവുകളിൽ ഞാനപ്പോഴും തളർന്നിരിക്കുകയാ
യിരുന്നു. ഇന്ന് ഈ പുണ്യ തീരഭൂവിൽ
ശരണം പ്രാപിച്ചപ്പോൾ ദുഃഖങ്ങളെല്ലാം
പെയ്തൊഴുകാൻ തുടങ്ങി.ആരുമില്ലാ
ത്തവന്റെ ആർത്തലച്ചിലായിരുന്നു അത്.
പരിസരം മറന്നിരുന്ന തന്റെ ചുമലിൽ
തണുത്തൊരു കൈത്തലം അമർന്നു.
മുഖമുയർത്തി നോക്കുമ്പോൾ യോഗി
യെപോലൊരാൾ. അദ്ദേഹത്തിന്റെ
കയ്യിൽ പത്തുവയസ്സ് തോന്നിക്കുന്ന ഒരു
പെൺകുട്ടിയും. അതദ്ദേഹമായിരുന്നു.
ആത്മാറാം.കൂടെ മകളും. നന്മതിന്മകൾ
പേറുന്ന ഹിമവൽ താഴ്വരയിലെ ആ
കൂടികാഴ്ച്ച തന്റെ പുനർജ്ജന്മമായി
രുന്നു. ആ സഹചാരിത്വം ഇന്ന് ഇവിടെ
എത്തി നിൽക്കുമ്പോൾ.... ആത്മാറാം
എന്ന വഴികാട്ടിയായ സ്നേഹദീപം അണ
ഞ്ഞെങ്കിലും മകളെയും "മംഗളഭോജൻ"
എന്ന ജീവിതമാർഗ്ഗമായ അന്നശാലയും
തന്നെയേൽപ്പിച്ചാണ് ആ ചിതാഭസ്മവും
ഗംഗയിൽ അലിഞ്ഞൊഴുകിയത്.ഒരു
പുണ്യജന്മത്തിന്റെ അന്ത്യ കർമ്മങ്ങൾ
ചെയ്യുവാനുള്ള പുത്ര നിയോഗം.
അനാമികയുടെ കണ്ണുകളിൽ ബാലമന്ദിര
ത്തിലെ കുഞ്ഞാറ്റയെ ആയിരുന്നു ഞാൻ

കണ്ടത്. ഇന്നവൾ മുതിർന്നിരിക്കുന്നു
വെങ്കിലും... അന്നത്തെ അവളുടെ
കുസൃതിയെല്ലാം അനാമികക്ക് അതേപടി
കിട്ടിയിട്ടുണ്ട്. നമ്മൾ മറക്കാൻ ശ്രമിക്കു
ന്നതും എന്നാൽ മറക്കാൻ പറ്റാത്തതു
മായ ചില ബന്ധങ്ങൾ ഓർമിപ്പിക്കാൻ
ഇങ്ങനെ ചില സാമ്യതകൾ പതിവാണ
ല്ലോ. ദാരിദ്ര്യം ഉണ്ടെങ്കിലും തന്റെ കൂടി
കാര്യസ്ഥതയുള്ള ആ ബാലമന്ദിരത്തി
ന്റെ ആണിക്കല്ലെടുക്കാൻ വന്നൊരാ
ളാണ് ഭാർഗ്ഗവദാസനെന്ന ഭാർഗ്ഗവാനന്ദ പാദരെന്ന് വളരെ കുറഞ്ഞ സമയം കൊ
ണ്ടുതന്നെ എനിക്ക് ബോധ്യപ്പെട്ടിരുന്നു.
അദ്ദേഹത്തിന് ചുറ്റുമുള്ള ഉപചാപ സംഘ
ങ്ങൾ തികച്ചും തൂവെള്ളപുതച്ചക്വട്ടേഷൻ
സംഘങ്ങൾ തന്നെയായിരുന്നു.നിളയോര
ത്തെ ഈ അഷ്ടി നിവൃത്തിയില്ലാത്ത
ബാലമന്ദിരം ഏറ്റെടുക്കുന്നതിലൂടെ അയാളുടെ ആത്മീയ വ്യവസായത്തിന്
ഊർജ്ജം കൂട്ടുകഎന്നതോടൊപ്പം തന്നെ
അയാളുടെ വൈകൃത താല്പര്യങ്ങളും
ഉണ്ടെന്നറിഞ്ഞത് വളരെ വൈകിയായി
രുന്നു. ചില ഒറ്റപ്പെട്ട ബാലതിരോധാനം
ആനന്ദപാദരുടെ രാഷ്ട്രീയ സ്വാധീനത്താ
ൽ നിർവീര്യ മായപ്പോഴും എന്റെ ഉള്ളിലെ
സംശയവും ശ്രദ്ധയും അയാൾക്ക് പിന്നി
ൽത്തന്നെയുണ്ടായിരുന്നു. ഒരിക്കൽ
ആ പേടിയും സംഭവിച്ചു. മന്ദിരത്തിലെ
ചുറുചുറുക്കുള്ള... എന്നെ ബാലുവച്ച്ഛരാന്ന്

വിളിക്കുന്ന ആ കൊഞ്ചലും ആ നരാധമ
ൻ ഇല്ലാതാക്കി. ആത്മീയകാടത്തം പിച്ചി
ചീന്തിയ തെളിവ് ഇല്ലാതാക്കാൻ ലോറി
കയറ്റി ചതച്ചരച്ച ആ ബാല്യത്തെ... തന്റെ
കുഞ്ഞാറ്റയെ ഒന്നേ നോക്കിയുള്ളൂ.എനി
ക്കൊന്നേ ചെയ്യാനുമുണ്ടായിരുന്നുള്ളൂ.
ആ ഓമനത്വത്തിന്റെ മൃദുത്വത്തിലും
കാമമാഘോഷിച്ചവന്റെ ഇനിയുമടങ്ങാ
ത്ത വൈകൃതലിംഗം അരിഞ്ഞെടുത്ത്
അയാളുടെ തന്നെ പട്ടികൾക്ക് എറിഞ്ഞു കൊടുത്തു. നിയമം കയ്യിലെടുത്തവൻ
ജയിലിൽ പോയെങ്കിലും..... ഭാർഗ്ഗവാനന്ദ
പാദരുടെ തിരോധാനത്തിന് തുമ്പുണ്ടാ
ക്കാൻ നിയമപാലകർക്കായില്ല.പിന്നീടാ
രും അയാളെ കണ്ടതുമില്ല.

ബാലു ഭയ്യാ....

നീട്ടിയൊരു വിളിയോടെ അനാമിക തന്റെ
കർത്തവ്യത്തെ ഓർമ്മിപ്പിച്ചു. അവസാന
ബസ്സ് എത്തിയിരിക്കുന്നു. ഓരോ ബസ്സും
വരുമ്പോൾ കടയിൽ വിശപ്പടാക്കാനുള്ള
വരുടെതിരക്കായിരിക്കും. അനാമികയും
സഹായിയായ ഒരു പയ്യനുമാണ് വിളമ്പലു
കാർ.തിരക്കൊതുങ്ങിയപ്പോൾ തന്റെ ഒരുജോഡി വസ്ത്രവും കുപ്പിവെള്ളവും കുറച്ച് ചപ്പാത്തിയും സബ്ജിയുമെടുത്ത് ബലരാമൻ ഗംഗയുടെ കല്പടവുകളെ ലക്ഷ്യമാക്കി നടന്നു.കടയിലെ തിര
ക്കുകൾക്കിടയിൽഎപ്പോഴോ തന്റെ കണ്ണിൽ പതിഞ്ഞതായിരുന്നു ആ വയോധികനെ. ആത്മാജിയാണ്
വിശപ്പിന്റെ കണ്ണുകളെ അറിയുന്നത്

പഠിപ്പിച്ചു തന്നത്. അതറിഞ്ഞു കൊടു
ക്കാനും.കീറിപ്പറിഞ്ഞ ഉടയാടയിലെ
നിറം അഴുക്കു പുരണ്ടറിയാതെയായി.
കയ്യിൽ കരുതിയ തന്റെ അലക്കിതേച്ച
മുണ്ടും മേൽമുണ്ടും ഭക്ഷണവും കൊടുത്തു. അഴുക്കു പുരണ്ട പഴയ വസ്ത്രം ഗംഗയിലൊഴുക്കി ഭക്ഷണം ആർത്തിയോടെ കഴിക്കുന്നതും നോക്കി
അൽപനേരംനിന്നു. വൃദ്ധന്റെകണ്ണുകളി
ൽ കണ്ണുനീർ ഊറിതുടങ്ങി. വിശപ്പ് അത്രത്തോളംഅയാളെ വരിഞ്ഞു
മുറുക്കി കഴിഞ്ഞിരിക്കാം. അയാൾ ദയയോടെ ഒന്ന് നോക്കി.
അയാളുടെ വിശപ്പും ദാഹവും അടങ്ങിയി
രിക്കുന്നു. നന്ദിയോടെ അയാൾ ബല
രാമന്റെ നേർക്ക് കൈക്കൂപ്പി. അയാളു
ടെകണ്ണുകളിൽ നിന്നും തിരിച്ചടിയുടെ
തിക്താനുഭവങ്ങൾ വായിച്ചെടുത്തു.
വേണ്ട.. താനാരാണെന്ന് അയാൾ അറി
യരുത്. അയാൾക്ക് പ്രപഞ്ചം വിധിച്ച ശിക്ഷ അയാൾ ഇനിയും അനുഭവിച്ചു
കൊണ്ടേയിരിക്കുമായിരിക്കാം.തിരിഞ്ഞു
നടക്കാനൊരുമ്പെട്ടപ്പോൾ തന്റെ പാദങ്ങ
ളിൽ അപ്രതീക്ഷിതമായി അയാൾ നെറ്റി
ച്ചേർത്ത് വിതുമ്പി.അയാളൊഴുക്കിയ
കണ്ണുനീർതുള്ളികൾ പാദങ്ങളിൽ....
മനസ്താപത്തിന്റെ പൊള്ളലേൽപ്പിച്ചു.
പിറ്റേന്നുള്ള പുലരിയും ഒരുനിയോഗവുമാ
യാണ് ബലരാമനെ ഉണർത്തിയത്. ഒരു
നീചജന്മത്തെ അഗ്നിശുദ്ധി വരുത്തുവാ

ൻ ചിതയൊരുക്കുവാനുള്ള അപൂർവ്വ
നിയോഗം.
****

ബേബി പുത്തൂപ്പാട്ട്

"ശ്രീരാഗം"
NSS സ്കൂളിന് സമീപം,
തെക്കുംമുറി (PO)
പോലീസ് ലൈൻ,
തിരൂർ.

41

ആശംസകൾ

സാജൻ പള്ളുരുത്തി

സിനിമാ സീരിയൽ താരം, തിരക്കഥാകൃത്ത്, കൊച്ചിൻ സാഹിത്യ അക്കാദമി കഥാമിത്രം കഥയരങ്ങ് രക്ഷാധികാരി

പ്രദീപ് പള്ളുരുത്തി

സിനിമാപിന്നണിഗായകൻ, സംഗീതസംവിധായകൻ

സിനിമാ സീരിയൽ താരം സാഹിത്യ അക്കാദമി കഥാമിത്രം കഥയരങ്ങ് രക്ഷാധികാരി .

www.ingramcontent.com/pod-product-compliance
Lightning Source LLC
LaVergne TN
LVHW040417051026
849517LV00002B/350
* 9 7 9 8 8 8 5 2 1 5 7 1 8 *